കേരള നവോത്ഥാനം

ഒരു മാർക്സിസ്റ്റ് വീക്ഷണം

ഒന്നാം സഞ്ചിക

kerala navodhanam
oru marxist veekshanam - onnam sanchika

•

p govindapillai

•

first edition
may 2003

•

third edition
december 2009

•

forth edition
july 2013

•

fifth edition
january 2017

•

typesetting and published
chintha publishers, thiruvananthapuram

•

•

cover
vinod

•

വിതരണം

ദേശാഭിമാനി ബുക്ക് ഹൗസ്

H O തിരുവനന്തപുരം-695 035
www.chinthapublishers.com
chinthapublishers@gmail.com

ബ്രാഞ്ചുകൾ

ഹെഡ്ഢാഫീസ് ബ്രാഞ്ച് കുന്നുകുഴി • ഓവർബ്രിഡ്ജ് തിരുവനന്തപുരം • കെ എസ് ആർ ടി സി ബസ് സ്റ്റേഷൻ ആലപ്പുഴ • കെ എസ് ആർ ടി സി ബസ് സ്റ്റേഷൻ എറണാകുളം • മച്ചിങ്ങൽ ലെയ്ൻ തൃശൂർ • ഐ ജി റോഡ് കോഴിക്കോട് • കെ എസ് ആർ ടി സി ബസ് സ്റ്റേഷൻ കോഴിക്കോട് • എൻ ജി ഒ യൂണിയൻ ബിൽഡിങ് കണ്ണൂർ • സെൻട്രൽ ബസ് ടെർമിനൽ കോംപ്ലക്സ് താവക്കര കണ്ണൂർ

CR - 1547 / 4020

കേരള നവോത്ഥാനം

ഒരു മാർക്സിസ്റ്റ് വീക്ഷണം

ഒന്നാം സഞ്ചിക

പി ഗോവിന്ദപ്പിള്ള

ചിന്ത പബ്ലിഷേഴ്സ്
തിരുവനന്തപുരം-695 035

പി ഗോവിന്ദപ്പിള്ള

പെരുമ്പാവൂരിനടുത്തുള്ള പുല്ലുവഴിയിൽ 1926 മാർച്ച് 23 ന് ജനിച്ചു. വിദ്യാർഥി പ്രസ്ഥാനത്തിലും കേരള കർഷകസംഘത്തിലും പ്രവർത്തിച്ചു. 1951 ൽ തിരു-കൊച്ചി നിയമസഭയിലും 1957 ൽ കേരള നിയമസഭയിലും അംഗമായിരുന്നു. ക്വിറ്റ്ഇന്ത്യാ സമരത്തിലും മറ്റും പങ്കെടുത്ത് പലതവണ ജയിൽവാസം അനുഭവിച്ചു. 1964 മുതൽ 1982 വരെ *ദേശാഭിമാനി*യുടെ മുഖ്യപത്രാധിപരായിരുന്നു.

കൃതികൾ: *ഇസങ്ങൾക്കിപ്പുറം, വിപ്ലവ പ്രതിഭ, കേരളം ഇന്ത്യയിലെ അധഃകൃത സംസ്ഥാനം, സാഹിത്യവും രാഷ്ട്രീയവും, മാർക്സിസ്റ്റ് സൗന്ദര്യശാസ്ത്രം: ഉത്ഭവവും വളർച്ചയും, വിപ്ലവങ്ങളുടെ ചരിത്രം, സാഹിത്യം: അധോഗതിയും പുരോഗതിയും, പൂന്താനം മുതൽ സൈമൺ വരെ, ചരിത്രശാസ്ത്രം പുതിയ മാനങ്ങൾ, ഭഗവദ്ഗീത - ബൈബിൾ-മാർക്സിസം, മഹാഭാരതം മുതൽ മാർക്സിസം വരെ, കേരള നവോത്ഥാനം ഒരു മാർക്സിസ്റ്റ് വീക്ഷണം, കേരള നവോത്ഥാനം: മതാചാര്യർ മതനിഷേധികൾ, കേരള നവോത്ഥാനം: മാധ്യമപർവം നാലാം സഞ്ചിക, മാർ ഗ്രിഗോറിയോസിന്റെ മതവും മാർക്സിസവും, സ്വാതന്ത്ര്യത്തിന്റെ സാർവദേശീയത, ആഗോളവൽക്കരണം സംസ്കാരം മാധ്യമം, ഫ്രെഡറിക് എംഗൽസ്: സ്നിഗ്ധനായ സഹകാരി വരിഷ്ഠനായ വിപ്ലവകാരി, ഇ എം എസും മലയാള സാഹിത്യവും, ഇ എം എസ് (ജീവചരിത്രം), സംസ്കാരവും നവോത്ഥനവും മുൽക്‌രാജ് മുതൽ പവനൻ വരെ, തെരഞ്ഞെടുത്ത പ്രബന്ധങ്ങൾ, കേരള നവോത്ഥാനം: യുഗസന്തതികൾ യുഗശിൽപ്പികൾ, കെ ദാമോദരൻ: പോരും പൊരുളും, വൈജ്ഞാനിക വിപ്ലവം: ഒരു സാംസ്കാരിക ചരിത്രം, സ്വദേശാഭിമാനി പ്രതിഭാവിലാസം, പി ജിയുടെ വായനാ ലോകം.*

പരിഭാഷകൾ: *കാട്ടുകടന്നൽ, ഭൂതകാലവും മുൻവിധികളും, ഇന്ത്യാ ചരിത്ര വ്യാഖ്യാനം മാർക്സിസ്റ്റ് വീക്ഷണത്തിൽ, ആര്യദ്രാവിഡ വിവാദവും മതനിരപേക്ഷതയും* തുടങ്ങി നിരവധി കൃതികൾ.

2012 നവംബർ 22-ാം തീയതി വ്യാഴാഴ്ച അന്തരിച്ചു.

ഭാര്യ : എം ജെ രാജമ്മ
മക്കൾ : എം ജി രാധാകൃഷ്ണൻ,
ആർ പാർവതി ദേവി

ആദ്യപതിപ്പിന്റെ ആമുഖം

പണ്ഡിതരും പാമരരും പത്രലേഖകരും പ്രഭാഷകരും എല്ലാം പരക്കെ ഉപയോഗിച്ചുവരുന്ന ഒരു സാധാരണ പദമായി തീർന്നിട്ടുണ്ട് നവോത്ഥാനം. അതു സംബന്ധിച്ച് മറ്റു ഭാഷകളിൽ ഇറങ്ങിയിട്ടുള്ള പുസ്തകങ്ങൾക്ക് കണക്കില്ല. ഉദാഹരണത്തിന് ഇന്ത്യയിലെതന്നെ ബംഗാൾ നവോത്ഥാനത്തെക്കുറിച്ചും അതിന്റെ നായികാ നായകരെക്കുറിച്ചും ബംഗാളിയിൽ മാത്രമല്ല ഇംഗ്ലീഷിലും നൂറുകണക്കിന് പുസ്തകങ്ങൾ ഗ്രന്ഥശാലകളിലും വിപണിയിലും ലഭിക്കും. എന്നാൽ അത്ഭുതം എന്നു പറയട്ടെ, മലയാളത്തിൽ അവ തീരെ വിരളമാണ്. കേരള നവോത്ഥാനത്തെക്കുറിച്ച് പ്രത്യേകം പരിശോധിക്കുമ്പോൾ ചില സാഹിത്യ ചരിത്രങ്ങളിലും മറ്റുമുള്ള ഹ്രസ്വാധ്യായങ്ങളെ ഒഴിവാക്കിയാൽ പുസ്തക വലിപ്പത്തിലുള്ള പഠനങ്ങൾ തീരെ ഇല്ലെന്നു പറയാം. ഉള്ളവയിൽ ത്തന്നെ നവോത്ഥാനം എന്ന സഹസ്രകിരണ പ്രസ്ഥാനത്തിന്റെ ചില വശങ്ങൾ സ്പർശിച്ചുപോവുക മാത്രമാണ് ചെയ്യുന്നത്.

ഈ വലിയ പോരായ്മ നികത്താനുള്ള പ്രാപ്തിയോ സാവകാശമോ ഉള്ള ഒരാളല്ല ഞാൻ എന്ന ബോധ്യം മറ്റാരെക്കാളും ഉള്ളത് എനിക്കു തന്നെയാണ്. എങ്കിലും കേരള നവോത്ഥാനത്തിന് പ്രത്യേകം ഊന്നൽ നൽകിക്കൊണ്ട് നവോത്ഥാനത്തിന്റെ നാനാവശങ്ങളെ അനാവരണം ചെയ്യുന്ന ഒരു ലഘുകൃതി എഴുതാനാണ് ഞാൻ ഇവിടെ ഉദ്യമിക്കുന്നത്. മാനവിക മൂല്യങ്ങൾ പൊതുവെയും നവോത്ഥാന മൂല്യങ്ങൾ പ്രത്യേകിച്ചും വെല്ലുവിളി നേരിടുകയും ഇരുണ്ട വർഗീയതയുടെയും ഫാസിസത്തിന്റെയും ഭാവി ഭീഷണമായി ഉയർന്നുകൊണ്ടിരിക്കുകയും ചെയ്യു

മ്പോൾ നവോത്ഥാന മൂല്യങ്ങളുടെ പുനർവിചിന്തനവും പുനഃസമർഥനവും അതിജീവനത്തിന് അത്യന്താപേക്ഷിതമായിരിക്കുന്നു. ഈ സാഹചര്യംകൂടി കണക്കിലെടുത്താണ് നവോത്ഥാനത്തിന്റെ സൈദ്ധാന്തികവും പ്രായോഗികവും ആയ വശങ്ങളെയും നാനാമുഖമായ ഗതിവിഗതികളെയും കുറിച്ചുള്ള ഈ പുസ്തകം തയാറാക്കിയത്. സാധാരണ കേരള നവോത്ഥാനത്തെക്കുറിച്ചുള്ള കൃതികളിൽ പരാമർശിക്കപ്പെടാറില്ലാത്ത പല സംഭവങ്ങളെയും പ്രതിഭകളെയും പ്രസ്ഥാനങ്ങളെയും ഈ കൃതിയിൽ അവതരിപ്പിക്കുന്നുണ്ടെങ്കിലും ഇനിയും പല വിടവുകൾ ശേഷിക്കുന്നു. അവയിൽ ചിലവ സ്ഥലപരിമിതി കൊണ്ടും മറ്റുള്ളവ അറിവില്ലായ്മ കൊണ്ടും സംഭവിച്ചതാണ്. അറിവുള്ളവർ അവ ചൂണ്ടിക്കാട്ടാൻ സന്മനസ് കാണിക്കുമെങ്കിൽ പുതിയ പതിപ്പുകളിൽ ആ പോരായ്മകൾ തീർത്തുകൊള്ളാം. വിട്ടുപോയവയ്ക്ക് പുറമെ ചേർത്തിട്ടുള്ളവയിൽത്തന്നെ അപാകതകളും പ്രമാദങ്ങളും പറ്റിയിട്ടുള്ളത് പരിഹരിക്കാനും അറിവുള്ളവരായ വായനക്കാർ സദയം സഹായിക്കുമാറാകണം.

ഈ വിഷയത്തെക്കുറിച്ച് സമഗ്രവും സാമാന്യവുമായ അറിവ് പകരണമെങ്കിൽ എണ്ണൂറോ ആയിരമോ പുറമെങ്കിലും വരുന്ന ഒരു പുസ്തകം രചിക്കേണ്ടതായി വരും. അത്രയൊക്കെ എഴുതി പിടിപ്പിക്കാൻ വേണ്ടത്ര വിവരങ്ങൾ ഞാൻ ഇതിനകംതന്നെ ശേഖരിച്ചിട്ടുണ്ടെങ്കിലും അതിന്റെ പകുതി വരുന്ന നാന്നൂറോ നാന്നൂറ്റമ്പതോ പുറങ്ങൾ മാത്രമേ ഇപ്പോൾ പ്രസിദ്ധീകരിക്കുന്ന ഈ കൃതിയിൽ ഉൾപ്പെടുത്തിയിട്ടുള്ളൂ. പുസ്തകം അതിനെക്കാൾ വലുതായാൽ വായനക്കാർ അത് എങ്ങനെ സ്വീകരിക്കും എന്ന് നിശ്ചയം ഇല്ലാത്തതുകൊണ്ടാണ് പ്രസാധകർ ഈ പരിമിതി കൽപ്പിച്ചിരിക്കുന്നത്. ഈ നാന്നൂറ്റി അമ്പത് അല്ലെങ്കിൽ അഞ്ഞൂറ് പുറങ്ങളുള്ള കൃതിയുടെ പകുതിയോളം വരുന്ന ആദ്യഭാഗമാണ് ഇപ്പോൾ വായനക്കാരുടെ കൈയിൽ എത്തുന്ന ഈ സഞ്ചിക. അവയെത്തന്നെ സിദ്ധാന്തപർവം, പ്രസ്ഥാനപർവം, മതനവീകരണ പർവം എന്നിങ്ങനെ മൂന്ന് പർവങ്ങളിലായി 23 അധ്യായങ്ങളായി തിരിച്ചിരിക്കുന്നു. അടുത്ത സഞ്ചികകളിൽ ചേർക്കാൻ തയാറായിട്ടുള്ളത് പ്രതിഭാപർവം, രാഷ്ട്രീയപർവം, സാഹിത്യപർവം, മാധ്യമപർവം എന്നിവയാണ്. ഇത് ഉൾപ്പെടെ തുടർന്നുള്ള ഭാഗം ഉടൻതന്നെ പ്രസിദ്ധീകരിക്കാൻ കഴിയും എന്ന് വിശ്വസിക്കുന്നു.

ഈ പുസ്തകത്തിന്റെ ഘടനയിൽ ഉൾച്ചേർന്ന ചില മേന്മകളും ചില തിന്മകളും ഉണ്ട്. ഇതിലെ ചില ലേഖനങ്ങൾ ഇതേ രൂപത്തിലും വ്യത്യസ്ത രൂപങ്ങളിലും സെമിനാർ പ്രബന്ധങ്ങളായും മാധ്യമ ലേഖനങ്ങളായും പ്രസിദ്ധീകരിച്ചിട്ടുള്ളവ ആണെങ്കിലും ഭൂരിപക്ഷവും ഈ കൃതിയുടെ സംവിധാനത്തിന് വിധേയമായി പുതിയതായി എഴുതിയവയാണ്. പക്ഷേ ഈ കൃതി സമഗ്രമായ ഒരാഖ്യാനം അല്ല (ഇന്റഗ്രേറ്റഡ് നറേറ്റീവ്). ഇതിലെ ഏതെങ്കിലും അധ്യായമോ പർവമോ മാത്രം പരിശോധിക്കുന്ന

വർക്കും വായിക്കുന്നവർക്കും പ്രയോജനപ്പെടത്തക്ക വിധമാണ് പുസ്തകം ആസൂത്രണം ചെയ്തിട്ടുള്ളത്. അങ്ങനെ വരുമ്പോൾ ചില ആവർത്ത നങ്ങൾ സംഭവിക്കും. എസ് എൻ ഡി പിയെക്കുറിച്ചുള്ള ലേഖനത്തിലെ ചില പരാമർശങ്ങൾ ശ്രീനാരായണഗുരുവിനെയും ടി പൽപ്പുവിനെയും കുറിച്ചെഴുതുമ്പോൾ വന്നുപോകും. മലയാളി മെമ്മോറിയലിനെക്കുറിച്ച് എഴുതുമ്പോൾ ബാരിസ്റ്റർ ജി പിയെക്കുറിച്ച് എഴുതുന്ന കാര്യങ്ങൾ ജി പിയുടെ ജീവചരിത്ര പഠനക്കുറിപ്പിലും കണ്ടേക്കും. ഇത്തരം ആവർ ത്തനങ്ങൾ കഴിയുന്നത്ര കുറയ്ക്കാൻ ശ്രമിച്ചിട്ടുണ്ടെങ്കിലും തീരെ ഒഴിവാ ക്കാൻ ഈ ആഖ്യാനശൈലിയിൽ ആവുകയില്ല.

കേരള ഗ്രന്ഥശാലാസംഘത്തിന്റെ മുഖപത്രമായ *ഗ്രന്ഥാലോക* ത്തിന്റെ നവോത്ഥാന പതിപ്പിലാണ് ഇതിലെ ചില ലേഖനങ്ങൾ അതിന്റെ മുഖ്യ പത്രാധിപർ പിരപ്പൻകോട് മുരളി എം എൽ എ ആവശ്യപ്പെട്ടതനു സരിച്ച് ഞാൻ ആദ്യമായി എഴുതിയത്. ഈ ലേഖനങ്ങൾ വായിച്ച ഗ്രന്ഥ കാരനും ചിന്താ പബ്ലിഷേഴ്സ് എഡിറ്ററുമായ സി ഭാസ്കരൻ ഇവയെ ഒരു പൂർണഗ്രന്ഥമായി വികസിപ്പിച്ച് എഴുതണമെന്ന് ആവശ്യപ്പെട്ടതാണ് ഈ പുസ്തകത്തിന്റെ രചനയ്ക്ക് പ്രേരകമായത്. ഭാസ്കരന്റെ നിർബന്ധപൂർ വമായ നിർദേശങ്ങളും പ്രേരണയും ഇല്ലായിരുന്നെങ്കിൽ ഈ പുസ്തകം ഇപ്പോഴും പുറത്തുവരികയില്ലായിരുന്നു. പിരപ്പൻകോട് മുരളിയോടും സി ഭാസ്കരനോടും എനിക്കുള്ള കൃതജ്ഞത നിസീമമാണ്. അനാരോ ഗ്യവും കാഴ്ചക്കുറവും എന്നെ അലട്ടിക്കൊണ്ടിരിക്കുന്ന ഈ സന്ദർഭ ത്തിൽ വിവിധ ഗ്രന്ഥശാലകളും ഗ്രന്ഥങ്ങളും വിജ്ഞാനകോശങ്ങളും പരതി വിവരങ്ങൾ ശേഖരിച്ചും പകർത്തി എഴുതിയും എന്നെ സഹായിച്ച യുവ സഖാവ് വിപിൻചന്ദിനോട് കൃതജ്ഞത പറഞ്ഞ് ആ കടപ്പാട് ഇവിടെ അവസാനിപ്പിക്കുന്നില്ല.

ഒരിക്കൽക്കൂടി തെറ്റുകളും പോരായ്മകളും ചൂണ്ടിക്കാട്ടി പുസ്തക ത്തിന്റെ ഈ സഞ്ചികയും തുടർന്നുള്ള സഞ്ചികകളും മെച്ചപ്പെടുത്താൻ സഹായിക്കണമെന്ന് വായനക്കാരോട് അപേക്ഷിക്കുന്നു.

പി ഗോവിന്ദപ്പിള്ള

എ കെ ജി സെന്റർ
28 മെയ് 2003.

ഉള്ളടക്കം

സമർപ്പണം

വിചാര വിപ്ലവകാരി
കുറ്റിപ്പുഴ കൃഷ്ണപിള്ളയ്ക്ക്

ആയിരത്തിതൊള്ളായിരത്തി നാൽപ്പതുകളുടെ ആദ്യ പകുതിയിൽ ആലുവാ യൂണിയൻ ക്രിസ്ത്യൻ കോളേജിലെ പഠനമുറികളിലും പുറത്ത് പച്ചപ്പുൽ പരവതാനിയിലിരുന്നും ഗുരുമുഖത്തുനിന്ന് നവോത്ഥാനത്തിന്റെ പ്രഥമപാഠങ്ങൾ ഞാൻ പഠിച്ചു. വിചാരവിപ്ലവം എന്ന അദ്ദേഹത്തിന്റെ പ്രശസ്ത കൃതി എന്റെ ജീവിതവീക്ഷണത്തെയാകെ മാറ്റിമറിച്ചു; ജീവിതത്തിന് പുതിയൊരർഥവും ദിശാബോധവും നൽകി. ആ മഹാനായ ഗുരുനാഥന്റെ പാവനസ്മരണയ്ക്കായി പ്രശ്രയ പുരസ്സരം ഈ എളിയകൃതി സമർപ്പിക്കുന്നു.

സിദ്ധാന്തപർവം

ദാന്തെ

1 നവോത്ഥാനം ആഗോളതലത്തിൽ ചരിത്രവും അർഥവും

ഇംഗ്ലീഷിലെ 'റിനൈസൻസ്' എന്ന പദത്തിന്റെ വിവർത്തനമായിട്ടാണ് നവോത്ഥാനം എന്ന മലയാളപദം നാം ഉപയോഗിച്ചുവരുന്നത്. ഇംഗ്ലീഷിലെ റിനൈസൻസ് എന്ന പദത്തിന്റെ നേർവിവർത്തനം പുനരുത്ഥാനം എന്നോ പുനരുജ്ജീവനം എന്നോ ആയിരിക്കേണ്ടതാണ്. യൂറോപ്യൻ മധ്യകാലത്തെ ആധുനിക കാലവുമായി വേർപെടുത്തുന്ന സംക്രമണകാലമാണ് റിനൈസൻസ്. പതിനാലാം നൂറ്റാണ്ടിൽ ഇറ്റലിയിൽ ആരംഭിക്കുകയും ക്രമേണ ഉത്തര-പശ്ചിമ യൂറോപ്യൻ മേഖലകളിലേക്ക് വ്യാപിക്കുകയും ചെയ്ത ഈ വമ്പിച്ച സാംസ്കാരിക ഉണർവിന്റെ ഉറവിടം പ്രാചീന യവനസംസ്കാരത്തിലും റോമൻ സംസ്കാരത്തിലും ആയിരുന്നുവെന്നും ആ പ്രാചീന മൂല്യങ്ങളുടെ പുനർജനനം ആയിരുന്നു റിനൈസൻസ് എന്നും ആദ്യകാല യൂറോപ്യൻ ചരിത്രകാരന്മാർ കരുതി. എല്ലാ മഹത്വങ്ങളുടെയും ഉറവിടം യൂറോപ്പാണെന്ന "യൂറോ സെൻട്രിക്" അഥവാ യൂറോ കേന്ദ്രീകൃത വീക്ഷണമാണ് ഈ വൈകല്യത്തിന് കാരണം. അതുകൊണ്ട് റിനൈസൻസിനെ തങ്ങളുടെ പ്രാചീന മൂല്യപുനരുത്ഥാരണമായി കണക്കാക്കിയതു മൂലമാണ് ആ അർഥത്തിലുള്ള ഈ പദം അവർ ഉപയോഗിച്ചത്.

അങ്ങനെ വിശകലനവും നാമകരണവും എല്ലാം നടക്കുമ്പോഴേക്ക്

ഈ നവോത്ഥാനത്തിന്റെതന്നെ തുടർച്ചയും പരിണതഫലവുമായി യൂറോപ്യൻ രാഷ്ട്രീയ രംഗവും ചിന്താരീതികളും അപ്പാടെ മാറിമറിഞ്ഞിരുന്നു. നവോത്ഥാനകാലത്തും അതിനു തൊട്ടുമുമ്പും ചൈന, ഇന്ത്യ, അറേബ്യ തുടങ്ങിയ സംസ്കാര കേദാരങ്ങളുമായി താരതമ്യപ്പെടുത്തുമ്പോൾ സംസ്കാരത്തിലെന്നപോലെ സമ്പത്തിലും ലോകത്തിലെ അപ്രധാനമായ ഒരു പിന്നാമ്പുറം മാത്രമായിരുന്നു യൂറോപ്പ്. പതിനെട്ടും പത്തൊമ്പതും നൂറ്റാണ്ടുകളിലേക്ക് എത്തിയപ്പോഴേക്കും യൂറോപ്പ് ശാസ്ത്ര, സാങ്കേതിക, വ്യാവസായിക വിപ്ലവത്തെത്തുടർന്ന് സമ്പത്തിലും ലോക വ്യാപകമായ കണ്ടുപിടുത്തങ്ങളെയും കടന്നാക്രമണങ്ങളെയും തുടർന്ന് ലോകാധിപത്യത്തിലും മേൽക്കോയ്മ നേടി. ഒരിക്കൽ നിസ്സാരരും ദരിദ്രരുമായി കഴിഞ്ഞവർ സമ്പന്നരായി ഉയരുമ്പോൾ അവരുടെ പ്രാമാണ്യത്തിന് പരിവേഷം ചേർക്കാൻ പാരമ്പര്യങ്ങൾ ചികഞ്ഞെടുക്കുകയും ചിലപ്പോൾ അവയെ കൃത്രിമമായി സൃഷ്ടിച്ച് അഹങ്കരിക്കുകയും ചെയ്യുക പതിവുണ്ട്. അതുപോലെ ലോകാധീശകോയ്മകളായി വളർന്ന യൂറോപ്യർ തങ്ങളുടെ ഐതിഹാസിക മാഹാത്മ്യവും അനിതരസാധാരണമായ മേന്മകളും സ്ഥാപിച്ചെടുക്കാൻ ലോകചരിത്രത്തെ മുഴുവൻ യൂറോപ്യൻ പ്രശസ്തിയിലേക്കുള്ള നിരന്തരമായ പുരോഗതിയായിരുന്നുവെന്നു വരുത്തിത്തീർക്കാൻ പരിശ്രമിച്ചു. ഈ ചരിത്രവീക്ഷണത്തെ 'യൂറോ സെൻട്രിക്' അഥവാ 'യൂറോ-കേന്ദ്രീകൃത' വാദമായിട്ടാണ് ആധുനിക ചരിത്ര ശാസ്ത്രജ്ഞന്മാർ വകതിരിക്കുന്നത്.

യൂറോ കേന്ദ്രീകൃത വീക്ഷണം മറ്റെല്ലാ സംസ്കാരങ്ങളെയും നാഗരികതകളെയും തരംതാഴ്ത്തിക്കാട്ടി യൂറോപ്പിന്റെ മേന്മകളെ പെരുപ്പിച്ചുകാട്ടുകയും അങ്ങനെ യൂറോപ്പിന്റെ സാമ്രാജ്യാധിപത്യ ശ്രമങ്ങളെ ചരിത്രത്താൽ വിധിക്കപ്പെട്ടതായി ചിത്രീകരിക്കുകയും ചെയ്യുന്നു. ഈ വീക്ഷണപ്രകാരം സംസ്കാരത്തിന്റെയും നാഗരികതയുടെയും മറ്റെല്ലാ മാനവിക മൂല്യങ്ങളുടെയും കളിത്തൊട്ടിൽ ഗ്രീസും റോമും ആണെന്നും ആ തുടക്കങ്ങളിൽനിന്നുള്ള തുടർച്ചയായ പുരോഗതി ആത്യന്തികമായി ആധുനിക യൂറോപ്യൻ സംസ്കാരത്തിൽ ചെന്നുനിൽക്കുന്നുവെന്നും സമർഥിക്കുന്നു. ഗ്രീസിനു മുമ്പുള്ള ഈജിപ്ഷ്യൻ, ബാബിലോണിയൻ തുടങ്ങിയ സംസ്കാരങ്ങളുടെയും ഗ്രീസിന്റെതന്നെ കാലത്തെ ചൈനീസ്-ഇന്ത്യൻ സംസ്കാരങ്ങളെയും ഗ്രീക്കു കാലയളവിനുശേഷം പുഷ്കലമായ അറേബ്യൻ സംസ്കാരത്തെയും മറ്റും യൂറോ-കേന്ദ്രീകൃത വീക്ഷണക്കാർ ഒന്നുകിൽ പുച്ഛിക്കുകയോ അല്ലെങ്കിൽ തരംതാണ പുറംപോക്കു പ്രതിഭാസങ്ങളായി തള്ളുകയോ ചെയ്യുന്നു.

ഈ വീക്ഷണത്തിന്റെ ഒരു പ്രതിഫലനമാണ് ജനാധിപത്യവും ശാസ്ത്ര-സാങ്കേതിക വിദ്യയും ഉൾപ്പെടെ യൂറോപ്പിനെ ലോകപ്രശസ്തിയിലേക്കും ആധിപത്യത്തിലേക്കും ഉയർത്തിയ ഘടകങ്ങളെല്ലാം തനി യൂറോപ്യൻ മൂല്യങ്ങളിൽ അധിഷ്ഠിതമായ സഹജവാസനയിൽ നിന്നും വൈഭവങ്ങളിൽനിന്നും ആയിരുന്നുവെന്നും സമർഥിക്കുവാനുള്ള

ശ്രമം. അഭിജാത നാട്യങ്ങളുള്ള കുടുംബങ്ങളിൽപ്പെട്ടവർക്ക് തങ്ങളുടെ പൂർവികർ കീഴ്ജാതിക്കാരോ കീഴ്ത്തട്ടുകാരോ ആണെന്നു തെളിയുമ്പോൾ ഉണ്ടാകുന്ന വൈക്ലബ്യം യൂറോപ്യൻ നാഗരികതയുടെ വൈദേശിക വേരുകളെപ്പറ്റി സൂചിപ്പിക്കുമ്പോൾ അനുഭവപ്പെടുന്നു. അടുത്ത കാലത്തായി ജോസഫ് നീഡ്ഹാമിനെയും മാർട്ടിൻ ബെർണലിനെയും ജോർജ് ഗീവർഗീസ് ജോസഫിനെയും പോലുള്ള ശാസ്ത്ര ചരിത്രകാരന്മാർ യൂറോ ദുരഭിമാനികളുടെ നാട്യത്തിന് ആഴത്തിൽ മുറിവേൽപ്പിച്ചെങ്കിലും യൂറോ കേന്ദ്രീകൃത വീക്ഷണവും അതിന്റെ പിന്നിൽ പതിയിരിക്കുന്ന വർണവെറിയൻ വികാരവും ഇപ്പോഴും സുശക്തമാണ്.

നവോത്ഥാനം പോലുള്ള ആഴത്തിൽ വേരോടിയ പരിവർത്തന പ്രക്രിയകളുടെ തുടക്കത്തിനും അന്ത്യത്തിനും ആണ്ടുമാസം തീയതികൾ കൽപ്പിക്കുക യുക്തിസഹമല്ല. എങ്കിലും യൂറോപ്യൻ നവോത്ഥാനത്തിന്റെ ഈറ്റില്ലമായ ഇറ്റലിയിൽ അത് ആരംഭിച്ചത് ദാന്തെയുടെ ഭാഷാസാഹിത്യ വിപ്ലവത്തോടെയാണെന്ന് കരുതപ്പെടുന്നു. അക്കാലം വരെ ഗൗരവബോധത്തോടെയുള്ള സാഹിത്യസൃഷ്ടികളും ശാസ്ത്രകൃതികളും മൃതഭാഷയായിരുന്ന ലത്തീനിൽ മാത്രമേ ആയിക്കൂടൂ എന്ന കീഴ്വഴക്കം ലംഘിച്ച് സാധാരണക്കാർ സംസാരിക്കുന്ന ദൈനംദിന ഇറ്റാലിയൻ ഭാഷയിൽ ദാന്തെ അലിഘേരി (1265-1321) *ഡിവൈൻ കോമഡി* എന്ന മഹാകാവ്യം പ്രസിദ്ധീകരിച്ചതോടെയാണ് ഈ പുത്തനുണർവ് ആരംഭിച്ചത്. ഭക്തിപ്രസ്ഥാന മഹാകവികൾ അവരുടെ കൃതികൾക്ക് സംസ്കൃതത്തിനു പകരമായി ജനകീയ സംഭാഷണ ഭാഷകൾ ഉപയോഗപ്പെടുത്തിയതുപോലെതന്നെ. യൂറോ കേന്ദ്രീകൃത കാഴ്ചപ്പാടിലൂടെയാണ് പതിനാലും പതിനഞ്ചും നൂറ്റാണ്ടിലെ മൈക്കലാഞ്ചലോ, ലിയനാർഡോ ഡാവിഞ്ചി തുടങ്ങിയവരുടെ ചിത്ര ശിൽപ്പ രചനകളും പെട്രാർക്ക്, ഇറാസ്മസ് തുടങ്ങിയവരുടെ നവീന മത ശാസ്ത്ര ചിന്തകളും എല്ലാം ഗ്രീക്ക് (ഇംഗ്ലീഷിൽ ക്ലാസിക്) സംസ്കാരത്തിന്റെ വീണ്ടെടുപ്പും അനുകരണവും ആണ് എന്ന വാദം. അതായത്, യൂറോപ്യൻ മണ്ണിൽത്തന്നെ യൂറോപ്യൻ വംശജർ പുരാതനകാലത്ത് നിക്ഷേപിച്ചിരുന്ന വിത്താണ് നവോത്ഥാന ചിന്തകൾക്കും പ്രയോഗങ്ങൾക്കും നിദാനമായത്. അല്ലാതെ മറ്റ് താഴ്ന്ന ജാതിക്കാരോടോ നിറം മങ്ങിയ വിദേശികളോടോ ഒന്നും തങ്ങൾക്ക് കടപ്പാടില്ലെന്നും. ഈ വാദത്തിന്റെ പിടിവള്ളിയിൽ തൂങ്ങിയാണ് യൂറോപ്പിലെ നവോത്ഥാനത്തെ വെറുമൊരു പുനർജന്മം മാത്രമായി അവർ ഒരുകാലത്ത് നാമകരണം ചെയ്തത്.

ഈ വീക്ഷണം ഏതു കോണിൽനിന്ന് പരിശോധിച്ചാലും വികലമാണെന്നു തെളിയിക്കാൻ പ്രയാസമില്ല. ലോകത്തിൽ ഒരു പ്രദേശത്തും അങ്ങനെ ബാഹ്യശക്തികളിൽനിന്നും ഇതര പാരമ്പര്യങ്ങളിൽനിന്നും ഉയിർകൊള്ളാതെ പുരോഗതിയോ പുത്തനുണർവോ സംഭവിച്ചിട്ടില്ല. തീർച്ചയായും പുറമെനിന്നുള്ള സ്വാധീനവും പുറം ലോകവുമായിട്ടുള്ള

ബന്ധവും ഏതു രാഷ്ട്രത്തിന്റെയും പുരോഗതിയിൽ രാസത്വരകം പോലെ പ്രവർത്തിക്കാറുണ്ട്. ഈ രാസത്വരക പ്രവർത്തനത്തിന് ആഭ്യന്തരരംഗം അനുയോജ്യമാണെങ്കിൽ മാത്രമേ അത് ഫലമുളവാകൂ. യൂറോപ്പിന്റെ നവോത്ഥാന പ്രക്രിയയിലും ഈ ആഭ്യന്തര ഘടകങ്ങൾ വർത്തിച്ചിട്ടുണ്ട് എന്നത് അനിവാര്യം. എന്നാൽ പുറമെനിന്ന് സ്വാധീനമൊന്നും ഉണ്ടായിരുന്നില്ലെന്നും പ്രാചീന യൂറോപ്പിന്റെ മൂല്യങ്ങളുടെ—അതായത് ഗ്രീക്ക്-റോമൻ മൂല്യങ്ങളുടെ—പുനർജന്മം മാത്രമായിരുന്നു അതെന്നും ഉള്ള വാദത്തിന് ചരിത്ര സാധുതയില്ല. റോമൻ നാഗരികത ഗ്രീക്ക് നാഗരികതയോടാണ് കടപ്പെട്ടിരിക്കുന്നത് എങ്കിൽ ഗ്രീക്ക് നാഗരികത ആരോടാണ് കടപ്പെട്ടിരിക്കുന്നത്? ഗ്രീക്ക് നാഗരികതയുടെ വേരുകൾ തേടി ആഫ്രിക്കയിലെ ഈജിപ്റ്റിലേക്കും ഏഷ്യയിലെ ബാബിലോണിലേക്കും ഇപ്പോൾ ചരിത്രകാരന്മാർ തിരിഞ്ഞിരിക്കുകയാണ്. മാർട്ടിൻ ബെർണലിന്റെ *കറുത്ത അഥീന* (1987, ലണ്ടൻ) എന്ന പ്രസിദ്ധമായ കൃതിയിൽ എപ്രകാരമാണ് യവനസാഹിത്യവും ശാസ്ത്രവും ഉൾപ്പെടെ സംസ്കാരമാകെ കറുത്ത ആഫ്രിക്കയോട് കടപ്പെട്ടിരിക്കുന്നതെന്ന് സംശയാതീതമായി തെളിയിക്കുന്നു. ഹോമറിന്റെ ഇതിഹാസ നായിക ഹെലൻ ഏഷ്യാ മൈനർ എന്നുകൂടി പേരുള്ള തുർക്കിയുടെ പടിഞ്ഞാറെ തീരത്തെ ട്രോയി നഗരത്തിലെ ഒരു രാജകുമാരിയായിരുന്നുവെന്ന വസ്തുത വിസ്മരിക്കാവുന്നതല്ല. പ്രസിദ്ധമായ ഗ്രീക്ക് ക്ഷേത്രഗണിതം യൂക്ലിഡ് ആവിഷ്കരിച്ചത് ഈജിപ്റ്റിലെ ഭൂമി അളന്നു തിട്ടപ്പെടുത്താനും പങ്കുവയ്ക്കാനും അവിടത്തെ അധികൃതരുടെ നിർദേശപ്രകാരം ആയിരുന്നു. യൂക്ലിഡിന്റെ പൂർവികരും ഗ്രീക്ക് ആയിരുന്നോ അതോ ഈജിപ്ഷ്യരായിരുന്നോ എന്നത് ഇപ്പോഴും തർക്ക വിഷയമാണ്. ഏഷ്യയിലെ ഫിനിഷ്യയിൽനിന്നാണ് ഗ്രീക്കുകാർ അക്ഷരമാല പഠിച്ചത്. ഇവയും ഇതുപോലുള്ള നൂറുനൂറ് ഉദാഹരണങ്ങളും നിരത്തിയാണ് ഗ്രീക്ക് തലസ്ഥാനമായ ഏഥൻസിന്റെ പരദേവതയായ അഥീന വെളുത്തവളല്ല കറുത്തവളാണ് എന്ന് മാർട്ടിൻ ബെർണൽ ആലങ്കാരികമായി സങ്കൽപ്പിച്ചിരിക്കുന്നത്.

ഇങ്ങനെയുള്ള പ്രാചീന കടപ്പാടുകൾ മാത്രമല്ല യൂറോപ്പിന് ഏഷ്യയോടും ആഫ്രിക്കയോടുമുള്ളത്. നവോത്ഥാനത്തിന് തൊട്ടുമുമ്പുള്ള കാലഘട്ടത്തിൽ ദക്ഷിണ സ്പെയിൻ ഉൾപ്പെടെ യൂറോപ്പിന്റെ ഗണ്യമായ ഭാഗം അറബികളുടെ ആധിപത്യത്തിൻകീഴിലായിരുന്നു. കിഴക്കൻ റോമൻ സാമ്രാജ്യത്തിന്റെ തലസ്ഥാനമായ കോൺസ്റ്റാന്റിനോപ്പിൾ (ഇപ്പോൾ ഈസ്റ്റാംബൂൾ) ഗണ്യമായ മുസ്ലീം സ്വാധീനത്തിന്റെ കവാടമായിട്ടാണ് വർത്തിച്ചിരുന്നത്. മുസ്ലീം സുൽത്താന്മാരും ഇബൻ റഷീദിനെപ്പോലുള്ള വിശ്വപ്രശസ്ത ശാസ്ത്രജ്ഞന്മാരും അനേകകാലം അടക്കിവാണിരുന്ന ദക്ഷിണ സ്പെയിനിലെ കൊർദോവാ നഗരത്തെ വിശ്വസംസ്കാര ചരിത്രജ്ഞർക്ക് വിസ്മരിക്കാനാവില്ല. യൂറോപ്പാകെ മതാന്ധതയുടെയും ആചാരാനുഷ്ഠാനങ്ങളുടെയും പടുകുഴിയിൽ

വീണുകിടന്നിരുന്ന ഇരുണ്ട യുഗത്തിൽ കൊർദോവാ പോലുള്ള അറബി വിജ്ഞാന കേന്ദ്രങ്ങളാണ് വെളിച്ചത്തിന്റെ നെയ്ത്തിരികൾ കെടാതെ സൂക്ഷിച്ചത്.

ഈ അറബി വിജ്ഞാന കേന്ദ്രങ്ങളിൽനിന്നും ആണ് നവോത്ഥാന കാലത്തെ യൂറോപ്യൻ മനീഷികൾ അരിസ്റ്റോട്ടിലിന്റെയും പ്ലേറ്റോയുടെയും സോക്രട്ടീസിന്റെയും മറ്റും കൃതികൾ ആദ്യമായി പരിചയപ്പെട്ടത്. അറബി ഭാഷയിൽനിന്നാണ് ഈ കൃതികൾ ആദ്യം മധ്യയുഗ ലത്തീൻ ഭാഷയിലേക്കും മറ്റു യൂറോപ്യൻ ഭാഷകളിലേക്കും വിവർത്തനം ചെയ്യപ്പെട്ടത്. കാലമേറെ പിന്നിട്ടതിനുശേഷമാണ് ഗ്രീക്ക് മൂലത്തിൽനിന്നുതന്നെ ഈ കൃതികൾ യൂറോപ്യൻ ഭാഷകളിലേക്ക് നേരിട്ട് വിവർത്തനം ചെയ്യാൻ തുടങ്ങിയത്. അതായത്, നവോത്ഥാനത്തിന്റെ പ്രഥമ പ്രചോദനമായി യൂറോപ്യർ അവകാശപ്പെടുന്ന ഗ്രീക്ക് (ക്ലാസിക്കൽ) ചിന്തകളും സാഹിത്യവുംപോലും അറേബ്യ വഴിയാണ് ആദ്യം അവർക്ക് ലഭിച്ചത് എന്നർഥം. അവിടെയും ശുദ്ധ യൂറോപ്യൻ മൂലനാട്യങ്ങൾ തകർന്നുവീഴുന്നു.

എന്നാൽ പിൽക്കാലത്തെ ചരിത്ര ഗവേഷകർ യൂറോപ്യൻ റിനൈസൻസിനെക്കുറിച്ചുള്ള ഈ പുനരുത്ഥാന സങ്കൽപ്പം ത്യജിച്ചു. റിനൈസൻസിന് ഗ്രീക്ക്-റോമൻ പാരമ്പര്യം സംഭാവന നൽകിയിട്ടുണ്ടാകാമെങ്കിലും പഴയ മൂല്യങ്ങളുടെ ഒരു വീണ്ടെടുപ്പ് മാത്രമാണതെന്ന കാഴ്ചപ്പാട് ശരിയല്ല. 14-ാം നൂറ്റാണ്ടിനുശേഷം യൂറോപ്യൻ വ്യാപാര ബന്ധങ്ങളിലും സമ്പദ്ഘടനകളിലും ഉണ്ടായ മാറ്റങ്ങളും അറബി നാഗരികത, ഏഷ്യൻ പാരമ്പര്യം, ആഫ്രിക്കൻ സംസ്കാരം മുതലായവയിൽനിന്നും പകർന്നുകിട്ടിയ ആശയങ്ങളും സങ്കൽപ്പങ്ങളും ഗ്രീക്ക്-റോമൻ പാരമ്പര്യത്തോടൊപ്പം നവോത്ഥാനത്തിന് സംഭാവന നൽകിയിട്ടുണ്ട്. ആധുനിക ചരിത്രകാരന്മാരുടെ ഈ പുതിയ വീക്ഷണം വച്ചു നോക്കുമ്പോൾ റിനൈസൻസ് എന്ന പദത്തിന് പോരായ്മകൾ ഉണ്ടെന്ന് വ്യക്തം. പുനരുത്ഥാനം അഥവാ റിവൈവലിസം എന്നത് യഥാർഥ നവോത്ഥാന മൂല്യങ്ങൾക്ക് വിപരീതമാണ് എന്നതുകൂടി കണക്കിലെടുക്കുമ്പോൾ ഈ പദപ്രയോഗത്തിന്റെ അപര്യാപ്തത കൂടുതൽ വ്യക്തമാകും. എങ്കിലും ചിരകാലമായി പ്രയോഗിച്ചുവന്ന റിനൈസൻസ് എന്ന പദപ്രയോഗം മിക്ക പാശ്ചാത്യ പണ്ഡിതന്മാരും തുടരുന്നു എന്നു മാത്രം.

ഈ പശ്ചാത്തലത്തിൽ നോക്കുമ്പോൾ റിനൈസൻസ് എന്ന പദത്തിന് മലയാളത്തിലും മറ്റു പല ഭാരതീയ ഭാഷകളിലും നൽകിയിരിക്കുന്ന നവോത്ഥാനം എന്ന വിവർത്തനം മൂലപദത്തെക്കാൾ അന്വർഥമാണെന്നു കാണാം. എന്താണ് നവോത്ഥാനം അഥവാ റിനൈസൻസ് എന്ന പദംകൊണ്ട് അർഥമാക്കുന്നത്? ഓക്സ്ഫോർഡ് നിഘണ്ടു ഈ പദത്തിന് നൽകിയിരിക്കുന്ന ആധികാരികമായ അർഥം ഇങ്ങനെയാണ്:

(i) The great revival of art and letters under the influence of classical models which began in Italy in the 14th century and continued during 15th and 16th; also the period during which the movement was in progress.

(ii) Any revival or period of marked improvement and new life in art, literature etc.

ഈ നിർവചനത്തെ ഇപ്രകാരം വിവർത്തനം ചെയ്യാമെന്ന് തോന്നുന്നു: "14-ാം ശതകത്തിൽ ഇറ്റലിയിൽ ആരംഭിച്ചതും 15 ഉം 16 ഉം ശതകങ്ങളിൽ തുടർന്നതുമായ കലാപരവും സാഹിത്യപരവുമായ പുനരുത്ഥാരണം മാത്രമല്ല, അത് സംഭവിച്ച കാലഘട്ടവും ഈ പേരിനാൽ അറിയപ്പെടുന്നു. രണ്ടാമത് കൊടുത്തിരിക്കുന്ന നിർവചനം ഒരു പ്രത്യേക ദേശത്തെ കുറിക്കാതെ, സാമാന്യമായുള്ള ഒരു നവീകരണത്തെ സൂചിപ്പിക്കുന്നു."

യൂറോപ്യൻ നവോത്ഥാനം കലകളിലും സാഹിത്യത്തിലും ആധുനിക യൂറോപ്യൻ ഭാഷകളുടെ രൂപീകരണത്തിലും ആണ് ആദ്യം പ്രകടമായതെങ്കിലും അവയിൽ മാത്രം ഒതുങ്ങുന്നതല്ല ഈ മഹദ്പ്രതിഭാസം. മധ്യകാലത്തെ നാടുവാഴിത്ത മേൽക്കോയ്മയെയും ജീവിതത്തിലും ചിന്തയിലും ആധിപത്യം വഹിച്ചിരുന്ന പള്ളി വാഴ്ചയെയും തകർത്തെറിയുന്നതിന് അത് കളമൊരുക്കി. പതിനാറാം നൂറ്റാണ്ടിൽ മാർട്ടിൻ ലൂഥറുടെ നേതൃത്വത്തിൽ നടന്ന കത്തോലിക്കാവിരുദ്ധ പ്രോട്ടസ്റ്റന്റ് കലാപവും തുടർന്ന് കോപ്പർനിക്കസ് മുതൽ കെപ്ലറും ഗലീലിയോയും ന്യൂട്ടനും വരെയുള്ളവർ തൊടുത്തുവിട്ട ഒന്നാം വൈജ്ഞാനിക വിപ്ലവവും 18-ാം നൂറ്റാണ്ടിലെ ഫ്രഞ്ച് പ്രബുദ്ധതയും ഫ്രഞ്ച് വിപ്ലവവും (1789) എല്ലാം ഈ നവോത്ഥാനത്തിന്റെ തുടർച്ചയും സന്തതികളും ആയിരുന്നു. അതുകൊണ്ടാണ് നവോത്ഥാനത്തിന്റെ ഗഹനതയെയും വ്യാപ്തിയെയും കുറിച്ച് ഓക്സ്ഫോർഡ് നിഘണ്ടു നൽകുന്ന സങ്കുചിത വീക്ഷണത്തിൽനിന്ന് വ്യത്യസ്തമായി ഫ്രെഡറിക് എംഗൽസ് ഇപ്രകാരം പറയുന്നത്:

> മാനവരാശി അതുവരെ കണ്ടിട്ടുള്ളതിൽവച്ച് ഏറ്റവും മഹത്തായ പുരോഗമന വിപ്ലവമായിരുന്നു അത്. അതികായന്മാരെ—ചിന്താശക്തിയിലും വികാരപരതയിലും സ്വഭാവബലത്തിലും സാർവത്രികതയിലും പാണ്ഡിത്യത്തിലും അതികായന്മാരായിട്ടുള്ളവരെ—ആവശ്യമായിവരികയും സൃഷ്ടിക്കുകയും ചെയ്ത ഒരു കാലമായിരുന്നു അത്. ബൂർഷ്വാസിയുടെ ആധുനികവാഴ്ചയ്ക്ക് അടിത്തറയിട്ടവരെ ബൂർഷ്വാ പരിമിതികൾ തൊട്ടുതീണ്ടിയിരുന്നില്ല. നേരേമറിച്ച് ആ കാലത്തിന്റെ സാഹസികസ്വഭാവം അവരെ വിവിധ തോതുകളിൽ ആവേശംകൊള്ളിക്കുകയാണ് ചെയ്തത്. വിപുലമായി സഞ്ചരിക്കുകയും നാലഞ്ചു ഭാഷകൾ സംസാരി

ക്കുകയും പല രംഗങ്ങളിലും ശോഭിക്കുകയും ചെയ്യാത്തവരായി ട്ടാരുംതന്നെ അന്നു ജീവിച്ചിരുന്ന പ്രമുഖന്മാരുടെ കൂട്ടത്തിൽ ഉണ്ടായിരുന്നില്ലെന്നു പറയാം. (*പ്രകൃതിയുടെ വൈരുധ്യാത്മകത*, 1875-'76).

ഈ മഹത്തായ വിപ്ലവമാണ് അതുവരെ ഇന്ത്യ-ചൈന-അറേബ്യ തുടങ്ങിയ സാംസ്കാരിക മേഖലകളുമായി താരതമ്യപ്പെടുത്തുമ്പോൾ പിൻനിരയിലായിരുന്ന യൂറോപ്പിനെ ലോകം മുഴുവനും അടക്കിവാഴുന്ന അധീശശക്തിയായി ഉയർത്തിയത്.

യൂറോപ്യൻ നവോത്ഥാനം 14-ാം നൂറ്റാണ്ട് മുതൽ 17-ാം നൂറ്റാണ്ട് വരെയുള്ള കാലയളവിലാണ് വളർന്ന് താരും തളിരും അണിഞ്ഞ തെങ്കിൽ ഇന്ത്യയിലെ നവോത്ഥാനം 19-ാം നൂറ്റാണ്ടിന്റെ അന്ത്യപാദ ത്തോടെ കേരളം ഉൾപ്പെടെ ഇന്ത്യയിലാകെ വ്യാപിക്കുകയും ചെയ്തു. 20-ാം നൂറ്റാണ്ടിന്റെ മധ്യത്തോടുകൂടി സ്വാതന്ത്ര്യപ്രാപ്തിയും പുതിയ ഭരണഘടനയും എല്ലാം കൈവന്നതോടെ നവോത്ഥാനത്തിന്റെ ഘട്ടം അവസാനിക്കുകയും പുതിയ ജനാധിപത്യയുഗം ആരംഭിക്കുകയും ചെയ്തു എന്നുപറയാം.

നവോത്ഥാനവും വിപ്ലവവും തമ്മിൽ എന്താണ് സമാനതയും ബന്ധവും? രണ്ടും വമ്പിച്ച സാമൂഹ്യ-സാംസ്കാരിക പരിവർത്തന ത്തെയാണ് കുറിക്കുന്നതെങ്കിലും നവോത്ഥാനം ഉമിത്തീപോലെ നീറി പ്പിടിക്കുന്നതും നീണ്ടുനിൽക്കുന്നതും ആയ ഒരു പ്രതിഭാസമാണ്. എന്നാൽ വിപ്ലവമാകട്ടെ, ഹ്രസ്വമായ കാലയളവിൽ അധികാര ഘടന യിൽ മാറ്റം വരുത്തുന്ന ഒരു പ്രക്രിയയാണ്. ഒരു ഭരണവ്യവസ്ഥ മാറി മറ്റൊരു ഭരണവ്യവസ്ഥ നിലവിൽവരുന്ന പ്രക്രിയ. 1789 ലെ ഫ്രഞ്ച് വിപ്ലവവും 1917 ലെ ഒക്ടോബർ സോഷ്യലിസ്റ്റ് വിപ്ലവവും, അത്രമാത്രം രൂക്ഷത പ്രകടമായില്ലെങ്കിലും 1947 ആഗസ്ത് 15 ന്റെ ഇന്ത്യയിലെ അധികാരമാറ്റവും വിപ്ലവങ്ങളാണ്. ഈ വിപ്ലവങ്ങൾക്ക് അരങ്ങൊരു ക്കിയതും ആശയപ്രചാരണം വഴി മനുഷ്യമനസ്സുകളെ മാറ്റിത്തീർത്ത തും പഴയ മൂല്യബോധങ്ങൾ തകിടംമറിച്ച് പുതിയ മൂല്യങ്ങൾ സ്ഥാ പിച്ചെടുത്തതും എല്ലാം നവോത്ഥാനത്തിൽക്കൂടിത്തന്നെ. നവോത്ഥാ നത്തിന്റെയും അതു നൽകുന്ന മൂല്യനവീകരണങ്ങളുടെയും പിൻബലമി ല്ലാത്ത വിപ്ലവം ഉപരിപ്ലവമായിരിക്കും. അത്തരം വിപ്ലവങ്ങൾ അധികാര ഘടനയിൽ മാറ്റം വരുത്തിയാലും അടിസ്ഥാനപരമായി പൊടിയിട്ട് വിളക്കൽ മാത്രമായിരിക്കും. അതുപോലെതന്നെ വിപ്ലവഭരണകൂടം വിപ്ലവ ലക്ഷ്യങ്ങൾ വിസ്മരിക്കുകയും നവോത്ഥാന മൂല്യങ്ങൾ തിരസ്കരിക്കുകയും ചെയ്യുമ്പോൾ വിപ്ലവം പ്രതിവിപ്ലവത്തിന് കീഴ് പ്പെടുന്നു.

നവോത്ഥാനത്തിന്റെ വിപരീതമാണ് 'പുനരുത്ഥാനം' അഥവാ 'പുന രുജ്ജീവനം'. നവോത്ഥാനം കാലോചിതമായ പരിഷ്കാരങ്ങൾ നടപ്പിൽ

വരുത്തി സാഹിത്യത്തെയും സംസ്കാരത്തെയും രാഷ്ട്രീയത്തെയും ജനകീയ പഥങ്ങളിലേക്ക് നയിക്കുകയും നവീകരിക്കുകയും ചെയ്യുമ്പോൾ 'പുനരുത്ഥാനം' അഥവാ 'റിവൈവലിസം' കാലഹരണപ്പെട്ട പ്രാചീന മൂല്യങ്ങളെ കുഴിച്ചെടുത്ത് ജീവൻവയ്പിക്കാൻ ശ്രമിക്കുന്നു. ആത്യന്തികമായി ഇതൊരു വ്യഥാശ്രമം ആകാമെങ്കിലും നവോത്ഥാന മൂല്യങ്ങൾക്ക് മേൽക്കോയ്മ നഷ്ടപ്പെടുന്ന സന്ദർഭങ്ങളിൽ പുനരുത്ഥാനം സങ്കുചിത ദേശീയവാദം, മതമൗലികതാവാദം, വർഗീയത, അശാസ്ത്രീയത, പലവിധ അനാചാരങ്ങൾ എന്നിവയ്ക്ക് വഴിവയ്ക്കുന്നു.

ഇന്ത്യയിലെ നവോത്ഥാനം 18-ാം നൂറ്റാണ്ടിന്റെ അന്ത്യപാദത്തിൽ ഇന്ത്യയിൽ ആക്രമണം നടത്തി നിലയുറപ്പിച്ച ഇംഗ്ലീഷുകാരുടെ സംസ്കാരവുമായുള്ള സംഘാതത്തിൽനിന്നാണ് ഉയിരെടുത്തതെന്ന വലിയ തെറ്റിദ്ധാരണ പണ്ഡിതന്മാർക്കിടയിലും സാധാരണക്കാർക്കിടയിലും ഉണ്ട്. ഇംഗ്ലീഷുകാർ ഉൾപ്പെടെയുള്ള പാശ്ചാത്യ സാമ്രാജ്യശക്തികൾ മൂന്നാം ലോകത്തിലെ രാജ്യങ്ങളെ ആക്രമിച്ച് കീഴ്പ്പെടുത്തിയത് ചൂഷണത്തിനും സ്വാർഥലാഭത്തിനും മാത്രമായിരുന്നില്ലെന്നും അപരിഷ്കൃതരായ ഈ ജനങ്ങളെ ആധുനിക നാഗരികതയിലേക്ക് ഉയർത്താനാണെന്നും സാമ്രാജ്യവാദികൾ അവകാശപ്പെടുന്നു. നവോത്ഥാനം പടിഞ്ഞാറൻ ആധിപത്യത്തിന്റെ ഉപോൽപ്പന്നമാണെന്ന പ്രചാരണം ഈ അവകാശവാദത്തിന്റെ ചരിത്രപരമായ സാധൂകരണമാണ്. പ്രൊഫസർ. കെ. എൻ. പണിക്കർ, ധറംപാൽ തുടങ്ങിയ പല ആധുനിക ചരിത്രകാരന്മാരും വെള്ളക്കാരുടെ ഈ അവകാശവാദത്തെ നിരാകരിക്കുന്നു. 'വൈറ്റ്മാൻസ് ബർഡൻ' അഥവാ 'വെള്ളക്കാരൻ പേറുന്ന ഭാരം' എന്ന പേരിൽ സാമ്രാജ്യവാദികൾ അവകാശപ്പെടുന്ന ഈ മേന്മ ശുദ്ധ ഭോഷ്കാണ്.

എല്ലാ രാഷ്ട്രങ്ങളും സമൂഹങ്ങളും അവയുടേതായ പരിവർത്തനത്തിന്റെ ഘടകങ്ങൾകൊണ്ട് സമ്പന്നമാണ്. ഇന്ത്യയിലെ ബുദ്ധ-ജൈന മതങ്ങളും 8-ാം നൂറ്റാണ്ട് മുതൽ 15-ാം നൂറ്റാണ്ടുവരെ ഇന്ത്യയാകെ പടർന്നുകയറിയ ഭക്തിപ്രസ്ഥാനവും മറ്റും ഏതെങ്കിലും വിദേശശക്തികളുടെ പ്രേരണയിൽ വളർന്ന നവോത്ഥാനങ്ങളായിരുന്നില്ല. അതുപോലെ ഇന്ത്യയിലെ നവോത്ഥാനവും ബ്രിട്ടീഷുകാർ വരുന്നതിന് മുമ്പുതന്നെ ആരംഭിച്ചിരുന്നെന്നും ബ്രിട്ടീഷുകാരുടെ ആധിപത്യം ഇന്ത്യൻ സാമ്പത്തിക പുരോഗതിയെ എന്നപോലെ സാംസ്കാരിക പുരോഗതിയെയും വിഘാതപ്പെടുത്തുകയാണ് ചെയ്തതെന്നും ആധുനിക ചരിത്രകാരന്മാർ തെളിയിക്കുന്നു. ഇന്ത്യയിലെ നവോത്ഥാന നായകരിൽ ചിലർക്കൊക്കെ ഇംഗ്ലീഷ് വശമായിരുന്നെങ്കിലും ഇംഗ്ലീഷ് പരിജ്ഞാനം ഇല്ലാത്ത ഗുജറാത്തിലെ സ്വാമി നാരായണനും ഒറീസയിലെ മഹിമാ ഗോസായിയും കേരളത്തിലെ അയ്യാ വൈകുണ്ഠരും ശ്രീനാരായണ ഗുരുവും ചട്ടമ്പി സ്വാമിയും മറ്റും നവോത്ഥാനത്തിന്റെ വേരുകൾ കണ്ടെത്തിയത് വൈദേശിക ജ്ഞാനത്തിൽനിന്നൊന്നും ആയിരുന്നില്ല

എന്നത് നവോത്ഥാനത്തിന്റെ ദേശീയ കാഴ്ചപ്പാടിന് വിശ്വാസ്യത നൽകുന്നു. യൂറോപ്യൻ നവോത്ഥാനത്തിനും ഇന്ത്യൻ നവോത്ഥാനത്തിനും സമാന ധർമങ്ങൾ പലതുണ്ട്. അവയിലേറ്റവും പ്രധാനം രാഷ്ട്രീയം, വിജ്ഞാനം, സ്ത്രീ-പുരുഷ ബന്ധ പ്രശ്നങ്ങൾ തുടങ്ങിയവയെല്ലാം സെക്യുലർ അഥവാ മതനിരപേക്ഷം ആക്കുക എന്നതാണ്. മതത്തിന്റെയും പള്ളിയുടെയും പുണ്യഗ്രന്ഥങ്ങൾ എന്ന പേരിൽ അറിയപ്പെടുന്ന കൃതികളുടെ ആന്തരാർഥം അവഗണിച്ചുകൊണ്ടുള്ള അക്ഷരാർഥ വിശ്വാസത്തെയും നവോത്ഥാന നായകർ തിരസ്കരിച്ചു. മത പരിഷ്കർത്താക്കൾതന്നെ മതത്തിന്റെ പേരിൽ അടിഞ്ഞുകൂടിയ അന്ധതകളെയും അനാചാരങ്ങളെയും തിരസ്കരിക്കാൻ സംഘടിത മതങ്ങളുടെ എതിർപ്പിനെയും പീഡനത്തെയും നേരിട്ടുകൊണ്ട് പട പൊരുതി. പുണ്യഗ്രന്ഥങ്ങൾ ലത്തീൻ തുടങ്ങിയ മത ഭാഷകളിൽനിന്നും സാധാരണക്കാർ സംസാരിക്കുന്ന ഇംഗ്ലീഷ്, ഫ്രഞ്ച്, ഇറ്റാലിയൻ, ജർമൻ തുടങ്ങിയ ജീവിക്കുന്ന ഭാഷകളിലേക്ക് തർജുമ ചെയ്ത് പ്രസിദ്ധീകരിക്കാൻപോലും പീഡനങ്ങളും തടവുശിക്ഷകളും അനുഭവിക്കേണ്ടി വന്നിട്ടുണ്ട്. ഉദാഹരണം, ഇംഗ്ലീഷുകാരനായ വൈക്ലിഫ്. ഈ ജനകീയ പ്രവണതയാണ് ജനാധിപത്യ രാഷ്ട്രീയ പരിവർത്തനങ്ങൾക്കും സോഷ്യലിസ്റ്റ് വിപ്ലവങ്ങൾക്കും വഴിയൊരുക്കിയത്.

ഈ മൂല്യങ്ങൾ തന്നെ ഭാരതീയ പശ്ചാത്തലത്തിൽ അംഗീകരിക്കുകയും ഭേദഗതി ചെയ്യുകയും ആണ് ഭാരതീയ നവോത്ഥാന നായകർ ചെയ്തത്. അതാണ് യൂറോപ്യൻ നവോത്ഥാനവും ഭാരതീയ നവോത്ഥാനവും തമ്മിലുള്ള ആത്മീയബന്ധത്തിന്റെ അടിത്തറ. ഭാരതീയ നവോത്ഥാനത്തിന്റെ മൂല്യങ്ങളെയും നടപടികളെയും ഇപ്രകാരം ചുരുക്കി പറയാം:

1. സർവമത സമഭാവന. "ഏകം സദ്വിപ്രാ ബഹുധാവദന്തി" എന്ന ആർഷവാക്യം. "മതമേതായാലും മനുഷ്യൻ നന്നായാൽ മതി" എന്ന ഗുരുവാക്യം.
2. പരമത സഹിഷ്ണുത, ജാതിചിന്ത, ജാതിവ്യത്യാസം, ജാതീകൃതമായ ഉച്ചനീചത്വം എന്നിവ നിർമാർജനം ചെയ്യുക.
3. ഈ രണ്ട് തത്ത്വങ്ങളിൽനിന്ന് ഉരുത്തിരിയുന്നതും അഭിനവ ഭാരതനിർമാണത്തിനും ദേശീയോദ്ഗ്രഥനത്തിനും അത്യന്താപേക്ഷിതവുമായ സെക്യുലറിസം അഥവാ മതനിരപേക്ഷത അഥവാ മതേതരത്വം.
4. ത്യാജ്യഗ്രാഹ്യവിവേചനത്തോടെ ഭാരതീയ പാരമ്പര്യത്തെ ചികഞ്ഞ് പരിശോധിച്ച് ആധുനിക സാമൂഹ്യ പുരോഗതിക്ക് പ്രസക്തമായവയെ ഉയർത്തിപ്പിടിക്കുകയും കാലഹരണദോഷം സംഭവിച്ചവയെ ധീരമായി തിരസ്കരിക്കുകയും ചെയ്യുക.
5. സാമൂഹ്യ പദവി, സ്വത്തവകാശം, കുടുംബഘടന, വിവാഹം,

വിദ്യാഭ്യാസം തുടങ്ങിയ മേഖലകളിലെല്ലാം സ്ത്രീ-പുരുഷ സമത്വം നിർബന്ധിതമാക്കുക, സതി സമ്പ്രദായ നിരോധനം, ശിശുവിവാഹ നിരോധനം, വിധവാ വിവാഹം, ഏകഭാര്യാത്വം, കുടുംബസ്വത്തവകാശത്തിൽ സ്ത്രീ-പുരുഷസമത്വം എന്നിവയെല്ലാം അനുക്തസിദ്ധം എന്ന മട്ടിൽ ഇപ്പോൾ അംഗീകൃതം എന്നാണ് വെപ്പ്. നവോത്ഥാന നായകരുടെ ഉപദേശ നിർദേശങ്ങളും സ്ത്രീകളുടെ പോരാട്ടവും അത്രത്തോളമെങ്കിലും വിജയിച്ചു എന്നായിരുന്നു ഇതേവരെ ധാരണ. പക്ഷേ സ്ത്രീവിദ്യാഭ്യാസത്തിലും പൊതുവിദ്യാഭ്യാസത്തിലും മുൻപന്തിയിലായ കേരളത്തിലും അവയിലെല്ലാം വളരെ പിന്നോക്കം നിൽക്കുന്ന സംസ്ഥാനങ്ങളിലും ഒരേപോലെ സ്ത്രീകളോടുള്ള വിവേചനവും സ്ത്രീപീഢനവും വർധിച്ചു വരികയാണെന്ന് ഇന്ന് പരക്കെ അംഗീകരിക്കപ്പെട്ടിരിക്കുന്നു.

6. മുസ്ലീങ്ങളുടെയും മറ്റു ചില വിഭാഗങ്ങളുടെയും ഇടയിലെ ബഹുഭാര്യാത്വം, ക്രിസ്ത്യൻ സ്ത്രീകൾക്ക് പിതൃസ്വത്തവകാശത്തിലുള്ള പരിമിതി, എല്ലാ വിഭാഗങ്ങളിലും വർധിച്ചു വരുന്ന സ്ത്രീധന സമ്പ്രദായം, ഇപ്പോഴും പലയിടത്തും നടക്കുന്ന സ്ത്രീശിശുവധ പ്രവണത, ശൈശവ വിവാഹം എന്നിവ നവോത്ഥാന മൂല്യനിഷേധങ്ങളാണ്.

7. ദുർമന്ത്രവാദം, ജ്യോതിഷം, മൃഗബലികൾ ഉൾപ്പെടെയുള്ള യാഗസംസ്കാരം മുതലായവ ആധുനിക സംവേദന വിപ്ലവ മാധ്യമങ്ങളെക്കൂടി ഉപയോഗപ്പെടുത്തി പൂർവാധികം പ്രചാരം നേടിവരുന്നു. സർവകലാശാലകളിലെ പാഠ്യപദ്ധതിയുടെ കാവിവൽക്കരണവും ജ്യോതിഷാദികളുടെ പാഠ്യപദ്ധതി പ്രവേശനവും ഈ പ്രാകൃത പ്രവണതകൾക്ക് ജനസാമാന്യത്തിനിടയിൽ മാന്യത കൈവരുത്തുന്നു.

8. മതവിശ്വാസികളായ നവോത്ഥാന നായകർ, മതപരിവേഷം നൽകി നവോത്ഥാനത്തെ വളർത്തിയപ്പോഴും ശാസ്ത്ര സാങ്കേതികവിദ്യകളെയും വ്യവസായവൽക്കരണത്തെയും ആധുനികീകരണത്തെയും പ്രോത്സാഹിപ്പിച്ചിരുന്നു.

* * *

ആഗോളതലത്തിൽ പടിഞ്ഞാറൻ സാമ്രാജ്യത്വവാഴ്ചയുടെ നിർമാർജനം, 1917 മുതൽ സോഷ്യലിസ്റ്റ് വിപ്ലവങ്ങളുടെ വ്യാപനം, ഐൻസ്റ്റൈൻ തൊട്ട് കമ്പ്യൂട്ടറും ജെനറ്റിക് എൻജിനീയറിംഗും വരെയുള്ള ശാസ്ത്ര-സാങ്കേതിക വിദ്യാ മുന്നേറ്റവും, സാക്ഷരതയുടെയും വിദ്യാഭ്യാസത്തിന്റെയും അത്ഭുതകരമായ വ്യാപനവും ഉൾപ്പെടെ 20-ാം നൂറ്റാണ്ട് ലോകചരിത്രത്തിലെ അത്യത്ഭുത നേട്ടങ്ങളുടെ കാലഘട്ടമായി ത്തീർന്നു. ഭീകരമായ രണ്ട് ലോകമഹായുദ്ധങ്ങളും നാസിസത്തിന്റെയും

ഫാഷിസത്തിന്റെയും ഉയർച്ചയും സോവിയറ്റ് യൂണിയന്റെ തകർച്ചയും മറ്റും ഉൾപ്പെടെ പല ഇരുണ്ട വശങ്ങളും 20-ാം നൂറ്റാണ്ടിന് ഉണ്ടായിരുന്നെങ്കിലും പുരോഗതിയുടെയും അധോഗതിയുടെയും നീക്കി ബാക്കിപത്രത്തിൽ നേട്ടങ്ങൾക്കു തന്നെയാണ് മുൻതൂക്കം. തീർച്ച യായും 20-ാം നൂറ്റാണ്ടും തുടർന്ന് 21-ാം നൂറ്റാണ്ടും നവോത്ഥാന മൂല്യ ങ്ങളുടെ സാർവത്രിക സ്വാധീനം വ്യാപിക്കാൻ ഉതകേണ്ടതായിരുന്നു. പക്ഷേ 21-ാം നൂറ്റാണ്ടിന്റെ ആദ്യ ശതകം 20-ാം നൂറ്റാണ്ടിന്റെ അന്ത്യ ശതകത്തിന്റെ തുടർച്ച എന്ന നിലയിൽ സാംസ്കാരികമായ അധോഗ തിക്കും തകർന്ന സാമ്രാജ്യത്വത്തിന്റെ പുനഃസ്ഥാപന ശ്രമങ്ങൾക്കും യുദ്ധങ്ങൾക്കും ആണ് വഴിവച്ചത്. ഈ ദുരവസ്ഥയിൽനിന്നും കരകയ റാനുള്ള മാനവരാശിയുടെ യത്നത്തിൽ നവോത്ഥാന മാതൃകകളും നവോത്ഥാന മൂല്യങ്ങളും മുറുകെ പിടിച്ച് പോരാടുകയല്ലാതെ മറ്റു മാർഗ ങ്ങളില്ല.

ബുദ്ധൻ: ഭാരതീയ നവോത്ഥാനത്തിന്റെ പ്രാചീന നായകൻ

2 നവോത്ഥാനം: സമാനപദങ്ങൾ ഭാരതീയ ഭാഷകളിൽ

ഇംഗ്ലീഷിലെ നിർവചനങ്ങളിലെ അടിസ്ഥാനപദം rebirth അഥവാ പുനർജന്മം ആയിരുന്നു. ഈ പ്രസ്ഥാനത്തിന്റെ കാമ്പും കഴമ്പും മനസ്സിലാക്കിയ ഭാരതീയ സാഹിത്യത്തിന്റെ നിരൂപകന്മാർ തങ്ങളുടെ ഭാഷകളിൽ തുല്യപദം തേടിയുറപ്പിക്കുന്നതിൽ ശ്രദ്ധിക്കുകയുണ്ടായി. അവർ ഉപയോഗിച്ച് പ്രചാരം നൽകിയ സംജ്ഞകൾ താഴെ ചേർക്കുന്നു:

അസമിയ	-	പുനർജാഗരണ നവജാഗരണ
ബംഗാളി	-	നവജാഗരൺ
ഗുജറാത്തി	-	പുനരുത്ഥാൻ
ഹിന്ദി	-	പുനർജാഗരൺ
കന്നഡ	-	നവോദയ
മലയാളം	-	നവോത്ഥാനം
മറാഠി	-	റിനേസ്സാൻസ്
ഒറിയ	-	നവജാഗരണ അഭ്യുത്ഥാന പുനർജീവന
പഞ്ചാബി	-	പുനർജാഗ്രിതി

സംസ്കൃതം	-	പുനർജീവനം
സിന്ധി	-	സുജഗി
		ബെദരി
തമിഴ്	-	മറുമലർച്ചി
തെലുഗു	-	പുനർജീവനം
ഉറുദു	-	മിശ - അഥനിയ

മറാഠി ഭാഷ ഒരു വിവർത്തനത്തിനു തുനിയാതെ പാശ്ചാത്യപദം നാഗരിലിപിക്കു ചേരുന്ന മട്ടിൽ അൽപ്പം വർണവ്യത്യാസത്തോടെ സ്വീകരിച്ചിരിക്കുന്നു. അസമിയ, ബംഗാളി എന്നീ ഭാഷകളും വിവർത്തനം ചെയ്ത പദം ഉണ്ടെങ്കിൽപ്പോലും ഇംഗ്ലീഷ് പദവും സൗകര്യംപോലെ ഉപയോഗിക്കാറുണ്ട്. കാശ്മീരി, സിന്ധി, ഉർദു, തമിഴ് എന്നീ ഭാഷകൾ സംസ്കൃതത്തെ ആശ്രയിക്കാതെ സ്വകീയ വിവർത്തനം നിർവഹിച്ചിരിക്കുന്നു. ബാക്കിയുള്ള പത്തോളം ഭാഷകൾ സംസ്കൃതപദമോ അവയുടെ തദ്ഭവങ്ങളോ ആണ് സ്വീകരിച്ചിരിക്കുന്നത്. ഏതൊക്കെയാണ് സംസ്കൃത പദങ്ങൾ? ഉത്ഥാനം = എഴുന്നേൽക്കുക; ഉജ്ജീവനം = പുതിയ ശക്തി കൈക്കൊള്ളുക; ജാഗരണം = ഉണർച്ച—ഇവയാണ് അടിസ്ഥാന പദങ്ങൾ. ഇവയോടു ചേർക്കപ്പെടുന്ന വിശേഷണങ്ങൾ നവ (പുതിയ); പുനർ (ആവർത്തനം സൂചിപ്പിക്കുന്നത്; വീണ്ടും). ആകപ്പാടെ നോക്കുമ്പോൾ പുതിയ ഉണർച്ച, അല്ലെങ്കിൽ നവീകരണം, പുതിയൊരു ജന്മം—എന്നൊക്കെയാണ് ഈ പദത്തിൽനിന്നു ലഭിക്കുന്ന ആശയം. വ്യക്തി ജീവിച്ചിരിക്കുന്നു, പക്ഷേ ഉറക്കമാണ്. ഉണർത്തിയെങ്കിലേ പ്രയോജനമുള്ളൂ. ഉണർന്നിരുന്നാലും മനസ്സിന് നവചൈതന്യവും ഉന്മേഷവും ദാനം ചെയ്താൽ കർമരംഗത്ത് ശോഭിക്കാൻ കഴിയും. ഭാരതം ഒരിക്കലും ഉറങ്ങിക്കിടന്നിരുന്നില്ല എന്ന് കസിൻസ് പറയുമ്പോൾ അദ്ദേഹം അത്ര മാത്രമേ ഉദ്ദേശിക്കുന്നുള്ളൂ എന്നു കരുതാം. ഉറങ്ങിയിട്ടില്ലെങ്കിലും ഉത്സാഹരഹിതയായി കട്ടിലിൽ കിടന്നിരുന്ന ഭാരതത്തിന് ഒരു ഉണർത്തൽ ആവശ്യമായിരുന്നു.

ഇതുവരെ നടത്തിയ ചർച്ചകളുടെ രത്നച്ചുരുക്കം ഇതാണ്. നവോത്ഥാനം എന്ന് നാട്ടുഭാഷകളിലും renaissance എന്ന് പാശ്ചാത്യ ഭാഷകളിലും ഉപയോഗിക്കുന്ന സംജ്ഞ ഒരു യൂറോപ്യൻ ആശയം മാത്രമല്ല; അത് ആധുനികകാലത്തിനു മാത്രം പ്രസക്തവുമല്ല. മധ്യകാലത്തിനു മുമ്പുതന്നെ ഏതെങ്കിലും തോതിൽ സംഭവിച്ചിട്ടുള്ളതും ലോകമാസകലം പ്രസക്തവുമായ ഒരു പ്രതിഭാസമാകുന്നു അത്. ഇന്ത്യയിൽ നവോത്ഥാനത്തിന്റെ തുടിപ്പുകൾ ബുദ്ധന്റെ കാലത്തുതന്നെ കാണാൻ കഴിയുമെങ്കിലും ഗംഭീരവും സർവാതിശായിയുമായ ഒരു നവീനശക്തി കഴിഞ്ഞ ഒന്നര ശതകങ്ങളിൽ ചരിത്രത്തിന്റെ ഭാഗമായിത്തീർന്നതും പാശ്ചാത്യലോകത്തിന്റെ സ്വാധീനതകൾ ഉൾക്കൊള്ളുന്നതുമായ ചരിത്രവസ്തുതയാണെന്ന് ഉറപ്പിച്ചുപറയാം. (കെ എം ജോർജ്, *ഭാരതീയ സാഹിത്യ സമീക്ഷ*, 1994, പേജ് 274-75)

രാജാറാം മോഹൻറോയി

3 ഭാരതീയ നവോത്ഥാനം

ഭാരതീയ നവോത്ഥാനത്തിന്റെ തുടർച്ചയും വ്യാപനവും ആയിട്ടാണ് 19-ാം നൂറ്റാണ്ടിന്റെ അന്ത്യപാദത്തിൽ കേരള നവോത്ഥാനം ജന്മം കൊണ്ടതും വ്യാപിച്ചതും. ഭാരതീയ നവോത്ഥാനം എന്ന പേരിൽ ഇവിടെ വിവരിക്കുന്നത് 19-ാം നൂറ്റാണ്ടിലെ ആദ്യദശകങ്ങളിൽ ബംഗാളിൽ പ്രകടമാവുകയും ഇന്ത്യയുടെ ഇതരഭാഗങ്ങളിലേക്ക് വ്യാപിക്കുകയും ചെയ്ത സാംസ്കാരിക പ്രസ്ഥാനമാണ്. അതിന്റെ അർഥം ഇന്ത്യാ ചരിത്രത്തിലെ ആദ്യത്തേതോ ഏകമോ ആയ നവോത്ഥാനമാണത് എന്നല്ല. ഇതിനുമുമ്പ് വിവരിച്ചിട്ടുള്ളതുപോലെ ഇന്ത്യാചരിത്രത്തിൽ പല നവോത്ഥാന പ്രസ്ഥാനങ്ങൾ ഉദയം കൊള്ളുകയും വികാസം പ്രാപിച്ച് അതിന്റെ മുദ്രകൾ ഇന്ത്യാചരിത്രത്തിൽ മാഞ്ഞുപോകാത്തവിധം പതിപ്പിക്കുകയും ചെയ്തിട്ടുണ്ട്. ഇത് ഇന്ത്യാചരിത്രത്തിന്റെ മാത്രം പ്രത്യേകത അല്ല. ലോകത്തിലെ എല്ലാ സമൂഹങ്ങളിലും ഇടയ്ക്കിടയ്ക്ക് ഉയർന്നുവരികയും അവയുടെ ചരിത്രദൗത്യം പൂർത്തിയാക്കിയശേഷം വേലിയിറക്കംപോലെ അധോഗതിയിലേക്ക് ഒലിച്ചിറങ്ങുകയും ചെയ്യുന്ന ഐതിഹാസിക പ്രതിഭാസമാണ് നവോത്ഥാനം. നവോത്ഥാനം തൊടുത്തുവിടുന്ന പുരോഗതിയുടെയും ജനകീയതയുടെയും അലയൊലികൾ ഇത്തരം വേലിയിറക്കങ്ങൾക്കുശേഷവും അസ്തമിക്കുന്നില്ലെങ്കിലും

അതേത്തുടർന്ന് നവോത്ഥാന പ്രവണതകൾക്ക് വിപരീതമായ പുനരുജ്ജീവന പ്രവണതകൾ താൽക്കാലികമായി മേൽക്കോയ്മ നേടിയെന്നും വരാം.

അമേരിക്കൻ ഐക്യനാട്ടിലെ സ്റ്റാൻഫോർഡ് സർവകലാശാല 1984-ൽ വാറൺ ട്രെഡ്ഗോൾഡ് എഡിറ്റ് ചെയ്ത് പ്രസിദ്ധീകരിച്ച *നവോത്ഥാനത്തിനു മുമ്പുള്ള നവോത്ഥാനങ്ങൾ* (*റിനൈസൻസ് ബിഫോർ റിനൈസൻസ്*) ഈ വിധത്തിലുള്ള നവോത്ഥാനങ്ങളുടെ വേലിയേറ്റങ്ങളെയും വേലിയിറക്കങ്ങളെയും വിവരിക്കുന്നു. ഇന്ത്യയിലെ ബൗദ്ധ-ജൈന മുന്നേറ്റങ്ങളും അവയ്ക്ക് തൊട്ടുമുമ്പുള്ള "ആജീവകാദി" വിചാര വിപ്ലവങ്ങളും എട്ടാം നൂറ്റാണ്ടിനുശേഷം സുമാർ 15-ാം നൂറ്റാണ്ടുവരെ പടർന്നുപിടിച്ച് ആധുനിക ഭാരതീയ ജീവിതത്തിനും സംസ്കാരത്തിനും രൂപംനൽകിയ ഭക്തിപ്രസ്ഥാനവുമെല്ലാം ഇപ്പോൾ നാം ചർച്ച ചെയ്യുന്ന ഏറ്റവും ഒടുവിലത്തെ നവോത്ഥാനത്തിന് മുമ്പുള്ള നവോത്ഥാനങ്ങൾ തന്നെയായിരുന്നു.

ഒന്നാം അധ്യായത്തിൽ വിവരിച്ചതുപോലെ നവോത്ഥാനത്തിനുള്ള പ്രേരകഘടകങ്ങൾ എല്ലാ ജൈവവസ്തുക്കളിലും ഉൾച്ചേർന്ന പരിവർത്തനത്തിന്റെയും വികസനത്തിന്റെയും ഘടകങ്ങൾ പോലെ എല്ലാ സമൂഹങ്ങളിലും അനിവാര്യമായി അടങ്ങിയിട്ടുണ്ട്. ബാഹ്യമായ ഈർപ്പം ഒരു വിത്തിന്റെ മുളപൊട്ടാൻ സഹായകമാകുംപോലെ ബാഹ്യ ഘടകങ്ങൾ നവോത്ഥാനം, വിപ്ലവം തുടങ്ങിയ സാമൂഹ്യ പരിവർത്തനങ്ങൾക്ക് സഹായകമായേക്കാം. പക്ഷേ മുഖ്യമായ പ്രേരക ഘടകം ആന്തരികം തന്നെയാണ്. അതാകട്ടെ, വൈരുധ്യാത്മകവും ആണ്. ഈ വസ്തുത ഗ്രഹിക്കാത്തതുകൊണ്ടാണ് നവോത്ഥാനം കൊളോണിയൽ വാഴ്ച സമ്മാനിച്ച ഒരു അനുഗ്രഹമാണെന്ന കൊളോണിയൽ ചരിത്രകാരന്മാരുടെ വീക്ഷണം പലരും ആലോചന കൂടാതെ ആവർത്തിച്ചുവരുന്നത്. ഇപ്പോൾ നാം ചർച്ചചെയ്യുന്ന 19-ാം നൂറ്റാണ്ടിലെ ഭാരതീയ നവോത്ഥാനത്തിനും ഇപ്രകാരമുള്ള പല ദേശീയ വേരോട്ടങ്ങളും ഉണ്ടായിരുന്നു എന്ന് കെ എൻ പണിക്കരും മറ്റും സിദ്ധാന്തിക്കുന്നത് ശരിയാണ്. എങ്കിലും അത്തരമൊരു വിശദമായ അന്വേഷണത്തിന് ഇവിടെ തുനിയുന്നില്ല. 18-ാം നൂറ്റാണ്ടിന്റെ അന്ത്യദശകങ്ങളിൽ തളിരിട്ട് 19-ാം നൂറ്റാണ്ടിൽ താരണിഞ്ഞ് ഭാരതമാകെ സൗരഭ്യം പരത്തിയ നവോത്ഥാനത്തിന്റെ ചരിത്രത്തിലേക്ക് ഒരു വിഹഗവീക്ഷണം നടത്തുവാൻ മാത്രമേ ഇവിടെ തുനിയുന്നുള്ളൂ.

സമാന്തര പ്രവണതകൾ

ആധുനിക നവോത്ഥാനത്തിനു മുമ്പ് ഇന്ത്യയിൽ സംഭവിച്ച നവോത്ഥാനം ഭക്തിപ്രസ്ഥാനം ആയിരുന്നു എന്ന് പറഞ്ഞുവല്ലോ. ഭക്തിപ്രസ്ഥാനത്തിന്റെ തുടക്കം ദക്ഷിണേന്ത്യയിൽ ആയിരുന്നു. എന്നിട്ട് അത് ക്രമേണ വടക്കോട്ട് വ്യാപിക്കുകയായിരുന്നു. ഒന്നിലേറെ പുരാണങ്ങളിൽ

ഭക്തിപ്രസ്ഥാനത്തിന്റെ ഉദയവ്യാപന വിലയങ്ങളെ സംബന്ധിച്ച് ഇപ്രകാരം ഒരു ശ്ലോകം കാണുന്നു:

ഉൽപ്പന്ന ദ്രാവിഡെ ഭക്തി
വൃദ്ധിം കർണാടകേ ഗതാ
ക്വചിത് ക്വചിത് മഹാരാഷ്ട്രേ
ഗുർജരേ പ്രളയം ഗതാ

ഭക്തിപ്രസ്ഥാനം ദ്രാവിഡ ദേശത്ത് ഉത്ഭവിച്ചശേഷം കർണാടകത്തിലേക്ക് പ്രവഹിക്കുകയും പടിപടിയായി മഹാരാഷ്ട്രത്തിൽ വ്യാപിച്ച് ഗുജറാത്തിൽ പ്രവേശിച്ച് കുറെക്കൂടി വ്യാപിച്ചശേഷം ചരിത്രത്തിൽ വിലയം പ്രാപിക്കുകയും ചെയ്തു എന്നാണ് ഇതിനർഥം. രാജസ്ഥാനിലെ മീരയുടെയും സൂർദാസിന്റെയും ഉത്തർപ്രദേശിലെ രാമാനന്ദ വല്ലഭാചാര്യ പ്രഭൃതികളെയും ബംഗാളിലെ ചൈതന്യ മഹാപ്രഭുവിനെയും മറ്റും അവഗണിച്ച പ്രതീതി ഉളവാകുന്നതുകൊണ്ട് ഈ ശ്ലോകം ഭക്തിപ്രസ്ഥാനത്തെ ഭാഗികമായി മാത്രമേ കണക്കിലെടുക്കുന്നുള്ളൂ എന്ന് വിമർശിക്കാവുന്നതാണ്. എങ്കിലും ഭക്തിപ്രസ്ഥാനത്തിന്റെ ഉദയ വികാസദശകളുടെ ദിശാബോധം ഈ ശ്ലോകത്തിൽ ശരിയായിത്തന്നെയാണ് പ്രതിഫലിക്കുന്നത്. തെക്കുനിന്ന് ആരംഭിച്ച് പടിഞ്ഞാറു വഴി വടക്കോട്ട് നീങ്ങി വ്യാപിക്കുകയോ വിലയം പ്രാപിക്കുകയോ ആയിരുന്നു എന്ന സൂചന ശരിതന്നെ.

എന്നാൽ നേരെ വിപരീതമായ ദിശാബോധവും പൗർവാപര്യവും ആണ് ആധുനിക നവോത്ഥാന ചരിത്രത്തിൽ കാണുന്നത്. 19-ാം നൂറ്റാണ്ടിന്റെ ആദ്യം ബംഗാളിൽ ഉത്ഭവിച്ച് ഉത്തരേന്ത്യയിലേക്ക് വ്യാപിച്ച് പഞ്ചാബിലെത്തി തെക്കോട്ട് രാജസ്ഥാനും ഗുജറാത്തും കഴിഞ്ഞ് മഹാരാഷ്ട്രത്തിലൂടെ കേരളം ഉൾപ്പെടെയുള്ള ദ്രാവിഡ നാട്ടിലേക്ക് അന്ത്യഘട്ടത്തിൽ എത്തുകയാണ് ആധുനിക നവോത്ഥാനം ചെയ്തത് എന്ന് പറഞ്ഞാൽ അത്ര കൃത്യമായിട്ടല്ലെങ്കിലും സാമാന്യമായി ശരിയായിരിക്കും. ഭാരതീയ നവോത്ഥാന ചരിത്രം ബംഗാളിൽനിന്ന് ആരംഭിക്കാൻ നിമിത്തമായത് 1757-ലെ പലാസി (പ്ലാസി) യുദ്ധത്തിൽ ഈസ്റ്റ് ഇന്ത്യ കമ്പനി തലവൻ റോബർട്ട് ക്ലൈവ് അധാർമിക മാർഗത്തിലൂടെ ബംഗാൾ നവാബ് സിറാജ് ഉദ് ദൗളയെ തോൽപ്പിച്ച് ഇന്ത്യയിൽ ബ്രിട്ടീഷ് മേൽക്കോയ്മയുടെ പ്രഥമ ആസ്ഥാനം സ്ഥാപിച്ചതാണ്.

പലാസി യുദ്ധത്തോടെ ബംഗാൾ കീഴടക്കി ഇംഗ്ലീഷ് ഈസ്റ്റ് ഇന്ത്യാ കമ്പനി മനുഷ്യരക്തം രുചിച്ച് മത്തുകയറിയ പുലിയെപ്പോലെ ഇന്ത്യാ ഭൂഖണ്ഡമാകെ പിടിച്ചടക്കാനുള്ള ജൈത്രയാത്ര ആരംഭിച്ചെങ്കിലും ഇന്ത്യൻ ജനതയുടെ, പ്രത്യേകിച്ച് അധഃസ്ഥിതരുടെ, ചെറുത്തുനിൽപ്പ് ഇടതടവില്ലാതെ തുടരുകയാണ് ചെയ്തത്. ബംഗാൾ പിടിച്ചടക്കിയ ശേഷം അവിടത്തെ കൈത്തൊഴിൽകാർക്കും കൃഷിക്കാർക്കും എതിരെ നടപടികൾ കൈക്കൊണ്ട കമ്പനി അധികൃതർ സമ്പദ്‌വ്യവസ്ഥയും

കൃഷിയും ആകെ ബ്രിട്ടീഷുകാരുടെ അസംസ്കൃത സാധന ശേഖരണ ത്തിനും കയറ്റുമതി താൽപ്പര്യത്തിനും അനുസരിച്ച് പുനഃസംഘടിപ്പിച്ചു. രാഷ്ട്രീയമായ മേൽക്കോയ്മയുടെ അപമാനവും സാമ്പത്തികമായ പുനഃസംഘടനയുടെ ഭാരവും പട്ടിണിയും പരിവട്ടവും പടരുന്നതിന് വഴിവച്ചു. ഇവയ്ക്കെതിരെ മതപരിവേഷത്തോടുകൂടിയ ചെറുത്തു നിൽപ്പുകൾ വ്യാപകമായി. ബങ്കിം ചന്ദ്ര ചാറ്റർജിയുടെ 'വന്ദേ മാതര' ഗാനം പ്രത്യക്ഷപ്പെടുന്ന *ആനന്ദമഠം* എന്ന ആഖ്യായികയിൽ ഹൈന്ദവ കലാപകാരികൾ സന്യാസിമാരുടെ നേതൃത്വത്തിൽ ബ്രിട്ടീഷുകാർ ക്കെതിരെ കലാപം നടത്തിയ കഥ കാൽപ്പനിക ഭംഗിയോടെ വിവരിച്ചി രിക്കുന്നു. അതേ കാലത്തുതന്നെ "വഹാബി", "ഫറാസി" തുടങ്ങിയ മതാവരണം ഉള്ള ഇസ്ലാമിക വിഭാഗങ്ങൾ ബ്രിട്ടീഷ് ആധിപത്യത്തിനെ തിരെ അനേക പതിറ്റാണ്ടുകൾ പോരാടിക്കൊണ്ടിരുന്നു. ഇവയ്ക്കെല്ലാം എതിരെ ബ്രിട്ടീഷുകാർ കൈക്കൊണ്ട അതിക്രൂരമായ നിലപാടുകളും എണ്ണമില്ലാത്ത അടർക്കളത്തിലും തടവറകളിലും മരിച്ചുവീണ പോരാളി കളുടെ വീരേതിഹാസങ്ങളും അടുത്തകാലത്തായി വെളിച്ചംകണ്ടു തുടങ്ങിയിട്ടുണ്ട്. (നരഹരി കവിരാജിന്റെ *ബംഗാളിലെ വഹാബി ഫറാസി കലാപകാരികൾ*, *ബംഗാളിലെ കർഷക കലാപങ്ങൾ* തുടങ്ങിയ കൃതി കളും ധാക്കയിലെ ഇസ്ലാമിക് ഫൗണ്ടേഷൻ പ്രസിദ്ധീകരിച്ച *റ്റിറ്റുമീറും അനുയായികളും* തുടങ്ങിയ കൃതികളും നോക്കുക.) റ്റിറ്റുമീർ ഈ കലാപങ്ങളിലൂടെ ഉയർന്നുവന്ന ധീരനായ ഒരു നേതാവാണ്.

അധഃസ്ഥിതരും ഒട്ടാക്കെ നിരക്ഷരർ ആയിരുന്നെങ്കിലും ദേശാ ഭിമാനത്തിലും പോർവീര്യത്തിലും മറ്റേത് ജനവിഭാഗങ്ങളെയും പിന്ത ള്ളാൻ കരുത്തുള്ളവരായിരുന്നു വഹാബികളും ഫറാസികളും സന്യാ സികളും അവരുടെ അനുയായികളും. പക്ഷേ ആധുനിക ജനാധിപത്യ ത്തിന്റെയോ ശാസ്ത്ര-സാങ്കേതിക വിദ്യകളുടെയോ പ്രകാശത്തെക്കാൾ അവരെ നയിച്ചത് മതാധിഷ്ഠിതമായ പുനരുജ്ജീവന ചിന്തകളാണെന്നും നവോത്ഥാന മൂല്യങ്ങൾ അവരിൽ സ്വാധീനം ചെലുത്തിയിരുന്നില്ലെന്നും വാദിക്കുന്നവരുണ്ട്. ഈ വിഭാഗങ്ങളിൽനിന്ന് വ്യത്യസ്തവും അവയ്ക്ക് സമാന്തരവുമായ മറ്റൊരു പ്രവണതയാണ് ആധുനിക അർഥത്തിലുള്ള അഭ്യസ്തവിദ്യരും ഇടത്തരക്കാരും മേലേക്കിടക്കാർ എങ്കിലും നവീനാശയങ്ങൾക്കുവേണ്ടി നിലകൊണ്ടവരും ആയ നവോത്ഥാന നേതാക്കൾ. ആ രണ്ട് ധാരകളിൽ ഏതാണ് കൂടുതൽ പുരോഗമനോ ന്മുഖം എന്നതിനെക്കുറിച്ച് അടുത്തകാലംവരെ രണ്ടുപക്ഷം ഉണ്ടായി രുന്നില്ല—നവോത്ഥാന നായകരായി ഉയർന്ന അഭ്യസ്തവിദ്യരുടെ പ്രവണത തന്നെയാണ് പുരോഗമനോന്മുഖം എന്ന് പൊതുവെ കരുത പ്പെട്ടിരുന്നു. അടുത്തകാലത്തായി ചരിത്രവീക്ഷണത്തിൽ വന്നുകൊ ണ്ടിരിക്കുന്ന കീഴാളർ പക്ഷപാതം ഇതുവരെ അംഗീകരിക്കപ്പെട്ടുപോന്ന വിലയിരുത്തലുകളെ ചോദ്യം ചെയ്തു തുടങ്ങിയിട്ടുണ്ട്. ഈ വിവാദ ത്തിൽ പ്രവേശിച്ച് ഏതെങ്കിലും ഒരു നിലപാട് കൈക്കൊള്ളാൻ ഇവിടെ

ശ്രമിക്കുന്നില്ല. അത് പിന്നീടാകാം. തൽക്കാലം അംഗീകൃത നവോത്ഥാന പ്രസ്ഥാനത്തെ കുറെക്കൂടി പുരോഗമനപരമായ ഒരു കാഴ്ചപ്പാടിലൂടെ വിവരിക്കാനും വിലയിരുത്താനും മാത്രമേ ശ്രമിക്കുന്നുള്ളൂ.

റാം മോഹൻ റോയിയും ബ്രഹ്മസമാജവും

ആധുനിക ഭാരതീയ നവോത്ഥാനത്തിന്റെ ഉറവിടം ബംഗാളും അതിന്റെ പ്രാരംഭകനോ പിതാവോ ആയി പരിഗണിക്കാവുന്ന മഹാൻ രാജാറാം മോഹൻ റോയി(1772–1833)യും ആണ്. രാജാറാം സ്വയമേവയോ പങ്കുചേർന്നോ സ്ഥാപിച്ച പല സംഘടനകളും ഉണ്ടായിരുന്നു എങ്കിലും അവയിൽ ഏറ്റവും വിജയകരമായി പ്രസിദ്ധിനേടിയത് 1830-ൽ സ്ഥാപിക്കപ്പെട്ട ബ്രഹ്മസമാജമാണ്. ഇതിന്റെ മുന്നോടിയായിരുന്നു 1815-ൽ സ്ഥാപിച്ച ആത്മീയസഭയും 1828-ൽ സ്ഥാപിച്ച ബ്രഹ്മസഭയും. ബ്രഹ്മസമാജത്തിന്റെ സ്ഥാപക സെക്രട്ടറി താരാചന്ദ് ചക്രവർത്തിയായിരുന്നു. 1833 ഡിസംബറിൽ ഇംഗ്ലണ്ടിലെ സന്ദർശന വേളയിൽ നിര്യാതനാകുന്നുതവരെ രാജാറാം മോഹൻറോയി ആയിരുന്നു ബ്രഹ്മസമാജത്തിന്റെ അനിഷേധ്യ നേതാവ്. 1900-ാം ആണ്ടിന് തൊട്ടുമുമ്പുതന്നെ ബ്രഹ്മസമാജത്തിന്റെ ശാഖകൾ മഹാരാഷ്ട്രം, കർണാടകം, തമിഴ്നാട് തുടങ്ങിയ ദേശങ്ങളിൽ എന്നപോലെ കോഴിക്കോട്, ആലപ്പുഴ മുതലായ കേരളീയ നഗരങ്ങളിലും സ്ഥാപിക്കപ്പെടുകയുണ്ടായി. കേരളത്തിലെ ആദ്യത്തെ ബ്രഹ്മസമാജ പ്രവർത്തകൻ ഡോ. അയ്യത്താൻ ഗോപാലൻ ആയിരുന്നു.

രാജാറാം മോഹൻ റോയി ഒരു യാഥാസ്ഥിതിക ബംഗാളി ബ്രാഹ്മണ കുടുംബത്തിലാണ് ജനിച്ചതെങ്കിലും വളരെ ചെറുപ്പംതൊട്ടേ വിജ്ഞാനദാഹവും മതപരിഷ്കരണ വാഞ്ഛയും അദ്ദേഹത്തിന്റെ ഭാവി ജീവിത ദൗത്യത്തിലേക്കും നവോത്ഥാന പ്രവണതകളിലേക്കും മുൻകൂറായി ത്തന്നെ വെളിച്ചം വീശുന്നു. അദ്ദേഹത്തിന്റെ വിദ്യാഭ്യാസം ആരംഭിച്ചത് പരമ്പരാഗത ശൈലിയിൽ തന്നെയായിരുന്നു. മാതൃഭാഷയ്ക്കു പുറമെ അറബിയും പേർഷ്യനും സംസ്കൃതവും പാലിയും എല്ലാം അദ്ദേഹം വശമാക്കി. ആചാരങ്ങളിലും വിശ്വാസങ്ങളിലും സമൂഹ ഘടനയിലും സമഗ്രമായ പരിവർത്തനം വേണമെന്ന് ആവശ്യപ്പെടുന്ന അദ്ദേഹത്തിന്റെ പ്രഥമ കൃതി പേർഷ്യനിലാണ് എഴുതപ്പെട്ടത്. അതിനു ശേഷമാണ് ഇംഗ്ലീഷ്, ഗ്രീക്ക്, ലത്തീൻ തുടങ്ങിയ പാശ്ചാത്യ ഭാഷകളിൽ അദ്ദേഹം പഠനം ആരംഭിച്ചതും വൈദഗ്ധ്യം നേടിയതും. വേദോപനിഷത്തുകളും *ഭഗവദ്ഗീത* മുതലായ പിൽക്കാല കൃതികളും എന്നപോലെ *സെൻഡ് അവെസ്ഥ*യും *ബൈബിളും ഖുറാനും* എല്ലാം അവയുടെ മൂലഭാഷയിൽത്തന്നെ ഹൃദിസ്ഥമാക്കിയ റാം മോഹൻ റോയി തുടക്കം തൊട്ടേ വിഗ്രഹാരാധനയെ എതിർക്കുകയും ഏകദൈവ വിശ്വാസത്തിൽ ഉറച്ച് നിൽക്കുകയും ചെയ്തിരുന്നു. വിശ്വാസങ്ങളിലും ആചാരങ്ങളിലും ഉള്ള ഈ പരിഷ്കരണ പ്രവണത മൂലം തന്റെ പിതൃഗൃഹത്തിൽനിന്ന്

ചെറുപ്പത്തിലേ റാം മോഹൻ നിഷ്കാസിതനായി. ഒരു ബ്രിട്ടീഷ് കളക്ടറുടെ കീഴിൽ ഉദ്യോഗം നേടുകയും അക്കാലത്ത് തന്റെ യാത്രകളും പഠനവും തുടരുകയും ചെയ്ത റാം മോഹൻ അക്കാലത്തെന്നല്ല പിൽക്കാലത്തും താരതമ്യപ്പെടുത്താൻ വയ്യാത്തവിധം അത്ഭുതകരമായ പാണ്ഡിത്യത്തിന്റെയും വാമൊഴിയിലും വരമൊഴിയിലും ഒരുപോലെ ആവിഷ്കാര സാമർഥ്യത്തിന്റെയും ഉടമയായിരുന്നു.

വിഗ്രഹാരാധനയോടും ജാതിവ്യത്യാസങ്ങളോടും മറ്റ് അനാചാരങ്ങളോടും ഉള്ള എതിർപ്പായിരുന്നു റാം മോഹന്റെ ആദ്യ നാളുകളെ കർമോന്മുഖമാക്കിയതെങ്കിലും അധികം താമസിയാതെ സ്ത്രീ വിദ്യാഭ്യാസം, സ്ത്രീ-പുരുഷ സമത്വം, പരമ്പരാഗത പഠന സമ്പ്രദായങ്ങളുടെ സ്ഥാനത്ത് ആധുനിക ശാസ്ത്ര-സാങ്കേതിക വിദ്യ അഭ്യസനം മുതലായവയിലേക്ക് അദ്ദേഹത്തിന്റെ ചിന്തയും കർമമേഖലയും വ്യാപിച്ചു. ശൈശവ വിവാഹം, സതി എന്ന പേരിൽ കുപ്രസിദ്ധി നേടിയ വിധവാ ദഹനം, കുടുംബ സ്വത്തവകാശത്തിൽ സ്ത്രീകളോടുള്ള വിവേചനം മുതലായവയെ പ്രാചീന ശാസ്ത്ര ഗ്രന്ഥങ്ങളുടെ പിൻബലത്തോടുകൂടിത്തന്നെ അദ്ദേഹം എതിർത്തു. പ്രാചീന കൃതികളിൽ ഇത്തരം അനാചാരങ്ങളെ ന്യായീകരിക്കാൻ ഉതകുന്ന പരാമർശങ്ങൾ കണ്ടെത്തിയാൽ വിട്ടുവീഴ്ചയില്ലാതെ അവയെ എതിർക്കാൻ അദ്ദേഹം ധൈര്യപ്പെട്ടു. ആചാര പരിഷ്കാരങ്ങളെ അനുകൂലിക്കുന്ന റാം മോഹന്റെ ആത്മീയസഭയ്ക്ക് എതിരെ 'ധർമസഭ' രൂപീകരിച്ച് രാധാകാന്ത് ദേബ് തുടങ്ങിയ യാഥാസ്ഥിതിക പ്രമാണിമാർ നടത്തിയ കടന്നാക്രമണത്തെ യുക്തിയുക്തം ഖണ്ഡിക്കാൻ റാം മോഹനും അദ്ദേഹത്തിന്റെ അനുയായികൾക്കും കഴിഞ്ഞു.

അക്കാലത്തെ വലിയൊരു വിവാദം വിദ്യാഭ്യാസം പരമ്പരാഗതമായ സംസ്കൃതത്തിന്റെയും മറ്റും ശൈലിയിൽ പ്രാചീന വിദ്യകളിൽ തളച്ചിടണമോ അതോ പുതിയ പ്രകൃതിശാസ്ത്രവും സാങ്കേതിക വിദ്യയും മറ്റും ഉൾപ്പെടുത്തി വേണമോ എന്നതായിരുന്നു. പ്രാചീന വിജ്ഞാനത്തെയും ഭാഷകളെയും ആദരിക്കുകയും അവയിൽ അവഗാഹം നേടുകയും ചെയ്ത ആളാണെങ്കിലും റാം മോഹൻ വാദിച്ചത് ആധുനിക ശാസ്ത്ര സാങ്കേതിക വിദ്യകൾക്ക് വിദ്യാഭ്യാസത്തിൽ മുൻഗണന നൽകണം എന്നാണ്. 1836-ൽ മെക്കാളെ പ്രഭു ഇന്ത്യൻ വിദ്യാഭ്യാസ സമ്പ്രദായം ആകെ കൊളോണിയൽ താൽപ്പര്യങ്ങൾക്കനുസരിച്ച് ഇംഗ്ലീഷിൽ ആക്കണമെന്നും തൊലി കറുത്തതാണെങ്കിലും ഉള്ളു വെളുത്ത പാശ്ചാത്യാധിപത്യ പ്രേമികളെ സൃഷ്ടിക്കാനാവണം എന്ന് മറ്റും എഴുതിയ മിനിട്ട്സും അതനുസരിച്ചുള്ള തീരുമാനവും പ്രസിദ്ധമാണല്ലോ. റാം മോഹൻ റോയി വിദ്യാഭ്യാസത്തിൽ ശാസ്ത്രീയ ചിന്തയ്ക്കും ആധുനിക ഭാഷകൾക്കും മുൻതൂക്കം കൊടുക്കണം എന്നും ആവശ്യപ്പെട്ടത് മെക്കാളെയുടെ ലക്ഷ്യം നിറവേറ്റാനായിരുന്നില്ല. ആധുനിക ശാസ്ത്ര സാങ്കേതിക വിദ്യകൾ മാതൃഭാഷയിൽ പഠിപ്പിക്ക

ണമെന്നും അതിന്റെ ലക്ഷ്യം ആധുനിക ഭാരതീയ പൗരന്മാരെ വാർത്തെടുക്കാൻ ആയിരിക്കണമെന്നും വാദിച്ച റാം മോഹൻ അദ്ദേഹത്തിന് ചുമതലയുള്ള വിദ്യാലയങ്ങളിൽ ബംഗാളി ഭാഷയിൽ തന്നെയാണ് വിവിധ വിഷയങ്ങൾ പഠിപ്പിച്ചിരുന്നത്.

എല്ലാ നവോത്ഥാനങ്ങളുടെയും ലക്ഷ്യങ്ങളിൽ മാതൃഭാഷാ പഠനവും വിജ്ഞാനത്തിന്റെ ജനകീയവൽക്കരണവും മുഖ്യ ഇനമാണ്. ആ വഴിക്കുള്ള ആദ്യത്തെ ചുവടുവയ്പായിരുന്നു ഭക്തിപ്രസ്ഥാനം. ഭക്തിപ്രസ്ഥാനത്തിന്റെ നായകരായ ചൈതന്യനും തുളസീദാസും ജ്ഞാനേശ്വരനും കമ്പരും എഴുത്തച്ഛനും എല്ലാം അതുവരെ സംസ്കൃതം എന്ന വരേണ്യ ഭാഷയിൽ മാത്രം ലഭ്യമായിരുന്ന വിജ്ഞാനം മാതൃഭാഷകളിലേക്ക് പകർന്നതോടെയാണ് ആധുനിക ഭാരതീയ ദേശീയ ഭാഷകൾ രൂപംകൊണ്ടത്. ആധുനിക നവോത്ഥാന കാലത്താകട്ടെ, ഈ ഭാഷാ ജനകീയവൽക്കരണത്തിന്റെ അടുത്ത ചുവടുവയ്പായ ഗദ്യ ശൈലിയുടെ വികാസത്തിനും തുടക്കം കുറിച്ചു. വിജ്ഞാനവും വ്യവഹാരവും മാതൃഭാഷയിൽ മാത്രമായാൽ പോരെന്നും കാവ്യരൂപത്തിനുപകരം സാധാരണക്കാർ സംഭാഷണം നടത്തുന്ന ഗദ്യരൂപത്തിന് പ്രചാരം നൽകണമെന്നും നവോത്ഥാന നായകർ കരുതി. കുറെക്കൂടി വ്യാപകമായ വിദ്യാഭ്യാസ പുരോഗതിയും അച്ചടിയും മാധ്യമ പ്രചാരവും മറ്റും ഈ വീക്ഷണം പ്രായോഗികമാക്കാൻ ഉതകുകയും ചെയ്തു. റാം മോഹൻ റോയി പേർഷ്യനിലും അറബിയിലും സംസ്കൃതത്തിലും ഇംഗ്ലീഷിലും മറ്റുമാണ് തന്റെ ആദ്യ കൃതികൾ രചിച്ചതെങ്കിലും പിന്നീട് അദ്ദേഹം ബംഗാളി ഭാഷ ഉപയോഗപ്പെടുത്താൻ തുടങ്ങി. ആധുനിക ബംഗാളി ഗദ്യഭാഷയുടെ പിതാവായിക്കൂടി റാം മോഹൻ റോയി ആദരിക്കപ്പെടുന്നു. അദ്ദേഹം ആരംഭിച്ച ബംഗാളി പത്രങ്ങളും എഴുതിയ ലഘുലേഖകളും എല്ലാം ആധുനിക ബംഗാളി ഗദ്യശൈലിക്ക് അടിത്തറ പാകി.

1829 ഡിസംബർ 4-ന് അന്നത്തെ ബ്രിട്ടീഷ് ഗവർണർ ജനറലായിരുന്ന വില്യം ബെന്റിക് പ്രഭു സതിസമ്പ്രദായം നിരോധിച്ചുകൊണ്ട് റാം മോഹൻ റോയിയുടെയും മറ്റ് പരിഷ്കർത്താക്കളുടെയും ആവശ്യത്തിന് നിയമസാധുത നൽകി. എതിർപ്പുകൾ തുടർന്നും ഉണ്ടായെങ്കിലും റാം മോഹൻ റോയിയുടെ തൊപ്പിയിൽ ചേർത്ത ഒരു പൊൻതൂവലായിരുന്നു അത്.

ബ്രഹ്മസമാജം സ്ഥാപിക്കപ്പെട്ടത് രാജാറാം മോഹൻ റോയിയുടെയും സുഹൃത്തുക്കളുടെയും ആചാര പരിഷ്കാര പ്രവർത്തനങ്ങളോടും ഏക ദൈവ വിശ്വാസത്തോടും വിഗ്രഹാരാധന വിരോധത്തോടും മറ്റും യോജിപ്പുള്ളവർക്ക് ഒരുമിച്ചുകൂടി ആശയ വിനിമയം ചെയ്യാനും കൂട്ടായ പ്രാർഥന നടത്താനും മറ്റുമായിരുന്നു. എങ്കിലും കാലക്രമേണ അതൊരു സവിശേഷ മതസഭയായി (ചർച്ച്) പരിണമിച്ചു. ബംഗാളിന്റെ ചരിത്രത്തിൽ അന്നുമുതൽ ഇന്നുവരെ ബ്രഹ്മസമാജം ബൗദ്ധികവും വൈകാരികവുമായ ഒരു വലിയ സ്വാധീന ശക്തിയായി തുടരുന്നു.

വംഗനാട്ടിന്റെ ആധുനികവൽക്കരണം മുഖ്യമായും ബ്രഹ്മസമാജത്തിന്റെ സംഭാവനയാണെന്ന് പറഞ്ഞാൽ അതിൽ അതിശയോക്തിയില്ല. ഇന്ത്യയുടെ ഇതര ഭാഗങ്ങളിലും ബ്രഹ്മസമാജത്തിന്റെ ഘടകങ്ങളും സ്വാധീനവും വ്യാപിച്ചെങ്കിലും ബംഗാളികളുടെ ഇടയിൽ അതിനുണ്ടായിരുന്ന സ്വാധീനത്തോട് താരതമ്യപ്പെടുത്താവുന്ന വിധത്തിലൊന്നും ഉണ്ടായിരുന്നതായി തോന്നുന്നില്ല. പക്ഷേ, ഇന്ത്യയുടെ ഇതര ഭാഗങ്ങളിൽ തുടർന്ന് രൂപംകൊണ്ട ആര്യസമാജം, പ്രാർഥനാസമാജം, തിയോസഫിക്കൽ സൊസൈറ്റി മുതലായവയുടെയൊക്കെ പിന്നിൽ ബ്രഹ്മസമാജം പ്രചോദനത്തിന്റെ ഉറവിടമായി വർത്തിച്ചിട്ടുണ്ട്.

സഹകാരികൾ, എതിരാളികൾ

രാജാറാം മോഹൻ റോയിക്ക് ശക്തരായ എതിരാളികൾ എന്നപോലെ കൂറുള്ള കൂട്ടുകാരും ദുർലഭമായിരുന്നില്ല. അവരിൽ വിദേശികളും സ്വദേശികളും പെടുന്നു. വിദേശികളിൽ പ്രമുഖൻ ഡേവിഡ് ഹരെ (1775-1842) എന്ന ഒരു വാച്ച് കടക്കാരനായിരുന്നു. അക്കാലത്ത് അത് അന്തസും വരുമാനവും ഉള്ള ഒരു തൊഴിലായിരുന്നു. വ്യാപാരങ്ങൾക്കിടയിൽ അദ്ദേഹം തന്റെ ആതിഥേയ രാഷ്ട്രമായ ഇന്ത്യയിലെ ജനങ്ങൾക്കായി നിസ്വാർഥ സേവനം അനുഷ്ഠിച്ചുവന്നു. സേവന മേഖലകളിൽ ഹരെ പ്രാമുഖ്യം നൽകിയത് ആധുനിക വിദ്യാഭ്യാസ വ്യാപനത്തിനായിരുന്നു.

ഈസ്റ്റ് ഇന്ത്യാ കമ്പനിയുടെ അധികാരാവകാശങ്ങൾ തിട്ടപ്പെടുത്തുവാനും തുടരാനും ബ്രിട്ടീഷ് പാർലമെന്റ് അംഗീകരിച്ച 1813—ലെ ചാർട്ടർ ആക്ട് പ്രകാരം ഒരു ചെറിയ തുക നാട്ടുകാരുടെ വിദ്യാഭ്യാസത്തിനായി വകകൊള്ളിച്ചിരുന്നു. റാം മോഹൻ റോയിയുമായി സഹകരിച്ച് അധികൃതരെ സമീപിച്ച് കുറെ വിദ്യാലയങ്ങൾ സ്ഥാപിക്കാനും മറ്റുമായി ഈ വ്യവസ്ഥ പ്രകാരം സഹായധനം നേടാൻ ഹരെ മുൻകൈയെടുത്തു. പാഠപുസ്തക സമിതി സംഘടിപ്പിച്ച് പാഠപുസ്തകങ്ങൾ അച്ചടിച്ച് പ്രചരിപ്പിക്കുകയും പെൺകുട്ടികൾക്കുവേണ്ടി വിദ്യാലയങ്ങൾ സ്ഥാപിക്കാൻ സംഘം നിർമിച്ച് പ്രവർത്തിക്കുകയും ചെയ്തത് റാം മോഹന്റെ വലം കൈയായി നിന്ന ഹരെയാണ്. അവർ തമ്മിലുള്ള സഹകരണത്തിന്റെ ഉത്തമ സ്മാരകമാണ് ഇന്ന് പ്രസിഡൻസി കോളേജായി തുടരുന്ന ഹിന്ദു കോളേജിന്റെ സ്ഥാപനം (1817). ഇതായിരുന്നു ബ്രിട്ടീഷ് വാഴ്ചക്കാലത്ത് ഇന്ത്യയിൽ സ്ഥാപിക്കപ്പെട്ട ആധുനിക ശൈലിയിലുള്ള പ്രഥമ ഉന്നത വിദ്യാപീഠം. അതുവരെ ബംഗാളിൽ ഉണ്ടായിരുന്നത് കമ്പനി നടത്തിവന്ന പരമ്പരാഗത ശൈലിയിലുള്ള ഒരു സംസ്കൃത പാഠശാലയും മുസ്ലീങ്ങൾക്കായുള്ള ഒരു മദ്രസയും മാത്രമായിരുന്നു. അങ്ങനെ വിദ്യാഭ്യാസരംഗത്തെ ആധുനികീകരണം കമ്പനിയുടെ അംഗീകാരത്തോടും സഹായത്തോടും കൂടിയാണെങ്കിലും സ്വതന്ത്രമായ നവോത്ഥാന യത്നഫലമായിരുന്നു എന്ന് വ്യക്തമാകുന്നു.

റാം മോഹന്റെ ഇന്ത്യൻ സഹകാരികളിൽ ബ്രഹ്മസമാജത്തിന്റെ പ്രഥമ സെക്രട്ടറി താരാചന്ദ് ചക്രവർത്തിയെപ്പോലെ പലരും ഉണ്ടായിരുന്നു എങ്കിലും അവരിൽ പ്രമുഖനും പ്രസിദ്ധനും "പ്രിൻസ്" (രാജകുമാരൻ) എന്ന വിശേഷണം കൂടി ജനങ്ങൾ നൽകിയ ദ്വാരകാനാഥ് ടാഗോറായിരുന്നു (1794-1846). മഹാകവി രവീന്ദ്രനാഥ ടാഗോറിന്റെ പൂർവികനായിരുന്ന ദ്വാരകാനാഥ് സംസ്കാര സമ്പന്നനും പുരോഗമനേച്ഛുവും വിജയശ്രീലാളിതനായ ഒരു വ്യവസായി-വ്യാപാരിയുമായിരുന്നു. ഇംഗ്ലീഷ് ആധിപത്യവും ചൂഷണവുംകൊണ്ട് സാധാരണ ജനങ്ങൾ ഞെരിഞ്ഞമരുമ്പോഴും പുതിയ വ്യവസായ-വ്യാപാര സൗകര്യങ്ങൾ ഉപയോഗിച്ചുകൊണ്ട് തദ്ദേശീയ ഭൂപ്രഭുവർഗത്തിൽപ്പെട്ട ചിലർ പുതിയ ബൂർഷ്വാ പ്രഭുക്കളായി തീർന്നുവന്നതിന്റെ ഉദാഹരണം കൂടിയായിരുന്നു ദ്വാരകാനാഥ്. റാം മോഹൻ കമ്പനി ബ്യൂറോക്രസിയുടെ പടവുകൾ ചിലത് കയറി ഇറങ്ങിയാണ് പൊതുജീവിതത്തിലെത്തിയത് എന്ന് നാം കണ്ടുവല്ലോ. ബ്രഹ്മസമാജത്തിന്റെ പുരോഗമന ചിന്തകൾ പ്രചരിപ്പിക്കാൻ *റിഫോർമർ* (പരിഷ്കർത്താവ്) എന്ന ഒരു കാലിക പ്രസിദ്ധീകരണം ആരംഭിച്ച സമ്പന്നനായ അഭിഭാഷകൻ പ്രസന്നകുമാർ ടാഗോർ തുടങ്ങി പഴയ നാടുവാഴി സമ്പ്രദായത്തിൽ ജനിച്ചവരെങ്കിലും അഭ്യസ്ഥവിദ്യരും പ്രൊഫഷണലുകളും വ്യാപാരികളും മറ്റുമായി വളർന്നുവന്ന പുതിയ വർഗമാണ് ബ്രഹ്മസമാജ് പ്രസ്ഥാനത്തിന് കരുത്തുപകർന്നത്. 1833-ൽ ഇംഗ്ലണ്ടിൽവെച്ച് റാം മോഹൻ മരിക്കുമ്പോൾ മൂന്നു വയസ് മാത്രം പ്രായമായി പിച്ചവച്ചുനടക്കാൻ മാത്രം കഴിയുമായിരുന്ന ബ്രഹ്മസമാജത്തെ കൗമാരത്തിലേക്കും യൗവനത്തിലേക്കും കരകയറ്റിയത് ഈ സഹകാരികളും അവർ ഉൾപ്പെടുന്ന പുത്തൻ ബൂർഷ്വാ-പെറ്റിബൂർഷ്വാ വർഗവുമായിരുന്നു.

ഇന്ന് ചരിത്രത്തിന്റെ പുകമറയ്ക്കു പിന്നിലേക്ക് മങ്ങി മാഞ്ഞുകൊണ്ടിരിക്കുന്നവരെങ്കിലും അന്ന് മാധ്യമങ്ങളിലും പൊതുജീവിതത്തിലും നിറഞ്ഞുവിലസിയിരുന്ന പ്രസ്ഥാനങ്ങളും പ്രമാണികളും റാം മോഹനെയും ബ്രഹ്മസമാജത്തെയും നവോത്ഥാന പ്രവർത്തനത്തെയാകെയും എത്ര വീറോടെയാണ് കടന്നാക്രമിച്ചിരുന്നത് എന്ന് വിവരിച്ചാൽ ഇപ്പോഴത്തെ തലമുറയ്ക്ക് വിശ്വസിക്കാൻ പ്രയാസം തോന്നും. ഇത്തരക്കാർ എഴുതി പ്രചരിപ്പിച്ച അശ്ലീല കവിതകളും ഗാനങ്ങളും തെരുവ് പിള്ളേർപോലും പാടിക്കൊണ്ട് റാം മോഹന്റെ യാത്രകളിൽ ആർത്തുവിളിക്കുകയും അലോസരം സൃഷ്ടിക്കുകയും ചെയ്യാറുമുണ്ട്. പൊതുയോഗങ്ങളിൽ അദ്ദേഹത്തിനെതിരെ കലശൽകൂട്ടാറുണ്ട്. വെള്ളക്കാരുമായി കൂടി നാടിന്റെ പാരമ്പര്യത്തിൽ കളങ്കം ചേർക്കുന്ന കശ്മലരാണ് ഈ പരിഷ്കർത്താക്കൾ എന്ന ഒരു പൊതു ധാരണ പരത്താൻ യാഥാസ്ഥിതികർ കൊണ്ടുപിടിച്ച് ശ്രമിച്ചുവരുന്നു.

എന്നാൽ എതിരാളികൾ എല്ലാം ഇത്തരം സംസ്കാര ദരിദ്രർ മാത്രമായിരുന്നില്ല. നവോത്ഥാന ശ്രമങ്ങൾക്കെതിരെ പ്രചാരവേല നടത്താൻ

"ധർമസഭ" സ്ഥാപിക്കുന്നതിൽ മുൻകൈ എടുക്കുകയും 1829-ൽ "സതി" എന്ന ക്രൂരനീതി നിരോധിക്കരുത് എന്ന നിവേദനത്തിൽ ഒപ്പുവയ്ക്കുകയും റാം മോഹനും ഡേവിഡ് ഹരെയും മുൻകൈ എടുത്ത് സ്ഥാപിച്ച ഹിന്ദു കോളേജ് ഭരണസമിതിയിൽ കടന്നുകൂടി ഒടുവിൽ റാം മോഹനെ അതിൽനിന്ന് ബഹിഷ്കരിക്കാൻ നേതൃത്വം നൽകുകയും ചെയ്ത രാധാകാന്തദേവ് (1784-1867) ഒരു അസാധാരണ പണ്ഡിത ശ്രേഷ്ഠനായിരുന്നു. സ്ത്രീവിദ്യാഭ്യാസം, ഇംഗ്ലീഷ് വിദ്യാഭ്യാസം തുടങ്ങിയ പല പരിഷ്കാരങ്ങളെയും അനുകൂലിച്ച രാധാകാന്തദേവ് തയ്യാറാക്കിയ ബഹു സഞ്ചിക സംസ്കൃത വിജ്ഞാനകോശം അഭിമാനകരമായ ഒരു പാണ്ഡിത്യ സ്മാരകമായി ഇന്നും നിലകൊള്ളുന്നു. അദ്ദേഹത്തിന്റെ നേതൃത്വത്തിൽ ധർമസഭയുടെ യോഗം ചേരുമ്പോൾ യോഗശാലയിലും പുറത്തും മാത്രമല്ല അടുത്തുള്ള തെരുവുകളിൽപ്പോലും ജനങ്ങളും പ്രഭുകുലജാതരുടെ വില്ലുവണ്ടികളുംകൊണ്ട് നിറഞ്ഞുകവിയുമായിരുന്നത്രെ.

റാം മോഹന്റെ ജന്മഗ്രാമമായ രംഗ്പൂർ അദ്ദേഹത്തെ ബഹിഷ്കരിക്കുകയും കുടുംബ ചടങ്ങുകളിൽപ്പോലും പങ്കെടുക്കാൻ പാടില്ലെന്ന് വിലക്കുകയും ചെയ്തു. റാം മോഹന്റെ ഗ്രാമക്കാരനായിരുന്ന ഗൗരികാന്ത ഭട്ടാചാര്യ പരിഷ്കർത്താക്കൾക്കെതിരെ *ജ്ഞാനാഞ്ജൻ* എന്ന പുസ്തകമെഴുതുകയും റാം മോഹൻ വിരുദ്ധ പ്രചാരണത്തിന് നേതൃത്വം നൽകുകയും ചെയ്തു. അതിന്റെ ഫലമായി റാം മോഹൻ നാട്ടിലേക്ക് തിരിച്ചുപോകാതെ മിക്കവാറും പിൽക്കാലമെല്ലാം കൊൽക്കത്തയിലാണ് കഴിച്ചുകൂട്ടിയത്. അക്കാലത്ത് റാം മോഹന്റെയും പരിഷ്കർത്താക്കളുടെയും പ്രചാരണങ്ങളെ എതിർക്കാൻ പുറപ്പെട്ട *സംബാദ് കൗമുദി* എന്ന കാലികത്തിന്റെ അധിപർ ദബാനി ചരൺ ഫലിതരസികനായ ഒരു എഴുത്തുകാരനായിരുന്നു. പരിഷ്കർത്താക്കളുടെ പിറകെ ഓടിക്കൂടുന്ന സ്ത്രീ പുരുഷന്മാരെ നിരന്തരമായി *സംബാദ് കൗമുദി* പരിഹസിച്ചുപോന്നു.

റാം മോഹനുശേഷം ബ്രഹ്മസമാജത്തിന്റെ അത്യുന്നത നേതാവായി ഉയർന്ന കേശവ് ചന്ദ്ര സെന്നിന്റെ പിതാവ് റാം കമൽ സെൻ ഹിന്ദു കോളേജ് ഭരണസമിതിയിൽനിന്ന് റാം മോഹനെ പുറന്തള്ളാൻ രാധാകാന്ത ദേവിനെ സഹായിച്ചവരിൽപ്പെടുന്നു.

റാം മോഹൻ റോയിക്കെതിരെ കൂരമ്പുകളുമായി കുരച്ചുചാടിയവരിൽ ഒരു വിഭാഗം ക്രിസ്ത്യൻ മിഷനറിമാരും പെടുന്നു. റാം മോഹന്റെ ഏകദൈവ വിശ്വാസവും ജാതിവ്യവസ്ഥയോടും പരമ്പരാഗതമായ അന്ധവിശ്വാസങ്ങളോടും ഉള്ള എതിർപ്പും സർവോപരി യേശുക്രിസ്തുവിന്റെ സ്നേഹസന്ദേശത്തെയും രക്തസാക്ഷിത്വത്തെയും കുറിച്ചുള്ള പ്രകീർത്തനങ്ങളും ഇന്ത്യയിലും ബ്രിട്ടനിലും ഉള്ള ഉൽപ്പതിഷ്ണുക്കളായ ക്രിസ്ത്യാനികളുടെ ആദരം പിടിച്ചുപറ്റിയിരുന്നു. എന്നാൽ ഹൈന്ദവ-മുസ്ലീം പാരമ്പര്യങ്ങളിലെ ആകർഷക വശങ്ങളൊന്നും

മനസിലാക്കാൻ മെനക്കെടാതെ അവയിൽ കടന്നുകൂടിയ അനാചാരങ്ങളെ മാത്രം പൊക്കിപ്പിടിച്ച് അതിരുകടന്ന ഭാഷയിൽ അധിക്ഷേപിക്കുക അക്കാലത്തെ മിഷനറിമാരുടെ പതിവായിരുന്നു. കൊളോണിയൽ അധികൃത സ്ഥാനങ്ങളിലുള്ള പിടിപാടും മാധ്യമങ്ങളുടെ മേലുള്ള സ്വാധീനവും മൂലം ഇക്കൂട്ടർ എണ്ണത്തിൽ ചെറുതെങ്കിലും പ്രചാരവേലയിൽ മുമ്പരായിരുന്നു. ക്രിസ്തുവിന്റെ മഹിതോദാരമായ ഉപദേശങ്ങളെക്കാൾ ശുദ്ധഗതിക്കാരെയും അനഭ്യസ്ഥരെയും വിഭ്രമിപ്പിക്കാൻ മാത്രം ഉതകുന്ന "അത്ഭുത കൃത്യ"ങ്ങളെയും "ഇന്ദ്രജാല"ങ്ങളെയും (മിറക്കിൾ) കുറിച്ചുള്ള കെട്ടുകഥകൾ റാം മോഹന്റെ സംസ്കാരത്തിനോ യുക്തിബോധത്തിനോ നിരക്കുന്നതായിരുന്നില്ല. റാം മോഹൻ ഇത്തരം പ്രചാരവേലയെ പരിഹസിക്കുകയും യുക്തിയുക്തം നിഷേധിക്കുകയും ചെയ്തതാണ് മിഷനറിമാരുടെ രൂക്ഷമായ എതിർപ്പിന് വഴിവച്ചത്. താൻ ജനിച്ചുവളർന്ന ഹിന്ദുമതത്തിലെ അനാചാരങ്ങളെയും ആധുനികർക്ക് അവിശ്വസനീയമായ കെട്ടുകഥകളെയും തിരസ്കരിക്കുന്ന റാം മോഹന് ഇക്കാര്യത്തിൽ ക്രിസ്ത്യാനികളോട് വിട്ടുവീഴ്ച കാണിക്കുവാൻ കഴിയുമായിരുന്നില്ലല്ലോ.

ഇന്നത്തെ പദപ്രയോഗ പ്രകാരം ഇപ്പറഞ്ഞ എതിരാളികളെല്ലാം റാം മോഹൻ പ്രസ്ഥാനത്തിന്റെ വലതുഭാഗത്തുനിന്ന് എതിർപ്പു നയിച്ചപ്പോൾ അദ്ദേഹത്തിന്റെ ഇടതുഭാഗത്ത് വാശിയോടെ അണിനിരന്നവരും ഉണ്ടായിരുന്നു. അവരിൽ പ്രത്യേകം ശ്രദ്ധേയനായത് ഹെൻറി വിവിയൻ ദെറോസിയോ (1809-1831) എന്നൊരു യുവാവായിരുന്നു. ജനനംകൊണ്ട് ഒരു ഇന്തോ-യൂറോപ്യനായിരുന്നു ദെറോസിയോ എങ്കിലും അടിയുറച്ച ഒരു ഇന്ത്യൻ ദേശാഭിമാനിയായിരുന്നു അദ്ദേഹമെന്ന് *ഫക്കീറും ജംഗീറയും* എന്ന അദ്ദേഹത്തിന്റെ പ്രസിദ്ധ കാവ്യം സാക്ഷ്യപ്പെടുത്തുന്നു.

കവി, ദാർശനികൻ, പ്രഭാഷകൻ, പ്രക്ഷോഭകൻ, പ്രൊഫസർ എന്നീ വിവിധ നിലകളിൽ അന്നത്തെ ബംഗാളി യുവതലമുറയുടെ മതഭ്രാന്തിനോളം എത്തുന്ന ആരാധനയ്ക്ക് അദ്ദേഹം പാത്രമായി. ഹിന്ദു കോളേജിൽ അധ്യാപകനായിരുന്ന ദെറോസിയോയെ രാം കമൽ സെൻ ഉൾപ്പെടെയുള്ള യാഥാസ്ഥിതിക ഭരണാധികാരികൾ ബഹിഷ്കരിച്ചു.

ഫ്രഞ്ച് വിപ്ലവത്തിന്റെ ആദർശങ്ങളിൽ ആകൃഷ്ടരായ "ദെറോസിയന്മാർ" സ്വതന്ത്ര ചിന്തകരും യുക്തിവാദികളും ജീവിതത്തിന്റെ സകല മേഖലകളിലും വിപ്ലവത്തിനുവേണ്ടി നിലകൊണ്ടവരും ആയിരുന്നു. നിലവിലുള്ള സമൂഹത്തെയും യാഥാസ്ഥിതികരെയും ചൊടിപ്പിക്കാൻ എന്തും ചെയ്തുപോന്ന അവരിൽ അരാജകവാദവും ഒരു മുഖ്യ പ്രവണതയായിരുന്നു. പരസ്യമായി മദ്യം സേവിക്കുക, ഗോമാംസം ഭക്ഷിക്കുക എന്നതൊക്കെ അവർ ഭൂഷണമായി കരുതി. ഹിന്ദു യാഥാസ്ഥിതികരെ ചൊടിപ്പിക്കാൻ ക്രിസ്തുമതം സ്വീകരിച്ച് ക്രിസ്ത്യാനികളെയും അവർ അങ്കലാപ്പിലാക്കാറുണ്ട്. ഇളംപ്രായമായ 22-ാം വയസിൽ നിര്യാതനായ

ദെറോസിയോയുടെ വ്യക്തിത്വവും ശൈലിയും ആദർശങ്ങളും അനേക പതിറ്റാണ്ടുകൾ യുവ ബംഗാളിനെ ത്രസിപ്പിക്കുകയും വൃദ്ധ ബംഗാളിനെ അസ്വസ്ഥരാക്കുകയും ചെയ്തിരുന്നു. ദെറോസിയോപക്ഷക്കാർ അദ്ദേഹത്തിന്റെ ജീവിതകാലത്തും കാലശേഷവും "യുവ ബംഗാൾ" എന്ന വിശേഷണത്താലാണ് അറിയപ്പെട്ടിരുന്നത്.

റാം മോഹന് ശേഷം

1833-ൽ റാം മോഹൻ നിര്യാതനാകുമ്പോൾ ബ്രഹ്മസമാജം പിച്ചവച്ച് നടക്കാൻ ശ്രമിക്കുന്ന ഒരു ശിശു മാത്രമായിരുന്നെങ്കിലും റാം മോഹനും ബ്രഹ്മസമാജവും യുവ ബംഗാൾ കലാപകാരികളും ഇളക്കിവിട്ട കോളിളക്കങ്ങൾ സാമൂഹിക സാംസ്കാരിക രംഗങ്ങളിൽ കെട്ടടങ്ങിയിരുന്നില്ല. എങ്കിലും റാം മോഹന്റെ വേർപാട് പ്രസ്ഥാനത്തിന് ഒരു കനത്ത പ്രഹരമായി. ആ പ്രഹരത്തിൽനിന്ന് അതിനെ കരകയറ്റാൻ ശ്രമിച്ച് കുറെ വിജയം നേടിയത് പ്രിൻസ് ദ്വാരകാനാഥ് ടാഗോറിന്റെ സമ്പത്തും സ്വാധീനവും നിസ്വാർഥ പരിശ്രമവും ആയിരുന്നു. അദ്ദേഹത്തിന്റ അന്ത്യകാലത്ത് കുറെക്കൂടി ബ്രഹ്മസമാജ് പ്രവർത്തനങ്ങൾ ഊർജസ്വലമായി മുന്നോട്ടു കൊണ്ടുപോകാൻ മകൻ ദേവേന്ദ്രനാഥ് ടാഗോർ (1817-1905) രംഗത്തുവന്നത് പ്രസ്ഥാനത്തിന്റെ ഇടമുറിയാത്ത പുരോഗതിക്ക് സഹായകമായി. മഹാകവി രവീന്ദ്രനാഥിന്റെ അച്ഛനായിരുന്ന ദേവേന്ദ്രനാഥ് പക്വമതിയായ ഒരു മിതവാദിയായിരുന്നു. ദെറോസിയൻ യുവ ബംഗാൾ പ്രക്ഷോഭകാരികളുടെ നിരയിലേക്ക് ചെല്ലാതെ പ്രസ്ഥാനത്തെ മിതത്വത്തിലേക്ക് നയിച്ച അദ്ദേഹം തീവ്രവാദികളുടെ കഠിനമായ എതിർപ്പിന് വിധേയനായി. ദേവേന്ദ്രനാഥ് ആരംഭിച്ച തത്വബോധിനി സഭയും അതിന്റെ മുഖപത്രമായ *തത്വബോധിനി പത്രിക* പത്രാധിപരായ അക്ഷയ് കുമാർ ദത്തയും (1820-1886) പ്രസ്ഥാനത്തിനകത്തെയും പുറത്തെയും വിമർശകരെ ഫലപ്രദമായി നേരിടുവാനും ദേവേന്ദ്രന്റെ നേതൃത്വം ഉറപ്പിക്കാനും ഒട്ടൊന്നുമല്ല സഹായിച്ചത്.

ഈ ഘട്ടത്തിൽ ബംഗാളി സാമൂഹ്യ പരിഷ്കരണ അന്തരീക്ഷത്തിൽ ഒരു ഉജ്വല താരം ഉയർന്നുവന്നു. ഈശ്വർ ചന്ദ്ര വിദ്യാസാഗർ (1820-1891). പല വിധത്തിലും റാം മോഹനിൽനിന്നും ടാഗോർമാരിൽനിന്നും ദെറോസിയരിൽനിന്നും വ്യത്യസ്തനായിരുന്നു അദ്ദേഹം. അതീവ ദരിദ്രമായ യാഥാസ്ഥിതിക ബ്രാഹ്മണ കുടുംബത്തിൽ പിറന്ന് കഠിനാധ്വാനവും ബുദ്ധിശക്തിയും കൊണ്ട് സംസ്കൃത കോളേജിന്റെ പ്രിൻസിപ്പലും വിദ്യാഭ്യാസ വകുപ്പിലെ ഇൻസ്പെക്ടറും മറ്റുമായി ഉയർന്ന വിദ്യാസാഗർ ഉജ്വലനായ ഒരു പ്രഭാഷകനും ശൈലീവല്ലഭനായ ഒരു എഴുത്തുകാരനും വിധവാവിവാഹം, സ്ത്രീവിദ്യാഭ്യാസം, ദരിദ്രവിദ്യാർഥി സേവനം മുതലായ മേഖലകളിൽ തൽപ്പരനുമായിരുന്നു. ദരിദ്രനെങ്കിലും ഉദ്യോഗത്തിൽനിന്നു കിട്ടിയ വരുമാനത്തിൽ ഭൂരിഭാഗവും വീട്ടിൽ എത്തിക്കുന്നതിനുപകരം അവശരെയും ആർത്തരെയും സഹായിക്കാനാണ് അദ്ദേ

ഈശ്വർചന്ദ്ര
വിദ്യാസാഗർ

ഹം ഉപയോഗപ്പെടുത്തിയത്. ലളിതമായ ജീവിതരീതിയിൽ ഉടുവസ്ത്രങ്ങളും അദ്ദേഹത്തെ സാധാരണക്കാർക്കിടയിൽ പ്രിയങ്കരനാക്കി. ബ്രഹ്മസമാജത്തിൽ ഔപചാരികമായി ചേരാതെതന്നെ റാം മോഹന്റെ പിൻഗാമിയായി ബംഗാളിൽ അദ്ദേഹം ഓടിനടന്നു. ബ്രഹ്മസമാജത്തിന്റെ തുടർന്നുള്ള പ്രവർത്തനത്തിൽ അതികായനായി ഉയർന്നതും പ്രസ്ഥാനത്തെ ഇന്ത്യയുടെ വിവിധ ഭാഗങ്ങളിലേക്ക് വ്യാപിപ്പിക്കാൻ ശ്രമിച്ചതും കേശബ് ചന്ദ്ര സെൻ (1838–1884) ആയിരുന്നു.

ഇത്തരം സാമൂഹ്യപരിഷ്കരണ യത്നങ്ങൾക്ക് പ്രചോദനമായും അവയുടെ ഭാഗമായും സാഹിത്യ കലാരംഗങ്ങൾ ബംഗാളിൽ പൂത്തുലയാൻ തുടങ്ങി. *നീല ദർപ്പൺ* എന്ന നിരോധിക്കപ്പെട്ട നാടകത്തിന്റെ കർത്താവായ ദീനബന്ധു മിത്ര (1828–1873), കവിയും പ്രക്ഷോഭകനും ആയിരുന്ന മധുസൂദൻ ദത്ത് (1824–1873), വന്ദേമാതര ഗാനത്തോടു കൂടിയ *ആനന്ദമഠം*, *ദുർഗേശ നന്ദിനി* തുടങ്ങിയ ആഖ്യായികകളുടെ യുഗപ്രഭാവനായ കർത്താവ് ബങ്കിം ചന്ദ്ര ചാറ്റർജി (1838–1894) ഇവർക്കെല്ലാം ഉപരി വിശ്വപ്രശസ്തനായിത്തീർന്ന സ്വാമി വിവേകാനന്ദൻ (1862–1902) തുടങ്ങിയവരാണ് ഈ കാലയളവിലെ തിളക്കമേറിയ താരങ്ങൾ.

19–ാം നൂറ്റാണ്ട് അന്ത്യപാദത്തിലേക്ക് നീങ്ങുമ്പോഴേക്കും ഇന്ത്യൻ രാഷ്ട്രീയ അന്തരീക്ഷം പുതിയ രൂപഭാവങ്ങൾ തേടുകയായിരുന്നു. 1857–58 ലെ ശിപായി ലഹള എന്ന് ആക്ഷേപിക്കപ്പെട്ട ഒന്നാം സ്വാതന്ത്ര്യ സമരം അതിഭീകരമായി അടിച്ചമർത്തപ്പെട്ടതിനെത്തുടർന്നുള്ള ഭീതിയും നിരാശയും ക്രമേണ ആധുനിക ശൈലിയിലുള്ള സംഘടിത രാഷ്ട്രീയ പ്രസ്ഥാനങ്ങൾക്ക് രാജപാത ഒരുക്കിത്തുടങ്ങിയിരുന്നു. ഈ ഘട്ടത്തിലും ഭീകരപ്രസ്ഥാനം എന്ന് അധിക്ഷേപിക്കപ്പെട്ടിരുന്ന സ്വാതന്ത്ര്യ കലാപ ശ്രമങ്ങൾ ബംഗാളും മഹാരാഷ്ട്രവും ഉൾപ്പെടെ പലയിടങ്ങളിലും പൊട്ടിപ്പുറപ്പെടാറുണ്ടെങ്കിലും മുഖ്യധാരാ രാഷ്ട്രീയം സംഘടിത ബൂർഷ്വാ ലിബറൽ ശൈലിയിൽ ഭരണഘടനാനുസൃതമായ പരിമിതാവശ്യങ്ങളെ മുൻനിർത്തി പ്രമേയങ്ങളും ഹർജികളുമായി മുന്നേറുകയായിരുന്നു.

ദീനബന്ധു മിത്രയുടെ *നീലദർപ്പൺ* നാടകത്തിൽ പ്രതിഫലിക്കുന്ന കർഷകരുടെ ദുരിതങ്ങൾ ഈ രാഷ്ട്രീയ നവോത്ഥാനങ്ങൾക്ക് പ്രചോദനം നൽകിയിരുന്നെങ്കിലും മുഖ്യമായ ലക്ഷ്യം വ്യാവസായിക പുരോഗതിയും പുതിയ അഭ്യസ്തവിദ്യാ സമൂഹത്തിന് അധികാര സ്ഥാനങ്ങളിൽ

പങ്കാളിത്തവും ആയിരുന്നു.

ഈ അന്തരീക്ഷ വ്യതിയാനം വളരെ പ്രകടമായി ബങ്കിം ചന്ദ്ര ചാറ്റർജിയുടെ ആഖ്യായികകളിലും ലേഖനങ്ങളിലും സ്വാമി വിവേകാനന്ദന്റെ പ്രഭാഷണങ്ങളിലും പ്രതിഫലിക്കുന്നു. 1885-ൽ രൂപീകരിക്കപ്പെട്ട ഇന്ത്യൻ നാഷണൽ കോൺഗ്രസും അതിന്റെ മുന്നോടികളായിരുന്ന ബ്രിട്ടീഷ് ഇന്ത്യൻ അസോസിയേഷൻ തുടങ്ങിയ സംഘടനകളിലും ഒതുങ്ങിയിരുന്ന മിതവാദത്തിന്റെ അതിരുകൾ തകർക്കാൻ ശ്രമിച്ചവരാണ് ബങ്കിം ചന്ദ്രനും വിവേകാനന്ദനും ബാലഗംഗാധര തിലകനും മറ്റും. ഈ തീവ്രദേശീയവാദത്തിന് കരുത്തേകാൻ അവർക്ക് ലഭിച്ച പ്രത്യയശാസ്ത്രവാദമായിരുന്നു ഹൈന്ദവ പുനരുജ്ജീവനം. രാജാറാം മോഹൻ റോയി തൊട്ടുള്ള ആദ്യകാല നേതാക്കളുടെ മതനിരപേക്ഷം എന്ന് വിശേഷിപ്പിക്കാവുന്ന വീക്ഷണത്തിൽനിന്നും ഇത് വ്യത്യസ്തമായിരുന്നു എന്നു പറയേണ്ടതില്ലല്ലോ.

സ്വാമി വിവേകാനന്ദൻ

ഈ കാലയളവിൽ തന്നെയാണ് പഴയ വഹാബി, ഫറാസി തുടങ്ങിയ ഇസ്ലാമിക പുനരുജ്ജീവന ശൈലിയിൽനിന്നും വ്യത്യസ്തമായ നവോത്ഥാന ആശയങ്ങൾ അലിഗാർഹ് സർവകലാശാല സ്ഥാപകനായ സർ സയിദ് അഹമ്മദും മറ്റും പ്രചരിപ്പിക്കാൻ തുടങ്ങിയത് എന്നത് കൂടുതൽ പഠനമർഹിക്കുന്ന വിഷയമാണ്.

പശ്ചിമേന്ത്യയിലെ നവോത്ഥാനം

ബംഗാൾ കഴിഞ്ഞാൽ ആധുനിക വിദ്യാഭ്യാസവും നവോത്ഥാന ആശയങ്ങളും പ്രചരിക്കാൻ തുടങ്ങിയത് ഇന്നത്തെ മഹാരാഷ്ട്രം ഉൾപ്പെടെയുള്ള പശ്ചിമേന്ത്യയിലാണ്. ഗുജറാത്ത് ആസ്ഥാനമായി പ്രചരിക്കാൻ തുടങ്ങിയ സ്വാമിനാരായണ പ്രസ്ഥാനത്തിന്റെ അലകൾ മുംബൈ, പൂണെ, ഷോലാപ്പൂർ, നാഗ്പൂർ തുടങ്ങിയ മഹാരാഷ്ട്രീയൻ നഗരങ്ങളിൽ വീശിയിരുന്നെങ്കിലും സംഘടിതമായ ഒരു നവോത്ഥാന യത്നം ആരംഭിക്കുന്നത് 1867-ലെ പ്രാർഥനാസമാജത്തിന്റെ സ്ഥാപനത്തോടുകൂടിയാണ്. പ്രാർഥനാസമാജത്തിന്റെ മുഖ്യ നേതാവ് ഡോ. ആത്മാറാം പാണ്ഡുരംഗ് ആയിരുന്നു. മഹാദേവ ഗോവിന്ദ റാനഡെ, ആർ ജി ബണ്ടാർക്കർ തുടങ്ങിയവർ വിദ്യാഭ്യാസ വ്യാപനം, സ്ത്രീ പുരുഷ സമത്വം, സ്ത്രീ വിദ്യാഭ്യാസം, അയിത്തോച്ചാടനം, പർദ നിരോധനം, വിധവാ വിവാഹം, ബാലവിവാഹ നിരോധനം മുതലായവയ്ക്കായി പ്രചാരവേലയും പ്രക്ഷോഭവും ആരംഭിച്ചു. 1864-ൽ ബ്രഹ്മസമാജം നേതാവ് കേശബ് ചന്ദ്ര സെന്നിന്റെ മുംബൈ സന്ദർശനം പ്രാർഥനാ

സമാജത്തിന്റെ സ്ഥാപനത്തിന് പ്രോത്സാഹനമായി. കേശബ് സെൻ വീണ്ടും 1868-ൽ മുംബൈ സന്ദർശിച്ചത് സംഘടനാ പ്രവർത്തനങ്ങൾക്ക് ഊർജം പകർന്നു. അക്കാലത്ത് കേശബ് ചന്ദ്ര സെൻ പശ്ചിമ ഇന്ത്യയിൽ സന്ദർശിച്ചിടത്തെല്ലാം ആവേശഭരിതമായ സ്വീകരണമാണ് അദ്ദേഹ ത്തിന്റെ ഉജ്ജ്വല പ്രഭാഷണങ്ങൾ കേൾക്കാൻ വന്നവർ നൽകിയത്.

പ്രാർഥനാ സമാജം ചില സ്ഥലങ്ങളിൽ നേരിട്ട് ബ്രഹ്മസമാജ സഭ കളായി പ്രവർത്തിച്ചു. മഹാരാഷ്ട്രത്തിൽനിന്ന് ആന്ധ്രയിലേക്കും തമിഴകത്തേക്കും പ്രാർഥനാസമാജ സന്ദേശങ്ങൾ എത്തുകയും സംഘ ടനകൾ രൂപംകൊള്ളുകയും ചെയ്തു. അതിന്റെ തുടർച്ച ആയിട്ടാണ് കേരളത്തിലേക്കും ബ്രഹ്മസമാജം വ്യാപിച്ചത്.

പ്രാർഥനാസമാജത്തിന്റെയും ബ്രഹ്മസമാജത്തിന്റെയും ലക്ഷ്യങ്ങൾ കുറ്റമറ്റതും നേതാക്കൾ ആത്മാർഥതയുള്ള ആദർശവാദികളും ആയി രുന്നു എങ്കിലും ബംഗാളിൽ എന്നപോലെ മഹാരാഷ്ട്രത്തിലും അതിന്റെ നേതൃത്വം മുഖ്യമായും അഭ്യസ്തവിദ്യരായ സവർണ പ്രമാണികൾക്കാ യിരുന്നു. ഈ സവർണ സ്വഭാവം പ്രസ്ഥാനത്തിന്റെ അടിത്തറയെ ഒട്ടൊക്കെ ചുരുക്കിയിരുന്നു എന്ന കാര്യം വിസ്മരിക്കാനാവില്ല. എന്നാൽ പിൽക്കാലത്ത് കേരളത്തിൽ എന്നപോലെ മഹാരാഷ്ട്രയിലും നവോ ത്ഥാനത്തിന് ഒരു അവർണ നേതൃത്വം ഉയർന്നുവന്നു.

മേൽജാതിക്കാർക്കുവേണ്ടി തോട്ടം പണിയും മറ്റ് അടിയാളർ പണികളും ചെയ്തുവരുന്ന 'മാലി' എന്ന അയിത്ത ജാതിയിൽ ജനിച്ച ജ്യോതി റാവു ഫൂലെ (ജ്യോതി ബ ഫൂലെ എന്നും പറയപ്പെടും) ആണ് ഈ നവീന നേതൃത്വത്തിന്റെ പ്രഥമ പഥികൻ. പിൽക്കാലത്ത് മഹാത്മാ ഫൂലെ എന്ന പേരിൽ പ്രസിദ്ധനായ ജ്യോതിറാവു മറാഠിക്ക് പുറമെ സംസ്കൃതം, ഗുജ റാത്തി, ഇംഗ്ലീഷ് എന്നീ ഭാഷകളിലും അവഗാഹം നേടി. ഒരു അധ്യാപക നായി ജീവിതം കഴിച്ച അദ്ദേഹം സവർണ മേധാവിത്വത്തിനെതിരെ പ്രസംഗവും എഴുത്തും പ്രവൃത്തിയും മുഖേന പോരാടി. പിൽക്കാലത്ത് തമിഴ്നാട്ടിലും മറ്റും ഇ വി രാമസ്വാമി നായ്ക്കരുടെ നേതൃത്വത്തിൽ ശക്തി യാർജിച്ച ബ്രാഹ്മണ ആധിപത്യ വിരുദ്ധ പ്രസ്ഥാനത്തിന്റെ പ്രഥമ പ്രണേ താവായിരുന്നു ഫൂലെ. അദ്ദേഹത്തിന്റെ പുസ്തകങ്ങളും ലേഖനങ്ങളും ഇന്ത്യ യിലെ സവർണപക്ഷ ശാസ്ത്രങ്ങ ൾക്കും സ്മൃതികൾക്കും ആചാരങ്ങ ൾക്കും എതിരെ തൊടുത്തുവിട്ട കൂര മ്പുകളായിരുന്നു. 1873-ൽ അദ്ദേഹം

ജ്യോതിറാവു ഫൂലെ

സ്ഥാപിച്ച "സത്യശോധക് സമാജം" ആശയ പ്രചാരണത്തിനെന്ന പോലെ പ്രക്ഷോഭണ പ്രവർത്തനങ്ങൾക്കും നേതൃത്വം നൽകി.

ഡോ. ബി ആർ അംബേദ്കർ ഫൂലെയുടെ നേരിട്ടുള്ള പിന്മുറക്കാരനാണെന്നു പറയാം. ഉൾപ്പാർട്ടി കലഹങ്ങളും വ്യക്തിവൈരാഗ്യങ്ങളും മൂലം അംബേദ്കറുടെ റിപ്പബ്ലിക്കൻ പാർട്ടി ഇപ്പോൾ ഛിന്നഭിന്നമാണെങ്കിലും മഹാരാഷ്ട്രാ മേഖലയിലാണ് അതിന് ഏറ്റവും കൂടുതൽ സ്വാധീന ശക്തി ഉള്ളതെന്ന വസ്തുത മഹാത്മാ ഫൂലെ അടിത്തറ പാകിയ പ്രസ്ഥാനത്തിന്റെ നേട്ടമാണ്.

ജാതിഭേദമെന്യേ കിണറുകളും കുളങ്ങളും എല്ലാവർക്കും തുറന്നു കൊടുക്കുക, ദളിതർക്കും സ്ത്രീകൾക്കുംവേണ്ടി വിദ്യാലയങ്ങൾ ആരംഭിക്കുക, അനാഥാലയങ്ങൾ സ്ഥാപിക്കുക, തൊഴിലാളികൾക്ക് നിശാപാഠശാലകൾ തുറക്കുക മുതലായ കാര്യങ്ങളിൽ ഫൂലെയുടെ പ്രവർത്തനം വളരെ വിജയകരവും വ്യാപകവും ആയിരുന്നു. സ്വാഭാവികമായും യാഥാസ്ഥിതിക സങ്കൽപ്പങ്ങളുമായി ജ്യോതിറാവു ഫൂലെക്ക് സംഘടനാരംഗത്തും ആശയരംഗത്തും നിരന്തരമായി പടവെട്ടേണ്ടിവരികയും അതിന്റെ പീഡനങ്ങൾ ഏറ്റുവാങ്ങേണ്ടി വരികയും ചെയ്തിട്ടുണ്ട്. 19-ാം നൂറ്റാണ്ടിന്റെ ആദ്യ ദശകങ്ങളിൽ മധ്യഭാരതത്തിലും ഒറീസയിലും വമ്പിച്ച ചലനങ്ങൾക്ക് വഴിവച്ച മഹിമാ ഗോസായിയുടെ ധർമ മഹിമാ പ്രസ്ഥാനം പ്രധാനമായും ദളിതരുടെയും ആദിവാസികളുടെയും ഇടയിലാണ് വ്യാപിച്ചത്. ഇനിയും ഗവേഷക ശ്രദ്ധ വേണ്ടത്ര പതിഞ്ഞിട്ടില്ലാത്ത ഈ പ്രസ്ഥാനം ആഭ്യന്തര പിളർപ്പുകളെയും മറ്റും നേരിട്ടുകൊണ്ടാണെങ്കിലും ഒറീസയിൽ ഇപ്പോഴും ഗണ്യമായ ഒരു ശക്തിയാണ്.

ആര്യസമാജവും ദയാനന്ദനും

ഗുജറാത്തിലെ തങ്കാര എന്ന കുഗ്രാമത്തിലെ ഒരു യാഥാസ്ഥിതിക ബ്രാഹ്മണ കുടുംബത്തിൽ ജനിച്ച "മൂല ശങ്കരൻ" എന്ന ബാലനാണ് പിൽക്കാലത്ത് ആര്യസമാജത്തിന്റെ സ്ഥാപക നേതാവെന്ന നിലയിൽ അഖിലേന്ത്യാ പ്രശസ്തി ആർജിച്ച ദയാനന്ദ സരസ്വതി (1824-1883). ചെറുപ്പം തൊട്ടേ അന്ധവിശ്വാസങ്ങളോടും അനാചാരങ്ങളോടും എതിർപ്പ് പ്രകടിപ്പിച്ച് തുടങ്ങിയ ദയാനന്ദൻ ഹൈന്ദവ മതപരിഷ്കാരത്തിനും അധഃസ്ഥിതരുടെ ആവശ്യങ്ങൾക്കുംവേണ്ടിയും ജീവിതം ഉഴിഞ്ഞുവച്ചു. പരമ്പരാഗത രീതിയിൽ വിദ്യാഭ്യാസം നേടിയ ദയാനന്ദന് സംസ്കൃതം, പഞ്ചാബി, ഗുജറാത്തി, ഹിന്ദി തുടങ്ങിയ ഭാഷകളിൽ അവഗാഹം ലഭിച്ചിരുന്നെങ്കിലും ഇംഗ്ലീഷ് അറിഞ്ഞുകൂടായിരുന്നു. അത് പഠിക്കാൻ അദ്ദേഹമൊട്ട് ശ്രമിച്ചതുമില്ല. പിൽക്കാലത്ത് നിരവധി ആധുനിക വിദ്യാലയങ്ങളും കോളേജുകളും സ്ഥാപിക്കാൻ മുൻകൈയെടുത്ത ദയാനന്ദന് ഇംഗ്ലീഷിന്റെ അഭാവം ഒരു കുറവായി തോന്നിയതുമില്ല.

തന്റെ ദൗത്യ നിർവഹണത്തിനുള്ള സംഘടനയായിരുന്ന ആര്യ

ദയാനന്ദ സരസ്വതി

സമാജം അലസിപ്പോയ ചില ശ്രമങ്ങൾക്കുശേഷം 1875-ൽ മുംബൈ ആസ്ഥാനമായിട്ടാണ് സ്ഥാപിക്കപ്പെട്ടതെങ്കിലും അതിനു മുമ്പുതന്നെ അദ്ദേഹത്തിന്റെ ആദർശ പ്രചാരണങ്ങൾ തുടങ്ങിയിരുന്നു. റാം മോഹൻ റോയിയുടെ ബ്രഹ്മസമാജം ആര്യസമാജസ്ഥാപനത്തിന് പ്രചോദനം നൽകിയിരുന്നു. അയിത്താചാരത്തോടും ജാതിവ്യത്യാസത്തോടും അനാചാരങ്ങളോടും ഉള്ള എതിർപ്പിൽ രണ്ടു സമാജങ്ങളും തമ്മിൽ സമാനതകൾ ഉണ്ടായിരുന്നു എങ്കിലും രണ്ടിന്റെയും ദാർശനികമായ അടിത്തറ തികച്ചും വ്യത്യസ്തമാണ്. വേദോപനിഷത്തുക്കളുടെ സത്ത എന്ന നിലയിൽ വേദാന്തത്തെയും ആസ്തക്യത്തെയും അടിസ്ഥാന പ്രമാണങ്ങളായി റാം മോഹൻ റോയി കരുതിയിരുന്നു എന്ന് വാദിക്കാൻ വകയുണ്ടെങ്കിലും അദ്ദേഹം ലക്ഷണമൊത്തെ ഒരു ഹിന്ദുവായിരുന്നു എന്ന് അവകാശപ്പെട്ടിട്ടില്ല. എല്ലാ മതങ്ങളുടെയും സാരസർവസ്വം ഉൾക്കൊള്ളുന്നതാണ് തന്റെ ബ്രഹ്മജ്ഞാനവാദം എന്നായിരുന്നു റാം മോഹൻ അവകാശപ്പെട്ടത്. എന്നാൽ ദയാനന്ദൻ വേദങ്ങളിൽ ഉറച്ചുനിന്ന് താനൊരു ഹിന്ദുവാണെന്നും എന്നാൽ ഹൈന്ദവ മതത്തിൽ വേദങ്ങൾക്കുശേഷം കടന്നകൂടിയ അബദ്ധ സിദ്ധാന്തങ്ങളെയും മാലിന്യങ്ങളെയും തിരസ്കരിക്കുന്നു എന്നും പ്രഖ്യാപിച്ചു. സ്ത്രീ പുരുഷ വിവേചനം, ജാതിവ്യത്യാസം, അയിത്തം മുതലായവ എല്ലാം ഇപ്രകാരം വിശുദ്ധ വേദപാഠങ്ങളെ മലിനീകരിക്കാൻ കടന്നുകൂടിയ ബാഹ്യഘടകങ്ങളാണെന്നും അദ്ദേഹം വാദിച്ചു. “വേദങ്ങളിലേക്കു മടങ്ങുക” എന്നതായിരുന്നു അദ്ദേഹത്തിന്റെ ആഹ്വാനം. *സത്യാർഥ പ്രകാശ്* എന്ന നിരോധനത്തിന് വിധേയമായ കൃതിയിലാണ് തന്റെ സിദ്ധാന്തങ്ങൾ ദയാനന്ദ സരസ്വതി വാദിച്ചുറപ്പിക്കുന്നത്.

ദയാനന്ദന്റെ കാഴ്ചപ്പാടിൽ ഹൈന്ദവ പുനരുജ്ജീവനത്തിന്റെ (റിനൈസൻസിന് എതിരായ റിവൈവലിസം) അംശം അടങ്ങിയിട്ടുണ്ടെങ്കിലും നിലവിലുള്ള ജാതിവ്യത്യാസത്തെയും അയിത്താചരണങ്ങളെയും അനാചാരങ്ങളെയും എതിർക്കുന്നതിൽ ആര്യസമാജം വഹിച്ച പങ്ക് അതിനെ നവോത്ഥാന പ്രസ്ഥാനത്തിന്റെ ഒരു ഭാഗമാക്കി മാറ്റിയെന്ന് പറയാം. ഈ വീക്ഷണത്തെ എതിർത്ത് ഇതൊരു പുനരുജ്ജീവന പ്രസ്ഥാനമാണെന്ന് വാദിക്കുന്നവരും ഉണ്ട്. ഈ പ്രസ്ഥാനത്തിന്റെ പ്രധാനപ്പെട്ട പ്രവർത്തനമേഖല ഗുജറാത്ത്, മഹാരാഷ്ട്ര, പഞ്ചാബ് എന്നിവയായിരുന്നു.

ബ്രഹ്മവിദ്യാസംഘം

ബ്രഹ്മസമാജത്തെയും ആര്യസമാജത്തെയുംപോലെ വ്യാപകമോ ആഴത്തിൽ വേരോടുന്നതോ ആയ സ്വാധീനമൊന്നും ഉണ്ടായിരുന്നില്ലെങ്കിലും ഇന്ത്യയുടെ സ്വാതന്ത്ര്യസമര ചരിത്രത്തിൽ അവിസ്മരണീയമായ പങ്കു വഹിച്ച ആനി ബസന്റ് എന്ന ഇംഗ്ലീഷ് വനിതയുമായുള്ള ബന്ധം ബ്രഹ്മവിദ്യാ സംഘത്തിന് (തിയോസഫിക്കൽ സൊസൈറ്റി) ഇന്ത്യൻ നവോത്ഥാന ചരിത്രത്തിൽ ഒരു സ്ഥാനം നേടിക്കൊടുത്തു. 1875-ൽ അമേരിക്കൻ ഐക്യനാട്ടിൽ മാഡം എച്ച് പി ബ്ലാവട്സ്കിയും കേണൽ എച്ച് എസ് ഓൾക്കോട്ടും ചേർന്ന് സ്ഥാപിച്ച തിയോസഫിക്കൽ സൊസൈറ്റിയുടെ ദാർശനിക തലത്തിലേക്കൊന്നും ഇവിടെ പ്രവേശിക്കുന്നില്ല. ബർണാഡ്ഷാ, സിഡ്നി വെബ്, എച്ച് ജി വെൽസ് തുടങ്ങിയവരോടൊപ്പം ബ്രിട്ടനിലെ ഫാബിയൻ സോഷ്യലിസ്റ്റ് പ്രസ്ഥാനത്തിലും മാർഗററ്റ് സാംഗറുടെയും മറ്റും വനിതാ വിമോചന പ്രസ്ഥാനത്തിലും ആകൃഷ്ടയായിരുന്ന ആനി ബസന്റ് (1847-1933) 1893-ൽ ഇന്ത്യയിലെത്തിയത് ഇന്ത്യയുടെ ആത്മീയ പാരമ്പര്യം നുകരാനും ഇന്ത്യൻ ജനതയുടെ സ്വാതന്ത്ര്യസമരത്തിൽ പങ്കുചേരാനും ആയിരുന്നു. ചെന്നൈയിൽ അടയാർ ആസ്ഥാനമായിട്ടാണ് ബസന്റ് തിയോസഫിക്കൽ സൊസൈറ്റി സ്ഥാപിച്ചു പ്രവർത്തിച്ചത്. 1916-ൽ അവർ സ്ഥാപിച്ച ഹോം റൂൾ മൂവ്മെന്റ് (ആഭ്യന്തര സ്വയംഭരണ പ്രസ്ഥാനം) വലിയ ചലനങ്ങൾ ആദ്യം സൃഷ്ടിച്ചെങ്കിലും 1919-ൽ മഹാത്മാഗാന്ധിയുടെ രംഗപ്രവേശവും നിസഹകരണ, നിയമലംഘന, സത്യഗ്രഹ സമരശൈലിയും കരുത്താർജിച്ചതോടെ മിക്കവാറും അപ്രസക്തമായി. ആനി ബസന്റിന്റെയും ഹോം റൂൾ പ്രസ്ഥാനത്തിന്റെയും അപചയം സാമൂഹ്യ പരിഷ്കരണ പ്രവർത്തനങ്ങളിലും ദാർശനിക സിദ്ധാന്തങ്ങളിലും വേരൂന്നിയ ബ്രഹ്മവിദ്യാ സംഘത്തിന്റെ അപചയത്തിനും വഴിവച്ചു. എങ്കിലും അടയാർ ഉൾപ്പെടെ പലയിടത്തും ആ പ്രസ്ഥാനം കാര്യാലയങ്ങളും ഗ്രന്ഥശാലകളും മറ്റുമായി പേരിന് തുടരുന്നുണ്ട്.

ആനി ബസന്റ്

ദ്രാവിഡ കഴകവും അകാലി പ്രസ്ഥാനവും

ഈ പുസ്തകത്തിൽ പ്രധാനമായും ശ്രദ്ധ കേന്ദ്രീകരിക്കുന്ന കാലയളവിനു ശേഷമാണ് രൂപം കൊണ്ടതെങ്കിലും തമിഴ്നാട്ടിലെ ഇ വി

രാമസ്വാമി നായ്ക്കരുടെ നേതൃത്വത്തിൽ 1920-കളിൽ രൂപംകൊണ്ട ദ്രാവിഡ കഴകമെന്ന ബ്രാഹ്മണവിരുദ്ധ പ്രസ്ഥാനവും അതേ കാലത്തു തന്നെ പഞ്ചാബിൽ ഗുരുദ്വാരകളെ നാടുവാഴിത്ത കെട്ടുപാടിൽനിന്നു മോചിപ്പിക്കാൻ മാസ്റ്റർ താരാസിംഗിന്റെയും മറ്റും നേതൃത്വത്തിൽ പടർന്നുകയറിയ അകാലി പ്രസ്ഥാനവും ഭാരതീയ നവോത്ഥാനത്തിന്റെ നേർസന്തതികളാണ്. അവ വിശദമായ പഠനം അർഹിക്കുന്നു. അതുപോലെതന്നെ ചെറുതെങ്കിലും സമ്പത്തുകൊണ്ടും സ്വാധീനം കൊണ്ടും പ്രമാണിത്തമുള്ള പാർസികളുടെ ഇടയിലെ സാമൂഹ്യ പരിഷ്കരണ ശ്രമങ്ങളും ഇന്ത്യൻ നവോത്ഥാനത്തിന്റെ മറ്റൊരധ്യായമാണ്. ഇവയെല്ലാം ഇപ്രകാരം സ്പർശിച്ചു പോകാൻ മാത്രമേ ഈ പുസ്തകത്തിന്റെ പരിമിതി അനുവദിക്കുന്നുള്ളൂ എന്ന് ക്ഷമാപണപൂർവം സമ്മതിക്കുന്നു.

വാസ്കോഡഗാമ വന്ന പായ്ക്കപ്പലുകളുടെ രേഖാചിത്രം

4 കൊളോണിയൽ വാഴ്ചയും സാമൂഹ്യ മാറ്റവും

ഏത് സമൂഹത്തിലും ഉള്ളതുപോലെ ഭാരതീയ സമൂഹത്തിലും തുടക്കം തൊട്ടേ പരിവർത്തനങ്ങൾക്ക് പ്രേരകമായി പ്രവർത്തിച്ച ഘടകങ്ങൾ ഉണ്ടായിരുന്നു. ഏത് ജൈവ പ്രതിഭാസത്തിന്റെയും എന്നപോലെ മനുഷ്യ സമൂഹങ്ങളുടെ പരിവർത്തനത്തിനും അടിസ്ഥാന പ്രേരകം ആന്തരിക ഘടകങ്ങളാണ്. ആന്തരിക ഘടകങ്ങൾ തമ്മിലുള്ള സംഘർഷവും സംഘട്ടനവും ആണ് പരിവർത്തനങ്ങൾക്ക് പ്രചോദനം നൽകുന്നത്. എന്നാൽ ഈ ആന്തരിക ഘടകങ്ങളുടെ ചലനങ്ങളെ മന്ദീഭവിപ്പിക്കുകയും ത്വരിതപ്പെടുത്തുകയും എല്ലാം ചെയ്യുന്നതിൽ ബാഹ്യഘടകങ്ങൾക്കും പങ്കുണ്ട്. പത്തൊമ്പതാം നൂറ്റാണ്ടിന്റെ ആരംഭം തൊട്ട് ബംഗാളിൽ രൂപംകൊള്ളുകയും പിൽക്കാലത്ത് വികസിച്ച് ഇന്ത്യയാകെ വ്യാപിക്കുകയും ആ നൂറ്റാണ്ടിന്റെ അന്ത്യപാദത്തോടുകൂടി കേരളത്തിൽ വന്നെത്തുകയും ചെയ്ത നവോത്ഥാനം എന്ന സാംസ്കാരിക പ്രതിഭാസവും ഈ നിയമങ്ങൾക്ക് വിധേയമാണ്. അതായത്, അടിസ്ഥാനപരമായി ആന്തരിക ഘടകങ്ങളുടെ വൈരുധ്യാത്മക സംഘർഷവും ബാഹ്യഘടകങ്ങളുടെ പ്രേരക പ്രവർത്തനവും നവോത്ഥാന പ്രക്രിയയെ മുന്നോട്ടുകൊണ്ടുപോയി.

ഈ ബാഹ്യഘടകങ്ങളിൽ വ്യാവസായിക രംഗങ്ങളിൽ മുന്നിട്ടുനിന്ന

കൊളോണിയൽ ശക്തികളുടെ ആധിപത്യംമൂലം ഉണ്ടായ രാഷ്ട്രീയ, സാമൂഹ്യ ചലനങ്ങൾക്ക് ഗണ്യമായ പങ്കുണ്ട്. മധ്യകാലങ്ങളിൽ നിലവിലിരുന്ന സാമൂഹ്യ, സാമ്പത്തിക വ്യവസ്ഥയ്ക്ക് കൊളോണിയലിസം മാരകമായ ഒരു ആഘാതമായിത്തീർന്നു. 1498-ൽ പോർച്ചുഗീസ് കപ്പിത്താൻ വാസ്കോഡ ഗാമ അനുചരന്മാരോടുകൂടി കോഴിക്കോടിനു വടക്ക് കാപ്പാട് കടപ്പുറത്ത് കപ്പലിറങ്ങിയതോടുകൂടി ആരംഭിച്ച കൊളോണിയൽ ആക്രമണം പൂർത്തിയാക്കിയത് അവസാനം വന്ന ബ്രിട്ടീഷുകാരായിരുന്നല്ലോ. കാർഷിക പ്രധാനമായ ഗ്രാമീണ സാമൂഹിക വ്യവസ്ഥയും അതിന്റെ മേൽക്കോയ്മ വഹിച്ചിരുന്ന നാടുവാഴി, ഭൂപ്രഭു സമ്പ്രദായവും ബ്രിട്ടീഷ് കൊളോണിയൽ അധികാരികൾ അവരുടെ വ്യാപാര-വ്യവസായ താൽപ്പര്യങ്ങൾക്ക് അനുഗുണമായ വിധത്തിൽ ഉടച്ചുവാർത്തു. ചരക്കുകളുടെ കയറ്റിറക്കുമതികൾക്കും കൊളോണിയൽ വാഴ്ചയുടെ നിയമസമാധാന പാലനത്തിനും ഉതകുംവിധം പഴയ ഉൾനാടൻ നഗരങ്ങളുടെയും വ്യാപാരകേന്ദ്രങ്ങളുടെയും സ്ഥാനത്ത് കൊൽക്കത്ത, മുംബൈ, ചെന്നൈ, കറാച്ചി, കൊച്ചി മുതലായ തുറമുഖ കേന്ദ്രങ്ങളും അതിനു പറ്റിയ ഗതാഗത സംവിധാനങ്ങളും അവർ ഒരുക്കി. അങ്ങനെ ഒരുകാലത്ത് സംസ്കാരത്തിന്റെയും വ്യവസായ വ്യാപാരാദികളുടെയും കരണത്തിന്റെയും സിരാകേന്ദ്രങ്ങളായിരുന്ന ധാക്ക, മുസഫർപൂർ, വാരണാസി, ലഖ്നൗ, കാൺപൂർ, അലഹബാദ്, ആഗ്ര, ദില്ലി, ലാഹോർ, നാഗ്പൂർ തുടങ്ങിയ നഗരങ്ങൾ അപചയത്തിലായി. സ്വയം സമ്പൂർണ ഗ്രാമങ്ങൾ വിദേശികൾക്ക് ആവശ്യമുള്ള പരുത്തിയും പുകയിലയും എണ്ണക്കുരുക്കളും മറ്റും ഉൽപ്പാദിപ്പിച്ച് ചരക്കുകളാക്കി വിൽക്കുകയും പകരം കൂലിയും വിലയുമെല്ലാം ആയി പണം വാങ്ങി എല്ലാം ചെയ്യുന്ന യന്ത്രവൽക്കൃത വ്യവസായ ലോകത്തിന്റെ അടിയാളരായി.

തീവണ്ടിയും കൽക്കരി ഖനികളും തുണിമില്ലുകളും പരമ്പരാഗത വ്യവസായങ്ങളെ നശിപ്പിച്ച് ഗ്രാമീണരെ പട്ടിണിക്കും പരിവട്ടത്തിനും ഇരകളാക്കി അവരെ നഗരങ്ങളിലെ ചേരിപ്രദേശങ്ങളിലേക്ക് കുടികയറ്റി ദുരിതത്തിലാഴ്ത്തി. കേരളം, അസം മുതലായ മലയോരങ്ങളിൽ റബ്ബർ, കാപ്പി, തേയില മുതലായവയുടെ തോട്ടങ്ങൾ സ്ഥാപിക്കുകയും കൃഷി തന്നെ ഒരു വ്യവസായമായി മാറ്റുകയും ചെയ്തു. തീരപ്രദേശങ്ങളിൽ കയറുപിരിയും കയറ്റുപാ നെയ്ത്തും ഫാക്ടറി അടിസ്ഥാനത്തിൽ ആരംഭിച്ചു. കോഴിക്കോട്, കൊച്ചി, ആലപ്പുഴ തുടങ്ങിയ തുറമുഖങ്ങളിലൂടെ കയറുൽപ്പന്നങ്ങളും സുഗന്ധദ്രവ്യങ്ങളും മറ്റും കയറ്റുമതി ചെയ്യാൻ തുടങ്ങിയതോടെ കേരളത്തിന്റെ സാമ്പത്തികദിശ കുറെക്കൂടി വിദേശോന്മുഖമായി.

ഈ പരിവർത്തനങ്ങൾ കേരള സാമൂഹ്യവ്യവസ്ഥയെ കീഴ്മേൽ മറിക്കാൻ തുടങ്ങി. പഴയ ജാതിവ്യവസ്ഥയും ജാതികൃതമായ അനാചാരങ്ങളും തുടർന്നു എങ്കിലും അവയിലും മാറ്റങ്ങൾ പ്രത്യക്ഷപ്പെട്ടു. ഈ

മാറ്റങ്ങളിൽ ചിലവയെപ്പറ്റി ഇ എം എസ് നമ്പൂതിരിപ്പാട് വിവരിക്കുന്നു:

> ബ്രിട്ടീഷ് ഭരണം വരുന്നതുവരെ ഇവിടെ ഇല്ലാതിരുന്ന പല പുതിയ ജനവിഭാഗങ്ങളും വളർന്നുവന്നിട്ടുണ്ട്; മുമ്പുണ്ടായിരുന്നവരുടെ തന്നെ പ്രവൃത്തിസ്വഭാവവും അവർക്ക് നാട്ടുകാരോടുള്ള ബന്ധവും മാറിയിട്ടുണ്ട്. വാസ്തവം പറയുകയാണെങ്കിൽ, നമ്മുടെ സാമൂഹ്യഘടനയാകെ മാറിമറിഞ്ഞ് ആളുകൾ തമ്മിൽ തമ്മിലുള്ള ബന്ധം മുഴുവൻ കടപുഴകിയിട്ടുണ്ട്. (*ഇ എം എസ് സമ്പൂർണകൃതികൾ*, സഞ്ചിക 9, പേജ്-214)

പഴയ ആശാൻ കളരിയുടെ സ്ഥാനത്ത് പുതിയ പ്രാഥമിക വിദ്യാലയങ്ങളും ഇംഗ്ലീഷ് വിദ്യാലയങ്ങളും മറ്റും വളർന്നുവന്നിരിക്കുന്നു. പഴയ നാട്ടെഴുത്താശാനുപകരം പുതിയ 'മേഷ്ട്രന്മാർ' വന്നിരിക്കുന്നതിനെക്കുറിച്ച് കേസരി വേങ്ങയിൽ കുഞ്ഞിരാമൻനായർ സരസമായ ഒരു ഹാസ്യലേഖനം എഴുതിയിട്ടുണ്ട്. ഈ മാറ്റങ്ങളെക്കുറിച്ച് ഇ എം എസ് തുടരുന്നു:

> ഇതേ മാറ്റം നമ്മുടെ നാട്ടിൻപുറത്തെ സാമൂഹ്യജീവിതത്തിൽ മുഴുവൻ വന്നുകഴിഞ്ഞിരിക്കുന്നു. പഴയ രീതിയനുസരിച്ചുള്ള വെളക്കത്തലവൻ, കാവുതീയൻ മുതലായി ഓരോ ജാതികൾക്ക് വേറെ വേറെയുള്ള ക്ഷുരകൻ—സവർണ ഹിന്ദുവിന് വെളക്കത്തലവൻ, അവർണ ഹിന്ദുവിന് കാവുതീയൻ, മുസ്ലീമിന് ഓസാൻ മുതലായവ മിക്കവാറും ഇല്ലാതായിരിക്കുന്നു; അതിനുപകരം എല്ലാ ജാതിക്കാർക്കും പോകാവുന്നതും എല്ലാവരും പോകുന്നതുമായ ഷേവിങ് സലൂണുകൾ വന്നിരിക്കുന്നു. (ജാതിനിയമം കണിശമായി പാലിക്കുന്നവർപോലും "ഇന്ന ജാതിക്കാർക്കു മാത്രം ക്ഷൗരം ചെയ്തു കൊടുക്കു"മെന്നെഴുതിയ ബോർഡ് വച്ചുകൊണ്ടുള്ള സലൂൺ തുറക്കുകയാണ് ചെയ്യുന്നത്) അതുപോലെ, ഒരു വീട്ടിൽ ദീനക്കാരുണ്ടെന്നറിഞ്ഞാൽ അവിടെപ്പോയി രോഗിയെ പരിശോധിച്ച്, മരുന്നു നിശ്ചയിച്ച്, മരുന്നുണ്ടാക്കേണ്ടതെങ്ങനെയെന്ന് നിർദേശം കൊടുത്തുപോരുന്ന വൈദ്യനുപകരം മരുന്നുകളൊക്കെ ഉണ്ടാക്കി വിൽക്കുന്ന വൈദ്യശാലകൾ ധാരാളമായിരിക്കുന്നു; ഇതിനുംപുറമെ ഇതിൽനിന്നൊക്കെ വ്യത്യാസപ്പെട്ടുനിൽക്കുന്ന ഒരു പുതിയ ചികിത്സാരീതിയും അതിനനുസരിച്ച ഡോക്ടറും കമ്പൗണ്ടറും ആശുപത്രിയും മരുന്നും ധാരാളം പരന്നിട്ടുണ്ട്. ഇതുപോലെതന്നെ ആശാരി, മൂശാരി, കരുവാൻ, പെരിങ്കൊല്ലൻ മുതലായവരും പണ്ടത്തെപ്പോലെ 'ദേശത്താശാരി', 'ദേശത്ത് മൂശാരി' മുതലായ നിലയ്ക്ക് അതതു സ്ഥലത്ത് ജോലിചെയ്ത് അവകാശം വാങ്ങുന്നത് മാറ്റി, കൂടുതൽ നല്ല പ്രതിഫലം കിട്ടാനിടയുള്ള സ്ഥലത്തുപോയി പണിയെടുക്കുകയും കൂലി വാങ്ങുകയും ചെയ്തുവരുന്നു. മാത്ര

> മല്ല, ഇത്തരം ജോലികളിലേർപ്പെട്ട് മുമ്പ് ജീവിച്ചിരുന്ന പലരും അത് വിട്ട് മറ്റു ജോലികൾക്കും മറ്റ് നാടുകളിലേക്കും പോകാനും മറ്റ് ജോലികളിൽ ഏർപ്പെട്ടിരുന്ന പലരും ഇത്തരം ജോലികൾ നടത്താനും തുടങ്ങിയിരിക്കുന്നു. (ടി പുസ്തകം, പേജ് 214-15)

ഈ രീതിയിലുള്ള മാറ്റത്തെ സാമൂഹ്യ വിജ്ഞാനത്തിന്റെ ഭാഷയിൽ ഇ എം എസ് ഇങ്ങനെ വിലയിരുത്തുന്നു:

> ചുരുക്കിപ്പറയുകയാണെങ്കിൽ, പഴയ സാമൂഹ്യവ്യവസ്ഥയ്ക്കു കീഴിലുണ്ടായിരുന്ന പ്രവൃത്തിവിഭജനവും സ്വത്തുവിഭജനവും അടിപുഴകിയിരിക്കുന്നു; ഇന്നിന്ന ജാതിക്കാർ ഇന്ന ജോലി ചെയ്യുക, അതിനുപകരം ഇന്ന സംഖ്യ (വിളവിൻെറ ഇന്ന ഓഹരി, അല്ലെങ്കിൽ ആണ്ടറുതികൾക്കും അടിയന്തരങ്ങൾക്കും ഇന്നിന്ന 'അവകാശം') വാങ്ങുക എന്ന വ്യവസ്ഥ നശിച്ചിരിക്കുന്നു; ഇന്ന ജാതിയിൽ ജനിച്ചതുകൊണ്ട് ഇന്ന ജോലി ചെയ്യുകയെന്നും ഇന്നിന്ന കുടുംബങ്ങളിൽനിന്ന് ഇന്നിന്ന അവകാശങ്ങൾ വാങ്ങുകയെന്നുമുള്ള നിയമം ഇല്ലാതായിരിക്കുന്നു. ഇതിനുപകരം പുതിയൊരു സാമൂഹ്യവ്യവസ്ഥ, പുതിയ തരത്തിലുള്ളൊരു പ്രവൃത്തിവിഭജനം, പുതിയ തരത്തിലുള്ളൊരു സ്വത്തുവിഭജനം നിലവിൽ വന്നിരിക്കുന്നു. 'സ്വാതന്ത്ര്യം, സമത്വം, സാഹോദര്യ' മാണ് ഈ പുതിയ വ്യവസ്ഥയുടെ അടിസ്ഥാനമെന്നാണ് വച്ചിട്ടുള്ളത്. എന്നുവച്ചാൽ, ഓരോ ആൾക്കും, താൻ ജനിച്ച ജാതിയോ കുടുംബമോ നോക്കാതെ, ഇഷ്ടമുള്ള ജോലി പഠിക്കാം; പഠിച്ച ജോലി ചെയ്തു ജീവിക്കാം; ചെയ്ത ജോലിക്കനുസരിച്ചു പ്രതിഫലം കിട്ടും; പണിയിൽ സാമർഥ്യവും പരിചയവും ധാരാളം നേടിയ ഒന്നാംകിടക്കാരനാണെങ്കിൽ മേലേക്കിടയിലുള്ള നിരക്ക് കിട്ടും; മോശക്കാരനാണെങ്കിൽ മോശമായ നിരക്കും. ഇങ്ങനെ സ്വന്തം പ്രാപ്തിയും പരിശീലനവും അധ്വാനവും അനുസരിച്ച് ഇഷ്ടമുള്ള ജോലിചെയ്തു ജീവിക്കാൻ പഴയ ജാതി-ജന്മി-നാടുവാഴി വ്യവസ്ഥയിൻകീഴിലില്ലാതിരുന്ന സ്വാതന്ത്ര്യം ഓരോ വ്യക്തിക്കും നൽകിയതാണ് ബ്രിട്ടീഷ്ഭരണം നമ്മുടെ നാട്ടിൽവരുത്തിയ വമ്പിച്ച സാമൂഹ്യവിപ്ലവം. (ടി പുസ്തകം, പേജ് 215-16)

ഈ വമ്പിച്ച മാറ്റംമറിച്ചിലുകൾക്ക് 'വിപ്ലവം' എന്ന വിശേഷണം നൽകിയതുകൊണ്ടോ ഇതനുസരിച്ച് ചില പരമ്പരാഗത കെട്ടുപാടുകളിൽനിന്ന് പണിയെടുക്കുന്ന വർഗങ്ങൾക്ക് 'സ്വാതന്ത്ര്യം' ലഭിച്ചുവെന്നോ ഉള്ള പരാമർശംകൊണ്ടോ കൊളോണിയൽ ഭരണം ജനങ്ങൾക്ക് ഒരു അനുഗ്രഹമായി എന്ന തെറ്റിദ്ധാരണയ്ക്ക് വശംവദരാകരുത്. മുതലാളിത്ത വികസനത്തിന്റെ അനിവാര്യ സ്വഭാവമാണ് സ്വതന്ത്ര കമ്പോളത്തിൽ നിന്ന് അധ്വാനശക്തി വിലയ്ക്കുവാങ്ങാൻ മുതലാളിമാർക്ക് കഴിയും

വിധത്തിലുള്ള പുനഃസംവിധാനം. അതുകൊണ്ട് ഏതെങ്കിലും ജന്മി യോടോ അയാളുടെ ഭൂമിയോടോ പ്രതിബദ്ധത പുലർത്തുകമൂലം തൊഴി ലാളിയെ കൂലിക്കെടുക്കാൻ വിഘാതം സൃഷ്ടിക്കുന്ന ബന്ധനങ്ങൾ അറുത്തുമാറ്റുക എന്നത് മുതലാളിത്തത്തിന്റെ ആവശ്യമാണ്. മുതലാ ളിത്ത വികസനം നടന്ന ബ്രിട്ടൻ തങ്ങളുടെ അധിനിവേശ രാഷ്ട്രങ്ങളിൽ ആ മുതലാളിത്ത സമ്പ്രദായങ്ങൾ നടപ്പിലാക്കി ലാഭം കൊയ്യുന്നു എന്നു മാത്രം. *കമ്യൂണിസ്റ്റ് മാനിഫെസ്റ്റോയിൽ* (1848) മാർക്സും എംഗൽസും ഈ പ്രക്രിയയെക്കുറിച്ച് ഇപ്രകാരം വിവരിക്കുന്നു:

> ചരിത്രപരമായി നോക്കുമ്പോൾ ബൂർഷ്വാസി ഏറ്റവും വിപ്ലവ കരമായ ഒരു പങ്കു വഹിച്ചിട്ടുണ്ട്. ബൂർഷ്വാസി, അതിന് പ്രാബല്യം ലഭിച്ച പ്രദേശങ്ങളിലെല്ലാംതന്നെ, എല്ലാ ഫ്യൂഡൽ "പാട്രിയാർ ക്കൽ" (ഗോത്രാധിപത്യ), അകൃത്രിമ ഗ്രാമീണബന്ധങ്ങൾക്കും അറുതിവരുത്തി. മനുഷ്യനെ അയാളുടെ "സ്വാഭാവിക മേലാള ന്മാരു"മായി കൂട്ടിക്കെട്ടിയിരുന്ന നാടുവാഴിത്തച്ചരടുകളുടെ നൂലാ മാലയെ അത് നിഷ്കരുണം അറുത്തുമുറിച്ചു. മനുഷ്യനും മനു ഷ്യനും തമ്മിൽ, നഗ്നമായ സ്വാർഥമൊഴികെ, ഹൃദയശൂന്യമായ "രൊക്കം പൈസ"യൊഴികെ, മറ്റൊരു ബന്ധവും അത് ബാക്കി വച്ചില്ല. മതത്തിന്റെ പേരിലുള്ള ആവേശത്തിന്റെയും നിസ്വാർഥ മായ വീരശൂരപരാക്രമങ്ങളുടെയും മൂഢമതികളുടെ വികാരപരത യുടെയും ഏറ്റവും ദിവ്യമായ ആനന്ദനിർവൃതികളെ അത് സ്വാർഥ പരമായ കണക്കുകൂട്ടലിന്റെ മഞ്ഞുവെള്ളത്തിലാഴ്ത്തി. വ്യക്തി യോഗ്യതയെ അത് വിനിമയമൂല്യത്തിൽ അലിയിച്ചു. അലംഘ നീയങ്ങളായ അസംഖ്യം പ്രത്യേകാവകാശങ്ങളുടെ സ്ഥാനത്ത് അത് ഹൃദയശൂന്യമായ ഒരൊറ്റ അവകാശത്തെ—സ്വതന്ത്ര വ്യാപാരത്തെ—പ്രതിഷ്ഠിച്ചു. ഒറ്റ വാക്കിൽ പറഞ്ഞാൽ, മതപ രവും രാഷ്ട്രീയവുമായ വ്യാമോഹങ്ങളുടെ തിരശ്ശീലകൊണ്ട് മൂടിയ ചൂഷണത്തിനുപകരം നഗ്നവും നിർലജ്ജവും പ്രത്യക്ഷവും മൃഗീയവുമായ ചൂഷണം അത് നടപ്പാക്കി. (അധ്യായം 1)

അങ്ങനെ ഫ്യൂഡലിസത്തിന്റെ തകർച്ചയും ബൂർഷ്വാസിയുടെ ഉയർ ച്ചയും ചരിത്രപരമായി പരിശോധിച്ചാൽ ഒരു പുരോഗതി തന്നെയാ ണെങ്കിലും അത് സാമൂഹ്യജീവിതത്തെ കൂടുതൽ സുന്ദരമോ സ്നേ ഹമസൃണമോ ധർമാധിഷ്ഠിതമോ ആക്കുന്നില്ല. ധാർമിക ആദർശങ്ങൾ മറയത്ത് എറിയുകയും വർഗചൂഷണം രൂക്ഷമാക്കുകയും ആണ് മുതലാ ളിത്തം ചെയ്യുക എന്നത് ഇന്ത്യയുടെ കാര്യത്തിലും വ്യത്യസ്തമായി രുന്നില്ല എന്ന് ഇ എം എസ് തുടർന്ന് ചൂണ്ടിക്കാട്ടുന്നു:

> ചുരുക്കത്തിൽ നമ്മുടെ പഴയ സാമൂഹ്യഘടനയിലും സാമ്പ ത്തികവ്യവസ്ഥയിലും സംസ്കാരത്തിലും നമുക്ക് അഭിമാനിക്ക

> ത്തക്കതും വിലമതിക്കത്തക്കതുമായി എന്തെല്ലാമുണ്ടായിരുന്നുവോ, അതെല്ലാം (നമ്മുടെ കല, സാഹിത്യം) നശിപ്പിക്കുക; പുതിയ യൂറോപ്യൻ സംസ്കാരത്തിൽ നാം സ്വീകരിക്കേണ്ടതായി എന്തെല്ലാമുണ്ടോ, അതൊന്നും (സയൻസ്, നവീന വ്യവസായങ്ങൾ) നമുക്ക് കിട്ടാതിരിക്കുക; നമ്മുടെ പഴയ സാമൂഹ്യഘടനയിലെ ദോഷങ്ങളെല്ലാം (ഉദാ: ജാതിമേധാവിത്വം) കൂടുതൽ ഭയങ്കരമായിത്തീരുക—ഇതാണ് 150 കൊല്ലത്തിലധികം കാലത്തെ ബ്രിട്ടീഷ് ഭരണംകൊണ്ട് നമുക്ക് അനുഭവിക്കേണ്ടിവന്നത്. (ടി പുസ്തകം, പേജ് 256)

ഇങ്ങനെ ജനജീവിതം ദുർവഹം ആകുമ്പോഴും പടിഞ്ഞാറൻ രാഷ്ട്രങ്ങളിൽ സംഭവിച്ചതുപോലെ ബൂർഷ്വാവിപ്ലവം പൂർത്തിയാക്കുക എന്ന കടമപോലും കൊളോണിയൽ വാഴ്ചക്കാരോ അവരിൽനിന്ന് ഭരണം ഏറ്റെടുത്ത ഇന്ത്യൻ ബൂർഷ്വാ വർഗമോ നിർവഹിച്ചില്ല എന്നതാണ് ഇന്ത്യയുടെയും കേരളത്തിന്റെയും ദുരവസ്ഥയുടെ മൂലം. സി പി ഐ (എം) *പാർടി പരിപാടി*യിൽ ഇപ്രകാരം ഈ ദുരവസ്ഥയെ 'ജനകീയ ജനാധിപത്യവും അതിന്റെ പരിപാടിയും' എന്ന ആറാം അധ്യായത്തിൽ വിവരിച്ചിരിക്കുന്നു:

> ഉയർന്നുവരുന്ന ബൂർഷ്വാസിയാൽ തകർക്കപ്പെട്ട പ്രാങ് മുതലാളിത്ത സമൂഹത്തിന്റെ ചാരത്തിന്മേലാണ് വികസിത മുതലാളിത്ത രാജ്യങ്ങളിൽ മുതലാളിത്തം വളർന്നുവന്നതെങ്കിൽ, അതിനു വിരുദ്ധമായി ഇന്ത്യൻ പ്രാങ് മുതലാളിത്ത സമൂഹത്തിനുമേൽ മുതലാളിത്തത്തെ അടിച്ചേൽപ്പിക്കുകയാണുണ്ടായത്. മുതലാളിത്തത്തിന്റെ സ്വതന്ത്രമായ വികസനത്തിനുള്ള ഏറ്റവും പ്രധാനപ്പെട്ട മുന്നുപാധികളിൽ ഒന്നാണ് പ്രാങ് മുതലാളിത്തത്തെ തകർക്കുക എന്നത്. എന്നാൽ തങ്ങളുടെ വാഴ്ചക്കാലത്ത് ബ്രിട്ടീഷ് കോളനി ഭരണാധികാരികളോ സ്വാതന്ത്ര്യത്തിനുശേഷം ഭരണം ഏറ്റെടുത്ത ഇന്ത്യൻ ബൂർഷ്വാസിയോ അതിനെ തകർക്കാൻ ശ്രമിക്കുകയുണ്ടായില്ല. അതിനാൽ ഇന്നത്തെ ഇന്ത്യൻ സമൂഹം കുത്തക മൂലധനമേധാവിത്വവും ജാതി-മത-ഗോത്ര സ്ഥാപനങ്ങളും തമ്മിലുള്ള ഒരു സവിശേഷ സംയോഗമാണ്. അതിനാൽ ജനാധിപത്യ വിപ്ലവം പൂർത്തിയാക്കുന്നതിനും സോഷ്യലിസത്തിലേക്കുള്ള പരിവർത്തനത്തിന് പശ്ചാത്തലമൊരുക്കുന്നതിനുംവേണ്ടി, പ്രാങ് മുതലാളിത്ത സമൂഹത്തെ തകർക്കുന്നതിൽ താൽപ്പര്യമുള്ള എല്ലാ പുരോഗമന ശക്തികളെയും ഒന്നിപ്പിക്കുകയും വിപ്ലവശക്തികളെ അരക്കിട്ടുറപ്പിക്കുകയും ചെയ്യുന്നത് തൊഴിലാളിവർഗത്തിന്റെയും അതിന്റെ പാർടിയുടെയും കടമയായിത്തീർന്നിരിക്കുന്നു.

കൊളോണിയൽ വാഴ്ച എന്ന ബാഹ്യശക്തിയുടെ ഇടപെടൽ സൃഷ്ടിച്ച

ഈ സാഹചര്യങ്ങളിലാണ്, ഈ സാഹചര്യങ്ങളെ മറികടക്കാനുള്ള ശ്രമമായിട്ടാണ് സ്വാതന്ത്ര്യസമരവും അതിന് കളമൊരുക്കിയ നവോത്ഥാനവും ഭാരതത്തിൽ എന്നപോലെ കേരളത്തിലും സംഭവിച്ചത്. ഈ സാഹചര്യങ്ങൾ സ്വാഭാവികമായും പുതിയ ആദർശങ്ങൾക്കും ആശയങ്ങൾക്കും ജന്മം നൽകി. ഈ പരിവർത്തന പ്രവണതകൾ ജന്മം നൽകിയ ആദർശങ്ങളും സിദ്ധാന്തങ്ങളും ആ പരിവർത്തന പ്രവണതകളെ ത്വരിതപ്പെടുത്തി. അങ്ങനെ ഭൗതിക അടിത്തറയും അതിന്റെ മേൽപ്പുരയായ ആശയാദർശങ്ങളും ആദാനപ്രദാനങ്ങളിലൂടെ ചരിത്രഗതിക്ക് വഴിയൊരുക്കി. ഈ ആശയങ്ങളിൽ പ്രധാനപ്പെട്ട മാനവികത, ജനാധിപത്യം, മതനിരപേക്ഷത (മതേതരത്വം), യുക്തിവാദം, സോഷ്യലിസം (മാർക്സിസം) എന്നിവയുടെ ഉയർച്ചയും വളർച്ചയും അടുത്ത അധ്യായത്തിൽ നമുക്ക് പരിശോധിക്കാം.

പുല്ലാങ്കുഴൽ വായിക്കുന്ന വനിത:
യവന മാനവികതയുടെ പ്രതീകം

5 നവോത്ഥാനവും സിദ്ധാന്ത പഞ്ചകവും

നവോത്ഥാനത്തിന്റെ ഭാഗമായും അതിന്റെ തുടർച്ചയായും നവോത്ഥാനത്തിന് പ്രേരകമായി നവോത്ഥാനത്തിന്റെ മൂർധന്യഘട്ടം കഴിഞ്ഞ ശേഷവും തുടരുന്നതും ആയ മറ്റൊരു സാമൂഹ്യ പ്രക്രിയയാണ് മോഡേണൈസേഷൻ അഥവാ ആധുനികീകരണം. കഴിഞ്ഞ അധ്യായത്തിൽ നാം വിവരിച്ച നാടുവാഴിവ്യവസ്ഥയുടെ തകർച്ചയും പുതിയ ബൂർഷ്വാ രൂപങ്ങളുടെ വളർച്ചയും ശാസ്ത്ര-സാങ്കേതിക വിദ്യകളുടെ വികാസത്തോടെ സാധ്യമായിത്തീർന്ന വ്യാവസായിക പുരോഗതിയും മറ്റും ആധുനികീകരണത്തിന്റെ ലക്ഷണങ്ങളാണ്. സാമാന്യമായി പറഞ്ഞാൽ നവോത്ഥാനം വിചാര വികാരങ്ങളെയും സാഹിത്യാദികലകളെയും ദാർശനിക പരിപ്രേക്ഷ്യങ്ങളെയും മൂല്യവ്യവസ്ഥയെയും ഇവയെല്ലാം ചേർന്ന സമഗ്രമായ സംസ്കാരത്തെയും മാറ്റിത്തീർക്കുന്ന ആത്മനിഷ്ഠമായ ഒരു പ്രക്രിയയാണ്. എന്നാൽ ആധുനികീകരണത്തിന് ആത്മനിഷ്ഠവശങ്ങൾ തീരെ ഇല്ലെന്ന് പറഞ്ഞുകൂടെങ്കിലും അത് മുഖ്യമായും പ്രകടമാകുന്നത് സമൂഹത്തിലെ വസ്തുനിഷ്ഠ സാഹചര്യങ്ങളിലാണ്.

(ഇവിടെ പരാമർശിക്കുന്ന ആധുനികീകരണത്തെ 19-ാം നൂറ്റാണ്ടിന്റെ അന്ത്യപാദത്തിൽ ആരംഭിച്ച സാഹിത്യ കലാരംഗങ്ങളിലെ 'മോഡേണിസം' അഥവാ 'ആധുനികതാവാദ'വുമായി കൂട്ടിക്കുഴയ്ക്ക

രുത്. 19-ാം നൂറ്റാണ്ടിന്റെ അവസാനപാദത്തിൽ ഫ്രാൻസിൽ മത്തീസെ, ഗോഗിൻ, ദേഗാസ്, വാൻഗോഗ് തുടങ്ങിയവർ ആരംഭിക്കുകയും പിക്കാസൊ, സാൽവദോർ ദാലി തുടങ്ങിയവരോടുകൂടി ഉച്ചസ്ഥായി ആവുകയും ചെയ്ത ഇംപ്രഷനിസം, ക്യൂബിസം, ദാദായിസം തുടങ്ങിയ ചിത്രകലാ ശൈലീമാറ്റങ്ങൾ ആധുനികതാവാദത്തിന് ഉദാഹരണങ്ങളാണ്. ചിത്രകല യാഥാർഥ്യത്തെ പച്ചയായി പകർത്തൽ അല്ലെന്നും ചിത്രകാരന്റെ ഭാവനാനുസൃതം യാഥാർഥ്യത്തെയോ അല്ലെങ്കിൽ സ്വപ്ന ദർശനങ്ങളെയോ വരയും വർണങ്ങളുമായി പുനരാവിഷ്കരിക്കലാണ് എന്നും ഇവർ സിദ്ധാന്തിക്കുന്നു. ഗദ്യസാഹിത്യത്തിൽ ഉളീസിസ് എഴുതിയ ജയിംസ് ജോയ്സിന്റെ ബോധധാര സമ്പ്രദായവും ശിഥിലചിന്തകളും ദൃശ്യങ്ങളും പൗർവാപര്യദീക്ഷ കൂടാതെ ആവിഷ്കരിക്കുന്ന ടി എസ് എലിയട്ടിന്റെ *വെയ്സ്റ്റ് ലാൻഡ്* അഥവാ *ഊഷരഭൂമി* എന്ന കവിതയും സാമുവെൽ ബെക്കറ്റിന്റെ *ഗോഥോയെ കാത്ത്* എന്ന നാടകവും മറ്റും ഈ ആധുനികതാവാദത്തിന്റെ സാഹിത്യ നിദർശനങ്ങളാണ്. ഈ ആധുനികതാവാദം ഇരുപതാം നൂറ്റാണ്ടിന്റെ ഉത്തരാർധത്തോടുകൂടി കാലഹരണപ്പെട്ട് ആധുനികോത്തര കാലവും ശൈലിയും രൂപപ്പെട്ടതും ഓർക്കുക.)

ചരിത്രത്തെ പ്രാചീനകാലം, മധ്യകാലം, ആധുനികകാലം എന്നിങ്ങനെ യൂറോപ്യൻ അനുഭവത്തെ മുൻനിർത്തി വിഭജിച്ചപ്പോൾ മധ്യകാലത്തെ ആധുനിക കാലത്തുനിന്നും വേർപെടുത്തുന്ന അതിർത്തി മേഖലയിലെ സാംസ്കാരിക പരിവർത്തനങ്ങൾക്കാണ് നവോത്ഥാനം എന്ന പേര് വാർന്നുവീണത്. ഇക്കാര്യം ഒന്നാം അധ്യായത്തിൽ വിവരിച്ചിട്ടുണ്ടല്ലോ. ഈ നവോത്ഥാനകാലം തൊട്ടുള്ള സാമ്പത്തികവും രാഷ്ട്രീയവും സാമൂഹ്യവും ആയ മാറ്റങ്ങളെ എടുത്തുകാട്ടാനാണ് ചരിത്രത്തിലും സാമൂഹ്യവിജ്ഞാനീയത്തിലും ആധുനികീകരണം എന്ന സാങ്കേതിക സംജ്ഞ ഉപയോഗപ്പെടുത്തിവരുന്നത്. ഇതിനെ ആസ്പദമാക്കി ആധുനിക രാഷ്ട്രീയം, ആധുനിക സമ്പദ്വ്യവസ്ഥ, ആധുനിക വിദ്യാഭ്യാസം എന്നൊക്കെ പരാമർശിക്കാറുണ്ട്. ആധുനികതാവാദ സാഹിത്യം, കല എന്നിവയെ ഒന്നും സ്പർശിക്കാതെ ഈ കാലയളവ് മുതൽ പഴയ ലത്തീൻ സാഹിത്യത്തെ തിരസ്കരിച്ച് സാധാരണ ഇംഗ്ലീഷുകാർ സംസാരിക്കുന്ന ഇംഗ്ലീഷിൽ *കാന്റർബറി ടേൽസ്* എഴുതിയ ചോസറെയും (1340-1400) ഇറ്റാലിയൻ നാട്ടുഭാഷയിൽ *ഡിവൈൻ കോമഡി* എഴുതിയ ദാന്തെയെയും (1265-1321) റഷ്യൻ നാട്ടുഭാഷയിൽ *ദി ക്യാപ്റ്റൻസ് ഡോട്ടർ* എഴുതിയ അലക്സാണ്ടർ പുഷ്കിനെയും (1799-1837) സ്പാനിഷ് ഭാഷയിലെ *ഡോൺ ക്യുക്ക്സോട്ട്* എഴുതിയ സെർവാന്റിസും (1547-1616) മറ്റും ആധുനിക യൂറോപ്യൻ സാഹിത്യത്തിന്റെ ആദ്യ പഥികരായി പരിഗണിക്കപ്പെടുന്നു.

തുടർന്ന് ജർമൻകാരനായ മാർട്ടിൻ ലൂഥർ (1483-1546) ആരംഭിച്ച മതനവീകരണവും പോളണ്ടുകാരനായ കോപ്പർനിക്കസ് തൊടുത്തുവിട്ട

ഒന്നാം വൈജ്ഞാനിക വിപ്ലവവും ഇംഗ്ലണ്ടിൽ പതിനേഴാം നൂറ്റാണ്ടിൽ നടന്ന രാജാധിപത്യ വിരുദ്ധ കലാപവും പതിനെട്ടാം നൂറ്റാണ്ടിന്റെ ആദ്യ പകുതിയിൽ ഫ്രാൻസിൽ വ്യാപിച്ച പ്രബുദ്ധതയുഗവും മറ്റും നവോത്ഥാനത്തിന്റെ തുടർച്ചയും ആധുനികീകരണത്തിന്റെ വിവിധ മണ്ഡലങ്ങളിലെ പ്രയോഗവും ആയിരുന്നു. ഇവയെല്ലാം അനവധി പുത്തൻ സിദ്ധാന്തങ്ങൾക്കും പരിപ്രേക്ഷ്യങ്ങൾക്കും ജന്മം നൽകി. കേരളം ഉൾപ്പെടെ ഇന്ത്യയിലെ നവോത്ഥാനത്തിന് ഊർജം പകർന്ന അഞ്ച് സിദ്ധാന്തങ്ങളാണ് കഴിഞ്ഞ അധ്യായത്തിന്റെ അവസാനം സൂചിപ്പിച്ച മാനവികത, ജനാധിപത്യം, മതനിരപേക്ഷത, യുക്തിവാദം, സോഷ്യലിസം എന്നിവ. ചുരുക്കമായി അവയുടെ രൂപഭാവങ്ങളും കേരളത്തിലെ നവോത്ഥാന പ്രക്രിയയിൽ അവ വഹിച്ച പങ്കും അവയുമായി ബന്ധപ്പെട്ട നവോത്ഥാന നായകരുടെ വിവരങ്ങളും ആണ് ഈ അധ്യായത്തിൽ തുടർന്നു വിവരിക്കുന്നത്.

1. മാനവികത

ഹ്യൂമനിസം അഥവാ മാനവികം അഥവാ മാനവികതാവാദം ഒരു സങ്കൽപ്പനവും സിദ്ധാന്തവും ആയി തീർന്നത് പത്തൊമ്പതാം നൂറ്റാണ്ടിൽ യൂറോപ്യൻ നവോത്ഥാനത്തെക്കുറിച്ചുള്ള പഠന ഗവേഷണങ്ങൾ ഊർജിതപ്പെട്ടപ്പോഴാണ്. ഇന്ന് നാം മനസ്സിലാക്കുന്ന വിധത്തിൽ യൂറോപ്യൻ നവോത്ഥാനത്തെ സമഗ്രമായ ചരിത്രവീക്ഷണത്തോടെ പണ്ഡിതന്മാർ തിരിച്ചറിയാൻ തുടങ്ങിയതും പത്തൊമ്പതാം നൂറ്റാണ്ടിൽ ത്തന്നെ. പക്ഷേ അതിനർഥം മാനവികതാവാദത്തിൽ കാതലായ അംശം 19-ാം നൂറ്റാണ്ടിലോ അല്ലെങ്കിൽ അതിന്റെ വസന്തകാലമായി പരിഗണിക്കപ്പെടുന്ന നവോത്ഥാന കാലത്തോ പൊടുന്നനവെ പ്രത്യക്ഷപ്പെട്ടതാണെന്നല്ല. വാസ്തവം പറഞ്ഞാൽ മാനവചരിത്രത്തിന്റെ തുടക്കം തൊട്ടുതന്നെ മാനവികതാവാദത്തിന്റെ പൊരുൾ സ്വാംശീകരിച്ച് പ്രചരിപ്പിച്ചു പോന്ന കവികളും ദാർശനികരും മതാചാര്യന്മാരും കലാപ്രതിഭകളും ചിലപ്പോൾ ഭരണാധികാരികൾപോലും ഉണ്ടായിരുന്നു. ഹോമറിന്റെയും സോഫോക്ലിസിന്റെയും വാൽമീകിയുടെയും വ്യാസന്റെയും കൃതികളിലും ബുദ്ധന്റെയും ക്രിസ്തുവിന്റെയും മൊഹമ്മദിന്റെയും മറ്റും പ്രവചനങ്ങളിലും അതിന്റെ മിന്നലാട്ടങ്ങൾ പ്രകാശം പരത്തുന്നുണ്ട്. ശാബത്ത് നാളിൽ തന്റെ ശിഷ്യന്മാർ വയലിൽക്കൂടി നടന്നുപോകുമ്പോൾ വിശപ്പടക്കാനായി ഗോതമ്പ് കതിർമണികൾ വലിച്ചെടുത്ത് ഉമി കളഞ്ഞ് തിന്നതിനെ ശാബത്ത് നാളിൽ പണിയെടുത്തുകൂടെന്ന തിരുവെഴുത്തുകളുടെ നിഷേധം ആണെന്ന് ആക്ഷേപിച്ചവരോട് “ശാബത്ത് മനുഷ്യർക്കു വേണ്ടിയാണെന്നും മനുഷ്യൻ ശാബത്തിനു വേണ്ടിയല്ലെന്നും” ആയിരുന്നു ക്രിസ്തുവിന്റെ പ്രതികരണം.

ഇതേ ആശയത്തിന്റെ ദാർശനികമായ ആവിഷ്കാരം ക്രിസ്തുവിനു മുമ്പുതന്നെ ഒരു യവന മനീഷിയായ അബ്ദേറായിലെ പ്രോട്ടഗോറസ്

(ബി സി ഇ 485-420) ഇപ്രകാരം നടത്തിയിരുന്നു, "എല്ലാത്തിന്റെയും മാന ദണ്ഡം മനുഷ്യനായിരിക്കണം." ഗ്രീക്ക് പ്രതിമാശിൽപ്പത്തിലും ചിത്ര കലയിലും മറ്റും സ്ത്രീപുരുഷ ശരീരത്തിലെ നഗ്നതയെ സുന്ദരമായി ആവിഷ്കരിക്കുന്ന രീതി മാനവികതയുടെ വിളംബരമാണ്. മെസോ പൊട്ടേമിയയിലെ അഷൂർ ബെനി പാൽ, ഈജിപ്തിലെ തുത്തമാൻ ഖേൻ, ഇന്ത്യയിലെ അശോകൻ, റോമിലെ മാർക്കസ് ഔറൂലിയസ് തുടങ്ങിയ പ്രാചീന ഭരണാധികാരികളും മാനവികതാ മനോഭാവത്തിന്റെ പ്രതീകങ്ങളായിരുന്നു.

ഇങ്ങനെയൊക്കെ ആണെങ്കിലും മാനവികതാവാദം സമൂഹത്തിന്റെ സമഗ്രമായ വീക്ഷണവും വഴികാട്ടിയും മറ്റെല്ലാവിധ പ്രവർത്തന ങ്ങൾക്കും മൂല്യങ്ങൾക്കും ദിശാബോധം നൽകുന്ന പരിപ്രേക്ഷ്യമായി വളരാനും വളർത്താനും ശ്രമം ആരംഭിച്ചത് ഇറ്റാലിയൻ നവോത്ഥാന കാലം തൊട്ടാണ്. യൂറോപ്യൻ മാനവികതാവാദത്തിന്റെ പിതാവായി ചരിത്രകാരന്മാർ വിലയിരുത്തുന്നത് ഫ്രാൻസിസ്കോ പെട്രാർക്കിനെ യാണ് (1304-1374). തുടർന്ന് പല ദാർശനികരും പരിഷ്കർത്താക്കളും കവികളും ചിത്രകാരന്മാരും വാസ്തുശിൽപ്പികളും മറ്റും പെട്രാർക്കിനെ ത്തുടർന്ന് യൂറോപ്യൻ മാനവികതയെ വളർത്തുകയും നവോത്ഥാനത്തെ ശക്തിപ്പെടുത്തുകയും ചെയ്തിട്ടുണ്ട്.

പരമ്പരാഗതമായ ആചാരാനുഷ്ഠാനങ്ങളോ തിരുവെഴുത്തുകളുടെ അംഗീകാരമോ അധികാര സ്ഥാനങ്ങളുടെ ഉത്തരവുകളോ പരലോക പ്രീതിയോ അല്ല മനുഷ്യന്റെ വിശ്വാസത്തെയും കർമ്മ പദ്ധതികളെയും നിശ്ചയിക്കേണ്ടത് എന്നും സമകാലിക ജീവിതം ഉയർത്തുന്ന പ്രശ്ന ങ്ങൾ പരിഹരിക്കാൻ മനുഷ്യസംതൃപ്തിയെ ലക്ഷ്യമാക്കിയുള്ള വീക്ഷ ണമാണെന്നും മാനവികതാവാദം നിർദേശിക്കുന്നു. ഈ വീക്ഷണ ത്തിന്റെ അടിസ്ഥാനത്തിൽ നിലവിലുള്ള എല്ലാ സംവിധാനങ്ങളെയും പരിശോധിച്ച് പുനഃക്രമീകരിക്കണം. ഈ മാനവികതാവാദത്തിന്റെ വിവിധ മേഖലകളിൽ ഉള്ള പ്രയോഗമാണ് മതനവീകരണം, ആചാര പരിഷ്കാരം, ജനാധിപത്യം, യുക്തിവാദം, സോഷ്യലിസം, കമ്യൂണിസം മുതലായവ എല്ലാം.

ജനാധിപത്യത്തിനും യുക്തിവാദത്തിനും സോഷ്യലിസത്തിനും മറ്റും വേണ്ടിയുള്ള സംഘടിത പ്രയത്നങ്ങൾ മാനവികതയുടെ പേരിൽ നടന്നിട്ടില്ലെങ്കിലും ആ പ്രസ്ഥാനങ്ങൾക്കെല്ലാം മിഴിവും ന്യായീകര ണവും ദിശാബോധവും നൽകിയത് മാനവികതാവാദമാണ്. സാമൂഹ്യ പരിഷ്കർത്താവ് വിധവാവിവാഹം അനുവദിക്കണം എന്ന് വാദിക്കു മ്പോഴും യുക്തിവാദി മന്ത്രവാദത്തെ അപലപിക്കുമ്പോഴും ജനാധിപത്യ പ്രസ്ഥാന പ്രവർത്തകൻ ജാതി മത വ്യത്യാസമോ ധനസ്ഥിതിയോ പരിഗണിക്കാതെ സാർവത്രികമായ പ്രായപൂർത്തി സമ്മതിദാനാവ കാശം വേണമെന്ന് ആവശ്യപ്പെടുമ്പോഴും അവയുടെ പുറകിലെ ആദർശം മാനവികതയുടേതാണെന്ന് കാണാം. നവോത്ഥാനത്തിന്റെ

നാനാതുറകളിൽ ഉള്ള പ്രവർത്തനങ്ങളിൽ വെള്ളിവെളിച്ചമായി വർത്തിക്കുന്നത് മാനവികതയാണ്.

(ഇപ്രകാരം ദീർഘവും പുരോഗമനപരവും ആയ പാരമ്പര്യമാണ് ഹ്യുമനിസത്തിന് ഉള്ളത് എങ്കിലും 20-ാം നൂറ്റാണ്ടിന്റെ ഉത്തരാർധത്തിൽ ഈ പദത്തിനും സങ്കൽപ്പനത്തിനും എതിരെ ചില വാദമുഖങ്ങൾ ഉയരുകയുണ്ടായി. ഫ്രഞ്ച് മാർക്സിസ്റ്റ് ദാർശനികനായ ലൂയി അൽത്തുസർ (1918-1990) 1969-ൽ സുപ്രസിദ്ധവും വിവാദ വിഷയവുമായ *ഫോർ മാർക്സ്—മാർക്സിനുവേണ്ടി*—എന്ന പുസ്തകം പ്രസിദ്ധീകരിച്ചതിനെത്തുടർന്നാണ് ഈ തർക്കം ഉത്ഭവിച്ചത്. ഇംഗ്ലീഷ് മാർക്സിസ്റ്റ് ദാർശനികനായ ജോൺ ല്യൂവിസ് ഉൾപ്പെടെ ഭൂരിപക്ഷം മാർക്സിസ്റ്റ് ചിന്തകരും അൽത്തുസറിന്റെ വാദം തള്ളുകയും മാർക്സിസത്തിന്റെ പരമ്പരാഗത മാനവികതാ പ്രതിബദ്ധത ഉയർത്തിപ്പിടിക്കുകയും ചെയ്തെങ്കിലും അൽത്തുസറിന്റെ വാദഗതി അദ്ദേഹത്തിന്റെ ചരമശേഷവും പലരും തുടരുന്നുണ്ട്. യത്തിയൻ ബലിബാർ, പിയറി മെച്ചേലി തുടങ്ങിയ പല പ്രശസ്തരും അൽത്തുസറിന്റെ പിൻഗാമികളായുണ്ട്. മാർക്സിന്റെ ചിന്തയെയും കർമപദ്ധതിയെയും മാനവികതയുമായി കൂട്ടിയിണക്കാനുള്ള ശ്രമം മാർക്സിന്റെ ശാസ്ത്രീയ വീക്ഷണത്തിൽ വെള്ളം ചേർക്കുന്നു എന്നും മറ്റുമാണ് അൽത്തുസറിന്റെ വാദം. ആശയ വ്യക്തതയ്ക്ക് ഉപകരിക്കുന്ന വിവാദങ്ങൾക്ക് ഒരു പൂർവപക്ഷം എന്ന നിലയിൽ അൽത്തുസറിന്റെ വാദം പരിഗണനാർഹം ആണെങ്കിലും അതിന്റെ ആത്യന്തിക സാധുതയെക്കുറിച്ച് ഈ ലേഖകന് ഉറപ്പില്ല.)

2. ജനാധിപത്യം

യൂറോപ്യൻ നവോത്ഥാനം ജനാധിപത്യ പ്രസ്ഥാനത്തിനോ മാറ്റങ്ങൾക്കോ അത്രവേഗം ഒന്നും തുടക്കം കുറിച്ചില്ല. ജനാധിപത്യ പരിഷ്കാരങ്ങൾക്കും വിപ്ലവങ്ങൾക്കും നവോത്ഥാനം കളമൊരുക്കി എങ്കിലും അവ സാക്ഷാൽക്കരിക്കാൻ നൂറ്റാണ്ടുകൾ വേണ്ടിവന്നു. അത്തരം വിപ്ലവങ്ങളിൽ പ്രധാനം പതിനേഴാം നൂറ്റാണ്ടിന്റെ പൂർവാർധത്തിൽ നടന്ന ഡച്ച് റിപ്പബ്ലിക്കൻ വിപ്ലവവും അതേ നൂറ്റാണ്ടിന്റെ മധ്യത്തിൽ ഇംഗ്ലണ്ടിൽ 1649-ൽ ക്രോംവെലിന്റെ നേതൃത്വത്തിൽ നടന്ന രാജാധിപത്യവിരുദ്ധ കലാപവും 1776-ലെ അമേരിക്കൻ സ്വാതന്ത്ര്യസമരവും 1789-ലെ ഫ്രഞ്ച് ജനാധിപത്യ വിപ്ലവവും. ഈ ജനാധിപത്യ വിപ്ലവങ്ങൾ പ്രായപൂർത്തി വോട്ടവകാശത്തിലേക്കും വനിതാ സമ്മതിദാനാവകാശത്തിലേക്കും മുന്നേറാൻ പിന്നെയും നാളുകൾ ഏറെ വേണ്ടിവന്നു.

എന്നാൽ ഇന്ത്യയിൽ 19-ാം നൂറ്റാണ്ടിന്റെ തുടക്കത്തിൽ നവോത്ഥാന പ്രവണതകൾ ആരംഭിക്കുമ്പോഴേക്കും അമേരിക്കൻ സ്വാതന്ത്ര്യ സമരത്തിന്റെയും ഫ്രഞ്ച് ജനാധിപത്യ വിപ്ലവത്തിന്റെയും ലാറ്റിനമേരിക്കയിൽ സൈമൺ ബൊളീവറുടെയും മറ്റും നേതൃത്വത്തിൽ വ്യാപിച്ചു

കൊണ്ടിരുന്ന സ്പാനിഷ്വിരുദ്ധ വിമോചനസമരങ്ങളുടെയും മറ്റും കഥകളും ആശയങ്ങളും പ്രചരിച്ചുതുടങ്ങിയിരുന്നു. അതുകൊണ്ട് നവോത്ഥാനത്തോടൊപ്പംതന്നെ രാഷ്ട്രീയ സ്വാതന്ത്ര്യത്തിനും ജനാധിപത്യത്തിനും അനുകൂലമായ പ്രക്ഷോഭവും വളരുകയായിരുന്നു. പക്ഷേ ഇന്ത്യയിലെ ഇംഗ്ലീഷ് അഭ്യസ്തവിദ്യരായ നേതാക്കൾക്കോ ബംഗാളിലും മറ്റും വ്യാപിച്ചുതുടങ്ങിയ നവോത്ഥാന നായകർക്കോ 1857-59 ലെ ഒന്നാം സ്വാതന്ത്ര്യസമരത്തോട് വലിയ ആഭിമുഖ്യമൊന്നും തോന്നിയിരുന്നില്ല. 19-ാം നൂറ്റാണ്ടിന്റെ ഉത്തരാർധത്തിൽ സ്വാതന്ത്ര്യത്തോടും ജനാധിപത്യത്തോടും ഉള്ള ഈ അലസമനോഭാവം അപ്രത്യക്ഷപ്പെടുകയും 1885-ലെ ഇന്ത്യൻ നാഷണൽ കോൺഗ്രസിന്റെ സ്ഥാപനത്തിന് അരങ്ങൊരുങ്ങുകയും ചെയ്തു. കേരളത്തിലെ നവോത്ഥാനത്തിന്റെ വൈകിപ്പോയ തുടക്കം 19-ാം നൂറ്റാണ്ടിന്റെ അന്ത്യപാദത്തിൽ ആകയാൽ രാഷ്ട്രീയ ജനാധിപത്യ പ്രസ്ഥാനവും നവോത്ഥാന പ്രവർത്തനങ്ങളും പരസ്പരം തോളോടുതോളുരുമി മുന്നോട്ടുനീങ്ങി.

കേരളത്തിലെ നവോത്ഥാന പ്രസ്ഥാനത്തിന്റെ ചരിത്രത്തിൽ അരുവിക്കര പ്രതിഷ്ഠ ഉൾപ്പെടെ പല പ്രധാനപ്പെട്ട സംഭവങ്ങളും നടന്ന ദശാസന്ധിയെക്കുറിച്ച് ഇതിൽ പിന്നീട് വിവരിക്കുന്നുണ്ട്. ആ വർഷത്തിലാണല്ലോ കേരളത്തിന്റെ തെക്കുഭാഗമായിരുന്ന തിരുവിതാംകൂർ നാട്ടുരാജ്യത്തിൽ വളരെ പരിമിതമായ അധികാരത്തോടുകൂടി നോമിനേറ്റ് ചെയ്യപ്പെട്ട അംഗങ്ങൾ ഉൾപ്പെടുന്നതാണെങ്കിലും പേരിനൊരു നിയമനിർമാണസഭ സ്ഥാപിക്കപ്പെട്ടത്. അപ്പോഴേക്കും വർത്തമാന പത്രങ്ങളും മറ്റ് കാലികങ്ങളും കേരളത്തിന്റെ വിവിധ ഭാഗങ്ങളിൽനിന്ന് പുറപ്പെടാനും പ്രചരിക്കാനും തുടങ്ങിയിരുന്നു. നാട്ടുകാരായ യോഗ്യതയുള്ള അഭ്യസ്തവിദ്യരുള്ളപ്പോൾ മേൽത്തരം ഉദ്യോഗങ്ങൾക്ക് സംസ്ഥാനത്തിനു പുറത്തുനിന്നും ആളുകളെ ഇറക്കുമതി ചെയ്യുന്ന ഏർപ്പാടിനെതിരെ മലയാളി മെമ്മോറിയൽ പ്രക്ഷോഭം തുടങ്ങിയതും ഈ ഘട്ടത്തിൽത്തന്നെ.തുടർന്ന് ജാതികൃതമായ അസമത്വങ്ങൾക്കെതിരെയും മറ്റുമായി വേറെയും മറ്റ് മെമ്മോറിയലുകൾ സമർപ്പിക്കപ്പെട്ടു.

മാധ്യമങ്ങളും ഈ പ്രക്ഷോഭങ്ങളും യൂർഗൻ ഹെബർമാസിന്റെ സിദ്ധാന്തപ്രകാരം ഒരു വ്യാപകമായ 'പബ്ലിക് സ്ഫിയർ' അഥവാ പൊതുമണ്ഡലം വളരാൻ ഇടവരുത്തി. സർക്കാരിൽനിന്ന് ലഭിക്കേണ്ട ആവശ്യങ്ങളെയും ആനുകൂല്യങ്ങളെയും കുറിച്ചും ഭരണാധികാരികളുടെ കൊള്ളരുതായ്മകളെക്കുറിച്ചും മറ്റും അക്കാലംവരെ ഇല്ലാതിരുന്ന പരസ്യ വിവാദങ്ങൾക്ക് മാധ്യമങ്ങളും പ്രക്ഷോഭ വേദികളും നിലവിൽ വന്നു. ഈ പുരോഗതി ഒടുവിൽ സാംസ്കാരിക നായകനും പൊതുപ്രവർത്തകനും പത്രാധിപരും ആയിരുന്ന സ്വദേശാഭിമാനി രാമകൃഷ്ണപിള്ളയുടെ നാടുകടത്തലിൽ കലാശിച്ചപ്പോൾ തിരുവിതാംകൂർ ജനാധിപത്യപ്രസ്ഥാനം പ്രായപൂർത്തിയിലേക്ക് കാലെടുത്തു കുത്തുകയായിരുന്നു. ഈ നിർണായക സംഭവത്തിന് മുമ്പുതന്നെ ബാരിസ്റ്റർ ജി പി

പിള്ള, സി വി രാമൻപിള്ള, ഡോക്ടർ ടി പൽപ്പു, സമുദായ ഉത്തേജകൻ സി കൃഷ്ണപിള്ള തുടങ്ങിയ നേതാക്കൾ രാഷ്ട്രീയ ശൈലിയിലുള്ള പത്രപ്രവർത്തനവും അവകാശ സമരങ്ങളും നടത്തി നവോത്ഥാന പ്രസ്ഥാനത്തിന്റെ രാഷ്ട്രീയവശത്തെ ശക്തിപ്പെടുത്തുകയായിരുന്നു. ഈ നേതാക്കളുടെ പ്രഭാഷണങ്ങളിലും പ്രവർത്തനങ്ങളിലും എല്ലാം തെളിഞ്ഞുകണ്ട കാര്യം ജനാധിപത്യ രാഷ്ട്രീയവും ബൂർഷ്വാ ലിബറൽ കാഴ്ചപ്പാടും അവരെ വ്യക്തമായി നയിച്ചിരുന്നു എന്നതാണ്. കേരളത്തിന്റെ ആധുനിക ശൈലിയിലുള്ള പ്രഥമ വർത്തമാന പത്രമായി പരിഗണിക്കാവുന്ന *കേരള പത്രിക*യുടെ പത്രാധിപർ ചെങ്കുളത്ത് കുഞ്ഞിരാമമേനോനും മലയാളി മെമ്മോറിയൽ പ്രക്ഷോഭത്തിന്റെ ജനയിതാവും *മദ്രാസ് സ്റ്റാൻഡേർഡ്* എന്ന ദേശീയ ഇംഗ്ലീഷ് ദിനപത്രത്തിന്റെ പത്രാധിപരും ആയിരുന്ന ജി പി പിള്ളയും മറ്റും ഇന്ത്യൻ നാഷണൽ കോൺഗ്രസ് യോഗങ്ങളിൽ സംബന്ധിക്കാറുണ്ടായിരുന്നു. 1897-ൽ അമരാവതിയിൽ നടന്ന ഇന്ത്യൻ നാഷണൽ കോൺഗ്രസ് യോഗത്തിൽ അധ്യക്ഷത വഹിച്ചത് ചേറ്റൂർ ശങ്കരൻനായർ ആയിരുന്നു എന്നതും കേരളവും കോൺഗ്രസും തമ്മിൽ ആദ്യകാലം തൊട്ടുള്ള ബന്ധത്തെ വെളിവാക്കുന്നു. അവർക്കു പുറമെ വി രയരു നമ്പ്യാർ, കെ പി അച്യുതമേനോൻ, കെ യു നാരായണമേനോൻ, എം കൃഷ്ണൻനായർ, സി കരുണാകരമേനോൻ, എസ് കെ നായർ, ഡോ. ടി എം നായർ തുടങ്ങിയവരും അഖിലേന്ത്യാ തലത്തിൽ ഇന്ത്യൻ നാഷണൽ കോൺഗ്രസ് സമ്മേളനങ്ങളിൽ പങ്കെടുക്കുകയും അതിന്റെ ആദർശങ്ങൾ പ്രചരിപ്പിക്കാൻ പരിശ്രമിക്കുകയും ചെയ്തിരുന്നു.

ഇവരെല്ലാം പൊതുവെ ലിബറൽ ബൂർഷ്വാ ജനാധിപത്യത്തിന്റെ തത്വങ്ങൾ ഉൾക്കൊള്ളുകയും ബ്രിട്ടീഷ് ജനതയുടെയും ഭരണാധികാരി വർഗത്തിന്റെയും നീതിബോധത്തിലും ജനാധിപത്യ പ്രതിബദ്ധതയിലും വിശ്വസിക്കുകയും ചെയ്തവരായിരുന്നു. അതുകൊണ്ട് ബ്രിട്ടീഷ് ഭരണത്തിന്റെ പ്രകടമായ അനീതികൾ ബ്രിട്ടീഷ് പാരമ്പര്യത്തിന് ഒത്തതല്ല എന്ന വാദത്തോടുകൂടി എതിർക്കുകയും വിക്ടോറിയ ചക്രവർത്തിനിയോടുള്ള ഭയഭക്തി ബഹുമാനങ്ങൾക്ക് കുറവ് വരാത്തവിധം പടിപടിയായി ജനാധിപത്യവൽക്കരണത്തിനുവേണ്ടി അഭ്യർഥിച്ചുപോരുകയും ചെയ്തിരുന്നു.

ഇതേകാലത്ത് സമാന്തരമായ മറ്റൊരു രാഷ്ട്രീയ പ്രസ്ഥാനം മലബാറിൽ ഉടലെടുത്തുവരികയായിരുന്നു. കോഴിക്കോട്ടെ സാമൂതിരിപ്പാട്, നീലേശ്വരം രാജാവ്, നിലമ്പൂർ രാജാവ് തുടങ്ങി ഭരണാധികാരം ഇല്ലെങ്കിലും വൻ ഭൂസ്വത്ത് ഉടമകളായിരുന്ന പ്രഭുക്കളും അവരോട് ഒട്ടിനിൽക്കുന്ന മറ്റ് ഭൂവുടമകളും ഇവരുടെയൊക്കെ ആശ്രിതരും ഉപദേഷ്ടാക്കളും ആയ ഉയർന്ന ബ്രിട്ടീഷ് ഉദ്യോഗസ്ഥരും മറ്റും നേതൃത്വം നൽകിയ മലബാർ ജില്ലാ രാഷ്ട്രീയ സമ്മേളനങ്ങളായിരുന്നു. വൻകിട ജന്മിമാരിൽനിന്നും ഭൂമി പാട്ടത്തിനെടുത്ത് കീഴ്കുടിയാന്മാർക്ക് കൃഷിക്കായി

നൽകി പങ്കുപറ്റിവന്ന ഇടകുടിയാന്മാർ അക്കാലത്ത് വിദ്യാഭ്യാസവും മറ്റും നേടി ഉദ്യോഗം സ്വീകരിച്ച് പ്രമാണിമാരായിത്തുടങ്ങിയിരുന്നു. ചേറ്റൂർ ശങ്കരൻനായരും മറ്റും ആ വിഭാഗത്തിൽപ്പെടുന്നു. അവർക്ക് ഭൂമിയിലുള്ള അവകാശം നിജപ്പെടുത്തിക്കിട്ടണമെന്നും ജന്മിഭോഗം ക്ലിപ്തപ്പെടുത്തണമെന്നും ഉള്ള ആഗ്രഹം ശക്തിയാർജിച്ചിരുന്നു. ഈ വിഭാഗക്കാരും നേരത്തെ പരാമർശിക്കപ്പെട്ട ജന്മിമാരും പലപ്പോഴും ഇരുതട്ടിലായി അവകാശങ്ങൾക്കുവേണ്ടി പരസ്പരം മത്സരിച്ചു. ഇത്തരം മത്സരങ്ങൾ സംഘർഷാവസ്ഥയിൽ എത്താതെ പൊരുത്തപ്പെടുത്തുന്നതിലും പരിമിതമായ ചില അവകാശങ്ങൾ കുടിയാന്മാർക്ക് അനുവദിച്ചുകൊടുക്കാനും ഉള്ള നിയമനിർമാണസഭകളെക്കുറിച്ച് നടന്ന വിവാദങ്ങളുടെ വേദിയായി ജില്ലാ രാഷ്ട്രീയ സമ്മേളനങ്ങൾ പ്രവർത്തിച്ചു. 'കുടിയാൻ' ജി ശങ്കരൻനായർ ഇടക്കുടിയാന്മാരുടെ അവകാശങ്ങൾക്കുവേണ്ടി വാദിച്ച് പ്രക്ഷോഭം നടത്തിയും മലബാറിലെ കർഷകപ്രസ്ഥാനത്തിന്റെ ഒന്നാം ഘട്ടത്തിന്റെ നേതാവായി ചരിത്രത്തിൽ സ്ഥാനം പിടിച്ചു. പക്ഷേ, ഇവരാരും ഇടകുടിയാന്മാരുടെ താഴെയുള്ള ഏറ്റവും ദരിദ്രരായ കർഷകത്തൊഴിലാളിയുടെയോ വെറുംപാട്ടക്കുടിയാന്മാരുടെയോ പങ്കുവാരക്കാരുടെയോ താൽപ്പര്യങ്ങൾ കാര്യമായി കണക്കിലെടുത്തിരുന്നില്ല. ഈ കീഴ്ക്കുടിയാന്മാരുടെയും ഭൂമി ഇല്ലാത്ത കർഷകത്തൊഴിലാളികളുടെയും അസംതൃപ്തിയാണ് ബ്രിട്ടീഷ് ആധിപത്യം സ്ഥാപിക്കപ്പെട്ട നാളുകൾ മുതൽ മാപ്പിള ലഹളകൾ എന്ന പേരിൽ അറിയപ്പെടുന്ന കലാപങ്ങൾക്ക് വഴിവച്ചതെന്ന് വില്യം ലോഗനും മറ്റ് സൂക്ഷ്മ നിരീക്ഷകരും രേഖപ്പെടുത്തിയിട്ടുണ്ട്. മാപ്പിളമാരും അല്ലാത്തവരുമായ ഈ അധഃസ്ഥിതരുടെ താൽപ്പര്യങ്ങൾ ഉയർത്തിപ്പിടിച്ചുകൊണ്ട് സംഘടനയും സമരങ്ങളും ഉയർന്നത് 1930-കളിൽ സോഷ്യലിസ്റ്റുകാരും കമ്യൂണിസ്റ്റുകാരും രംഗത്ത് വന്നതോടെയാണ്.

നവോത്ഥാനത്തിന്റെ രാഷ്ട്രീയ വശത്തെയും ജനാധിപത്യത്തെയും കുറിച്ച് ചർച്ച ചെയ്യുമ്പോൾ മറ്റൊരു കാര്യംകൂടി വിശദമാക്കേണ്ടതുണ്ട്. നവോത്ഥാനകാലത്തെ നേതാക്കളിൽ മൂന്നു തരക്കാരുണ്ടായിരുന്നു. ഒരുകൂട്ടർ ബ്രിട്ടീഷുകാരിൽനിന്ന് സ്വാതന്ത്ര്യം നേടുക എന്ന പ്രശ്നത്തിന് മുൻഗണന നൽകിയപ്പോൾ മറ്റൊരു വിഭാഗം ജാതികൃതമായ അനാചാരങ്ങൾക്കും അസമത്വങ്ങൾക്കും എതിരായ പോരാട്ടത്തിനാണ് മുൻഗണന നൽകിയത്. പൊതുവെ ഇന്ത്യൻ നാഷണൽ കോൺഗ്രസിനോട് ആഭിമുഖ്യം പ്രകടിപ്പിച്ച നേതാക്കളിൽ, അവരിൽത്തന്നെ സവർണ വിഭാഗത്തിനുവേണ്ടി ഏറിയും കുറഞ്ഞും ജാതിവിവേചനങ്ങളെ എതിർത്തിരുന്നു. എങ്കിലും അവരിൽ ബഹുഭൂരിഭാഗവും ബ്രിട്ടീഷ്വിരുദ്ധ സ്വാതന്ത്ര്യസമരത്തിനും ജനാധിപത്യ വ്യവസ്ഥയുടെ സ്ഥാപനത്തിനും ആണ് മുൻഗണന നൽകിയിരുന്നത്. എന്നാൽ ദളിതരും പിന്നോക്ക വിഭാഗക്കാരും മുൻതൂക്കം നൽകിയത് ജാതികൃതമായ അസമത്വങ്ങൾക്കും അനീതികൾക്കും എതിരായ പോരാട്ടത്തിനാണ്. "പാരതന്ത്ര്യം മാനി

കൾക്ക് മൃതിയേക്കാൾ ഭയാനകം" ആണെന്നും "സ്വാതന്ത്ര്യം തന്നെ യമൃതം" എന്നും പാടിയ വിപ്ലവകാരിയായ കവിയും നവോത്ഥാന നായകനും ആയിരുന്ന കുമാരനാശാൻ, "ജാതിമതാന്ധർ അടക്കി വാഴുന്ന കാലംവരെ ഭാരതധര കരഞ്ഞിട്ടു കാര്യമില്ലെന്നും" "പാരതന്ത്ര്യം നിനക്ക് വിധികൽപ്പിതമാണ് തായേ" എന്നു വിലപിച്ചതും പ്രസിദ്ധമാണല്ലോ. മിതവാദി സി കൃഷ്ണനെയും സഹോദരൻ അയ്യപ്പനെയും പോലുള്ള മറ്റ് നവോത്ഥാന നായകരും ഈ നിലപാട് എടുത്തിരുന്നു. സ്വാതന്ത്ര്യം നേടിക്കഴിഞ്ഞ് അരനൂറ്റാണ്ടിലേറെയായിട്ടും ജാതികൃതമായ അനീതികളും അസമത്വങ്ങളും അവസാനിച്ചിട്ടില്ലെന്ന് കാണുന്ന നമുക്ക് ഈ സാംസ്കാരിക നായകരുടെ ദുരന്തദുശങ്കകൾ അസ്ഥാനത്ത് ആയിരുന്നില്ലെന്ന് കാണാൻ കഴിയും.

എന്നാൽ ഈ ന്യായമായ ആശങ്കകൾക്കിടയിലും സാമൂഹ്യ സമത്വ സ്ഥാപനത്തെയും സ്വാതന്ത്ര്യസമരത്തെയും ജനാധിപത്യ യത്നങ്ങളെയും ഇണക്കിച്ചേർക്കുകയാണ് ആവശ്യമെന്നും ഇവയിൽ ഏതെങ്കിലും ഒന്നിനെ പൊതു നവോത്ഥാന യത്നത്തിൽനിന്നും അടർത്തി മാറ്റുക വിവേകമായിരിക്കില്ലെന്നും മനസ്സിലാക്കിയ മൂന്നാമതൊരു വിഭാഗം നേതാക്കളുണ്ട്. ജി പി പിള്ള, സ്വദേശാഭിമാനി ടി കെ മാധവൻ, സി കേശവൻ, വാഗ്ഭടാനന്ദൻ, മഞ്ചേരി രാമയ്യർ തുടങ്ങിയവർ ഈ വിഭാഗത്തിൽപ്പെടുന്നു. തിരുവിതാംകൂറിൽ പിന്നോക്ക വിഭാഗക്കാർക്കും ന്യൂനപക്ഷങ്ങൾക്കും നിയമസഭയിലും ഉദ്യോഗനിയമനങ്ങളിലും തക്കതായ പ്രാതിനിധ്യം വേണം എന്ന ആവശ്യം ഉന്നയിച്ച എസ്.എൻ.ഡി.പിയുടെയും മറ്റും മുൻകൈയിൽ രൂപീകരിക്കപ്പെട്ട രാഷ്ട്രീയ സംയുക്ത സഭയും അവർ നടത്തിയ വിജയകരമായ നിവർത്തന പ്രക്ഷോഭവും നേരിട്ട് സ്റ്റേറ്റ് കോൺഗ്രസ് എന്ന ജനാധിപത്യ ദേശീയ പ്രസ്ഥാനത്തിന് വഴിയൊരുക്കിയത് കാണിക്കുന്നത് ഈ മൂന്നാം വിഭാഗക്കാർ കൈക്കൊണ്ട നിലപാടിന് ശാസ്ത്രീയമായ സാധുത ഉണ്ടായിരുന്നു എന്നാണ്. ആ ഘട്ടത്തിലേക്ക് പ്രവേശിക്കുന്നതിനു മുമ്പുതന്നെ കേരള നവോത്ഥാനത്തിന്റെ ആദ്യ ഘട്ടം 1920-കളിൽ സമാപിക്കുകയാണ്.

1920-ൽ മഹാത്മാഗാന്ധിയുടെ നേതൃത്വത്തിൽ ഇന്ത്യൻ നാഷണൽ കോൺഗ്രസ് ബ്രിട്ടീഷ് സർക്കാരിനെതിരെ സമാരംഭിച്ച നിസ്സഹകരണ പ്രസ്ഥാനവും സത്യഗ്രഹസമരവും ഇന്ത്യയുടെ ചരിത്രത്തിൽ വലിയൊരു വഴിത്തിരിവായിരുന്നു. അതോടുകൂടി കോൺഗ്രസിലെ ആദ്യകാല മിതവാദി നേതാക്കളുടെയും ബ്രിട്ടീഷ് പാരമ്പര്യ ഭക്തരായ "കോൺസ്റ്റിറ്റ്യൂഷണൽ ലിബറൽ ഡെമോക്രാറ്റുകളുടെയും" (ഭരണഘടനാവിധേയമായി പടിപടിയായി പൗരാവകാശങ്ങളും ജനാധിപത്യവും ബ്രിട്ടീഷ് മേൽക്കോയ്മയ്ക്കു വിധേയമായി നടപ്പിൽ വരുത്തണം എന്ന് വാദിച്ചിരുന്നവർ) കാലം കഴിഞ്ഞു. അഹിംസാവാദികളെങ്കിലും നിയമലംഘകർ ആയിരുന്നു സത്യഗ്രഹികൾ. ഇക്കാലത്താണ് രണ്ടാം ലോക മഹായുദ്ധത്തിൽ പരാജയപ്പെട്ട ഉത്തുമൻ സാമ്രാജ്യത്തെ ബ്രിട്ടീഷ്

വിജയികൾ ശിഥിലമാക്കിയതും; മുസ്ലീം ലോകത്തിന്റെ രാഷ്ട്രീയവും മതപരവും ആയ നേതൃത്വമെന്ന് പരിഗണിക്കപ്പെട്ടുവന്നിരുന്ന ഖലീഫയെ സ്ഥാനഭ്രഷ്ടനാക്കിയതും. ലോകമെങ്ങുമുള്ള മുസ്ലീങ്ങളെ പ്രകോപിപ്പിച്ച ഈ നടപടി ഇന്ത്യൻ മുസ്ലീങ്ങളെയും രോഷാകുലരാക്കി. ഖലീഫ സ്ഥാനം വീണ്ടെടുക്കാനുള്ള സമരസംഘടനയായി ഖിലാഫത്ത് സമിതികൾ ഇന്ത്യയിൽ പലയിടത്തും ഉയർന്നുവന്നു. ദേശീയ പ്രസ്ഥാനത്തിലേക്ക് മുസ്ലീങ്ങളെ ആകർഷിക്കാനുള്ള നടപടിയായി ഖിലാഫത്തും ഇന്ത്യൻ നാഷണൽ കോൺഗ്രസും തോളോടുതോൾ ചേർന്ന് ബ്രിട്ടീഷ്വിരുദ്ധ സമരത്തിന് ആക്കംകൂട്ടി. കേരളത്തിൽ മുമ്പ് പരാമർശിച്ച ജന്മിവിരുദ്ധ വികാരവും ഖിലാഫത്തിന്റെ ബ്രിട്ടീഷ്വിരുദ്ധ നിലപാടും ഇന്ത്യൻ നാഷണൽ കോൺഗ്രസിന്റെ നിയമലംഘന സത്യഗ്രഹ പരിപാടിയും സമന്വയിച്ചപ്പോൾ അവയുടെ ഒരു ഉപോൽപ്പന്നം പോലെയാണ് 1921-ലെ 'മാപ്പിള ലഹള' അഥവാ 'മലബാർ കലാപം' പൊട്ടിപ്പുറപ്പെട്ടത്. സാമ്രാജ്യത്വവിരുദ്ധവും ജന്മിത്വവിരുദ്ധവും ആയ പ്രചോദനങ്ങളാണ് അതിന് ആദ്യം ഉണ്ടായിരുന്നതെങ്കിലും ബ്രിട്ടീഷ് സർക്കാരിന്റെ അതിഭീകരമായ മർദനവും വർഗീയവാദികളുടെ ഉപജാപവും മലബാർ കലാപത്തെ ഒടുവിൽ വികലമായ വഴിയിലേക്ക് നീക്കി എന്നത് ചരിത്രസത്യം. ഇതിന്റെയെല്ലാം ഫലമായി ഒരു പതിറ്റാണ്ട് കാലത്തേക്ക് മലബാർ രാഷ്ട്രീയമായി നിശ്ചലാവസ്ഥയിൽ ആയിരുന്നു എന്ന് പറഞ്ഞുകൂടെങ്കിലും അഖിലേന്ത്യാ തലത്തിൽ വളർന്നുവന്ന ദേശീയമായ ഉണർവ് മലബാറിൽ വ്യാപിക്കാൻ തുടങ്ങിയത് 1930-ലെ ഉപ്പുസത്യഗ്രഹ സമരത്തോടുകൂടിയാണെന്നു പറഞ്ഞാൽ തെറ്റില്ല.

തിരുവിതാംകൂറിലെ വൈക്കത്തും ശുചീന്ദ്രത്തും നടന്ന സത്യഗ്രഹങ്ങളും കൽപ്പാത്തിയിലെ പൗരാവകാശ സമരവും ഖാദി, ഹരിജനോദ്ധാരണം, ഹിന്ദി പ്രചാരണം മുതലായ നിർമാണപ്രവർത്തനങ്ങളും 1930-കളിലെ മുന്നേറ്റങ്ങൾക്ക് കളമൊരുക്കി. 1923-ൽ ചട്ടമ്പിസ്വാമികളും 1928-ൽ ശ്രീനാരായണഗുരുവും 1929-ൽ ബ്രഹ്മാനന്ദ ശിവയോഗിയും സമാധിയടഞ്ഞതിനെത്തുടർന്ന് കേരളീയ നവോത്ഥാനത്തിന്റെ ഒന്നാം ഘട്ടം സമാപിക്കുകയായിരുന്നു. സമരോത്സുകരായ കോൺഗ്രസുകാരുടെയും സോഷ്യലിസ്റ്റുകാരുടെയും കമ്യൂണിസ്റ്റുകാരുടെയും കർമപഥങ്ങൾ അതോടെ തെളിയുകയായിരുന്നു. നവോത്ഥാനം എന്നതുപോലെ നവോത്ഥാന രാഷ്ട്രീയവും പുതിയ ചക്രവാളങ്ങളിലേക്ക് കുതിച്ചു. മലബാർ ജില്ല രാഷ്ട്രീയ സമ്മേളനങ്ങൾക്ക് നേതൃത്വം നൽകിവന്ന രാജാക്കന്മാരും ജന്മിപ്രതിനിധികളും മാത്രമല്ല, അക്കാലത്തെ മിതവാദി ജനാധിപത്യവാദികളും ചരിത്രത്തിന്റെ അരങ്ങിൽനിന്ന് അണിയറയിലേക്ക് പിൻവാങ്ങി.

3. യുക്തിവാദം

എല്ലാ അറിവന്റെയും സാധുത റീസൺ അഥവാ യുക്തികൊണ്ട്

പരിശോധിച്ച് നിർണയിക്കേണ്ടതാണെന്നും യുക്തിയുടെ ഉരകല്ലിൽ പരിശോധിച്ച് സാധുത തെളിയിക്കാനാകാത്ത വിശ്വാസങ്ങളും സിദ്ധാന്തങ്ങളും തിരസ്കരിക്കേണ്ടതാണെന്നും യുക്തിവാദം സമർഥിക്കുന്നു. ഇംഗ്ലീഷിൽ റാഷനലിസം. ഈശ്വരസങ്കൽപ്പങ്ങളും മതസിദ്ധാന്തങ്ങളും പൊതുവെ യുക്തിവാദവുമായി പൊരുത്തപ്പെടാത്തതാകയാൽ യുക്തിവാദികൾ മതനിഷേധികളും നിരീശ്വരരും ആയിട്ടാണ് പൊതുവെ കരുതപ്പെടുന്നത്. എങ്കിലും യുക്തിയുടെ പിൻബലത്തോടെ ഈശ്വരന്റെ അസ്തിത്വം സ്ഥാപിക്കാൻ പരിശ്രമിക്കുന്ന സെന്റ് തോമസ് അക്വ്യനാസിനെയും (1226–1274) പ്ലാറ്റോയെയും (428–347 ബി സി ഇ) പോലുള്ളവർ ആധുനികകാലത്തും ഇല്ലാതില്ല.

എങ്കിലും പ്രാചീന ഗ്രീക്ക്-ചൈനീസ്-ഇന്ത്യൻ നാഗരികതകളിൽ യുക്തിവാദത്തെ ഉയർത്തിപ്പിടിച്ചിരുന്നവർ നാസ്തികരായിരുന്നു എന്ന് പൊതുവെ പറയാവുന്നതാണ്. ഗ്രീസിലെ ഡിമോക്രെറ്റസ്, ചൈനയിലെ കൺഫ്യൂഷ്യസ്, റോമിലെ ലുക്രീഷ്യസ്, ഇന്ത്യയിലെ ന്യായ-വൈശേഷിക സൈദ്ധാന്തികർ, കണാദൻ, ബൃഹസ്പദി, ബുദ്ധൻ തുടങ്ങിയവർ പ്രത്യക്ഷ അനുഭവവാദികളും നാസ്തികരും ആയിരുന്നു.

ആധുനിക കാലത്ത് യുക്തിചിന്തയുടെ മുന്നേറ്റം പതിനെട്ടാം നൂറ്റാണ്ടിലെ ഫ്രഞ്ച് പ്രബുദ്ധതായുഗത്തോടുകൂടിയാണ് ആരംഭിക്കുന്നത്. യൂറോപ്യൻ വൈജ്ഞാനിക വിപ്ലവവും മതനവീകരണ പ്രസ്ഥാനവുംപോലെ പ്രബുദ്ധതാ യുഗവും (എൻലൈറ്റ്മെന്റ് ഇറ) നവോത്ഥാനത്തിന്റെ തുടർച്ചയായിരുന്നു. 19-ാം നൂറ്റാണ്ടിന്റെ മധ്യത്തോടുകൂടി ചാൾസ് ബ്രാഡ്ലോ, റോബർട്ട് ഗ്രീൻ ഇംഗർസോൾ, ഹെർബർട്ട് സ്പെൻസർ തുടങ്ങിയവർ യൂറോപ്യൻ യുക്തിവാദ പ്രസ്ഥാനത്തിന് പുതുജീവൻ നൽകി. ചാൾസ് ഡാർവിന്റെ പരിണാമവാദം വേദപുസ്തകാധിഷ്ഠിതമായ സൃഷ്ടിവാദത്തെയും മറ്റും തകർത്തെറിഞ്ഞത് മതേതരത്വത്തിനും (സെക്യുലറിസം) യുക്തിവാദത്തിനും വലിയ ഉത്തേജനം നൽകി. ഇങ്ങനെ വ്യാപിച്ചുവന്ന ഈ പ്രസ്ഥാനത്തിന് ബ്രിട്ടനിൽ ഒരു സംഘടന ഉണ്ടായത് 1885-ൽ ആണ്. ഇംഗ്ലീഷ് വിദ്യാഭ്യാസവും പുസ്തകങ്ങളും മുഖേന ഈ ചിന്താപദ്ധതി 19-ാം നൂറ്റാണ്ടിന്റെ അന്ത്യപാദത്തോടെ ഇന്ത്യയിലും വ്യാപിച്ചുതുടങ്ങി.

യുക്തിവാദികൾ എന്നു പറഞ്ഞാൽ നിഷ്കൃഷ്ടമായ ഒരു ചിന്താപദ്ധതിയിലോ ആശയപരമായ അച്ചടക്ക വ്യവസ്ഥയിലോ ഒതുങ്ങുന്നതല്ല. അത് പ്രകൃതിയോടും സമൂഹത്തോടും വിജ്ഞാനത്തോടും ആചാരാനുഷ്ഠാനങ്ങളോടും ഉള്ള ഒരു സവിശേഷ സമീപനത്തെ സൂചിപ്പിക്കുക മാത്രമേ ചെയ്യുന്നുള്ളൂ. കേരളത്തിലെ യുക്തിവാദി പ്രസ്ഥാനത്തിന്റെ അധിനായകനും അതിന്റെ മുഖപത്രമായിരുന്ന *യുക്തിവാദി* മാസികയുടെ പത്രാധിപരും ആയിരുന്ന എം സി ജോസഫ് (1887–1981) യുക്തിവാദികളെക്കുറിച്ച് *വിജ്ഞാനകോശ*ത്തിൽ എഴുതിയ ലേഖനത്തിൽ ഇപ്രകാരം വിവരിക്കുന്നു:

വിവിധ പരിതഃസ്ഥിതികളിൽ ജനിച്ചുവളർന്ന് പലതരം ജോലികളിൽ ഏർപ്പെട്ടിരിക്കുന്ന യുക്തിവാദികളെല്ലാം എല്ലാ വിഷയങ്ങളിലും ഒരേ അഭിപ്രായക്കാരോ അവരിലെല്ലാം യുക്തിവാദം ഒരേ ഡിഗ്രിയിലോ ആവില്ല. അവരിൽ സ്വന്ത നിർവചനമനുസരിച്ചുള്ള ഈശ്വരവിശ്വാസികളും നാസ്തികരും ഭൗതികവാദികളും അജ്ഞേയവാദികളും മാനവവാദികളും (Humanists) ഉണ്ട്. തന്റെ ബുദ്ധിയെ ഏതെങ്കിലും മതത്തിന്റെ വിശ്വാസങ്ങൾക്ക് അടിമപ്പെടുത്തിയിരിക്കുന്ന ആൾ മാത്രമേ യുക്തിവാദിയല്ലാതുള്ളൂ.

ബുദ്ധിയും യുക്തിയും വിശ്വാസയോഗ്യമല്ലെന്നു സ്ഥാപിക്കാൻ സ്വന്തം യുക്തികൊണ്ട് ശ്രമങ്ങൾ നടത്തിക്കൊണ്ടിരിക്കുന്ന ബിരുദധാരികളായ പുരോഹിതന്മാരും സന്യാസിവര്യന്മാരുമുണ്ട്. അവർ ആ പ്രവൃത്തികൊണ്ട് സ്വയമറിയാതെ യുക്തിയുടെ സർവപ്രാമാണ്യത്തെ അംഗീകരിച്ചുപോവുകയാണ്. തങ്ങൾക്കു ലഭിച്ചും തങ്ങൾ അനുഭവിച്ചുംവരുന്ന സ്ഥാനമാനങ്ങളും സുഖസൗകര്യങ്ങളും ജനസമ്മതിയും പോകാതിരിക്കാൻ ക്ലേശിച്ചു നിർമിക്കുന്ന യുക്തികളാണ് അവരുടേത്. ഒരു മനുഷ്യന് തന്റെ മതത്തോട് ഒരു പ്രതിപത്തിയും മറ്റു മതങ്ങളോട് വിപ്രതിപത്തിയും പ്രകൃത്യാ ഉണ്ടാകുന്നു. മതവിശ്വാസമോ തത്വചിന്തയോ രാഷ്ട്രീയാദർശമോ എന്തുതന്നെയായാലും പ്രമാണഗ്രന്ഥങ്ങളെയോ പൂർവസൂരിപ്രോക്തങ്ങളെയോ മാത്രം ആശ്രയിക്കാതെ അതിനെ സ്വന്തം ബുദ്ധികൊണ്ട് പരിശോധിച്ചുനോക്കേണ്ടതാണ്. അതിന് യുക്തിവാദമനഃസ്ഥിതി മാത്രമേ ഉപകരിക്കുകയുള്ളൂ. തന്നിൽ രൂഢമൂലമായ വിശ്വാസങ്ങളിലൊഴിച്ച് ബാക്കി എല്ലാ കാര്യങ്ങളിലും യുക്തിവാദം ചെയ്യുന്നവരാണ് മനുഷ്യരെല്ലാം. യുക്തിവാദം പലപ്പോഴും പാക്ഷികമായി പിഴച്ചോ പോകാം. നിരീക്ഷണത്തിന്റെ വൈകല്യം, അപര്യാപ്തത, തെറ്റായ പൂർവപക്ഷത്തിലുള്ള ഉറച്ചുനിൽപ്പ് എന്നിവയാണ് യുക്തിവാദത്തെ ഭാഗികമോ വക്രമോ ആക്കുന്നത്.

മഹാരാഷ്ട്ര, ബംഗാൾ, തമിഴ്നാട് തുടങ്ങിയ സംസ്ഥാനങ്ങളിൽ യുക്തിവാദപ്രസ്ഥാനം പല പ്രതിഭാശാലികളെയും ആകർഷിക്കുകയും അവർ അതിന്റെ പ്രചാരണത്തിനായി ചില സംഘടനകൾ ഉണ്ടാക്കി നവോത്ഥാന പ്രസ്ഥാനത്തിലെ ഒരു ധാരയായി വർത്തിക്കുകയും ചെയ്യാൻ തുടങ്ങിയത് 19-ാം നൂറ്റാണ്ടിൽ ആണ്. എന്നാൽ കേരളത്തിൽ ഈ ചിന്താഗതി വ്യാപിക്കാൻ തുടങ്ങിയതും ഒരു പ്രസ്ഥാനത്തിന്റെ രൂപംകൈക്കൊണ്ടതും 20-ാം നൂറ്റാണ്ടിന്റെ ഒന്നാം പാദത്തിന്റെ അന്ത്യഘട്ടത്തോടുകൂടിയാണെന്നു പറയാം. എം സി ജോസഫ് പറയുന്നതനുസരിച്ച് 1929-ൽ *യുക്തിവാദി* മാസിക ആരംഭിച്ചതോടെയാണ് പ്രസ്ഥാനം ഒരു സംഘടിതരൂപം കൈക്കൊണ്ടത്. *യുക്തിവാദി* മാസികയുടെ തുടക്ക

ത്തിൽ അതിന്റെ പത്രാധിപസമിതിയിൽ ഉണ്ടായിരുന്നവർ രാമവർമ തമ്പാൻ, *മിതവാദി* പത്രാധിപർ സി കൃഷ്ണൻ, *കേരളകൗമുദി* സ്ഥാപക പത്രാധിപർ സി വി കുഞ്ഞിരാമൻ, *സഹോദരൻ* പത്രാധിപർ കെ അയ്യപ്പൻ എന്നിവരായിരുന്നു.

അധികം താമസിയാതെ യുക്തിവാദി സംഘവും അതിന്റെ പ്രചോദനം ഉൾക്കൊണ്ട് മിശ്രവിവാഹ സംഘവും രൂപംകൊണ്ടു. പക്ഷേ, 1929-ലാണ് യുക്തിവാദിപ്രസ്ഥാനം പൊടുന്നനവെ ആകാശത്തുനിന്നും അടർന്നുവീണുകിട്ടിയത് എന്ന വിധത്തിലുള്ള ധാരണ ശരിയല്ല. സഹോദരൻ അയ്യപ്പനും മറ്റും മിശ്രവിവാഹം, മിശ്രഭോജനം മുതലായ പരിപാടികളോടുകൂടി യുക്തിവാദി പ്രവർത്തനം ഒന്നാം ലോകമഹായുദ്ധകാലത്തുതന്നെ ആരംഭിച്ചിരുന്നു. എസ് എൻ ഡി പിയിലും ശ്രീനാരായണ പ്രസ്ഥാനത്തിലും പങ്കെടുത്തുകൊണ്ടുതന്നെ ഗുരുവിന്റെ അനുമതിയോടെ സഹോദരൻ ഈ പ്രവർത്തനങ്ങൾ നടത്തിവന്നതായിട്ടാണ് പറയപ്പെടുന്നത്. “ഒരു ജാതി ഒരു മതം ഒരു ദൈവം മനുഷ്യന്” എന്ന ശ്രീനാരായണ വാക്യം, “ജാതി വേണ്ട മതം വേണ്ട ദൈവം വേണ്ട മനുഷ്യന്” എന്നാക്കി സഹോദരൻ അയ്യപ്പൻ ഭേദഗതി ചെയ്തതിന് ഗുരുവിന്റെ മൗനസമ്മതമെങ്കിലും കിട്ടിയിരുന്നു എന്നാണ് കേൾവി. ഇവരെക്കൂടാതെ കുറ്റിപ്പുഴ കൃഷ്ണപിള്ള, വി ടി ഭട്ടതിരിപ്പാട്, സ്വതന്ത്രസമുദായം മാധവൻ തുടങ്ങിയവരും യുക്തിവാദി പ്രസ്ഥാനത്തിലെ പ്രമുഖരായിരുന്നു. ആദ്യകാല നായർസമുദായ പരിഷ്കർത്താവും പിന്നീട് ഹൈക്കോടതി ജഡ്ജിയും ഹരിജനോദ്ധാരണ പ്രവർത്തകനും സ്റ്റേറ്റ് കോൺഗ്രസ് നേതാവും മറ്റും ആയിരുന്ന ചങ്ങനാശ്ശേരി പരമേശ്വരൻ പിള്ള, ആദ്യകാല കോൺഗ്രസ് നേതാവ് ബാരിസ്റ്റർ എ കെ പിള്ള, നിവർത്തനപ്രക്ഷോഭ നേതാവും സ്റ്റേറ്റ് കോൺഗ്രസിന്റെ ത്രിമൂർത്തികളിൽ ഒരാളും തിരു-കൊച്ചി മുഖ്യമന്ത്രിയും മറ്റുമായിരുന്ന സി കേശവൻ തുടങ്ങി പലരും ആധുനിക ശാസ്ത്രീയ ചിന്തയുടെയും യുക്തിവാദത്തിന്റെയും വക്താക്കളായിരുന്നു. കൊച്ചിയിലെ പ്രജാമണ്ഡലം നേതാവും പിൽക്കാലത്ത് കേന്ദ്ര മന്ത്രിസഭാംഗവും ആയിരുന്ന പനമ്പിള്ളി ഗോവിന്ദമേനോൻ ബ്രഹ്മാനന്ദ ശിവയോഗിയുടെ ആരാധകനും യുക്തിവാദിയും ആയിരുന്നു. വിപ്ലവ സാഹിത്യപ്രസ്ഥാനത്തിലെ കേസരി ബാലകൃഷ്ണപിള്ള, പി കേശവദേവ് തുടങ്ങി പലരും, ആർ സുഗതൻ തുടങ്ങിയ ഇടതുപക്ഷ ട്രേഡ്യൂണിയൻ നേതാക്കളും യുക്തിവാദത്തോടുകൂടിയാണ് തങ്ങളുടെ പിൽക്കാല തട്ടകങ്ങളിൽ എത്തിച്ചേർന്നത്. നിരവധി പ്രമുഖ സോഷ്യലിസ്റ്റ്-കമ്യൂണിസ്റ്റ് നേതാക്കളുടെയും ആദ്യ പൊതുപ്രവർത്തന കളരി യുക്തിവാദം ആയിരുന്നു.

ഇങ്ങനെ യുക്തിവാദവും ബന്ധപ്പെട്ട ചിന്താധാരകളും നവോത്ഥാന പ്രസ്ഥാനത്തിന്റെ ധൈഷണികവും സാമൂഹ്യവും രാഷ്ട്രീയവും ആയ മേഖലകളുടെ വികാസത്തിൽ വഹിച്ചിട്ടുള്ള പങ്ക് ഇനിയും വളരെക്കൂടുതൽ പഠനങ്ങൾക്ക് വിഷയം ആകേണ്ടതാണ്. പ്രൊഫ. എം കെ സാനു

യുക്തിവാദി എം സി ജോസഫ് (2002) എന്ന ജീവചരിത്ര കൃതിയിൽ ഇപ്രകാരം വിലയിരുത്തുന്നു:

> ആധുനിക വീക്ഷണത്തിലേക്ക് കേരളത്തെ നയിക്കുന്നതിൽ യുക്തിവാദപ്രസ്ഥാനം സുപ്രധാനമായ പങ്കാണ് വഹിച്ചിട്ടുള്ളത്. ആ പങ്കിനെപ്പറ്റി വ്യാപകമായ ധാരണയില്ലെന്നുള്ളത് വാസ്തവമാണ്. നമ്മുടെ ചരിത്രകാരന്മാരും സാംസ്കാരിക നേതാക്കളും യുക്തിവാദ പ്രസ്ഥാനത്തെപ്പറ്റി പ്രായേണ മൗനം പാലിക്കുന്നതു കൊണ്ടാവാം ഇങ്ങനെ സംഭവിക്കുന്നത്. ആ മൗനത്തിനു പിന്നിൽ സ്പർധയാണുള്ളതെന്ന് കരുതേണ്ടതില്ല. തങ്ങളുടെ പ്രവർത്തനങ്ങളെയും അവ സമൂഹത്തിലേൽപ്പിച്ച ആഘാതങ്ങളെയും കുറിച്ച് യുക്തിവാദികൾ അത്ര വലിയ പ്രചാരണമൊന്നും നടത്തിയിട്ടില്ലെന്നതാവാം അതിനു കാരണം. യുക്തിവാദത്തിന്റെ നേർക്ക് അനുഭാവമുള്ളവർപോലും, അതുമൂലം ആ പ്രസ്ഥാനം നമ്മുടെ ചരിത്രത്തിനു നൽകിയ രചനാത്മക സംഭാവനകളെപ്പറ്റി ഓർമിക്കാറില്ല.
>
> യുക്തിവാദികൾ കർമരംഗത്ത് കടന്നുവരുന്ന ഘട്ടത്തിൽ കേരളത്തിലെ നിത്യജീവിതത്തിൽ ദൈവങ്ങളാണ് ആധിപത്യം ചെലുത്തിയിരുന്നത്. ആ ദൈവങ്ങളുടെ ആശീർവാദത്തോടെ അസംഖ്യം അനുഷ്ഠാനങ്ങളും അനാചാരങ്ങളും തഴച്ചുവളരുകയും ചെയ്തിരുന്നു. ജ്യോത്സ്യം, മന്ത്രവാദം മുതലായവ മൂലം നിത്യജീവിതത്തിലുണ്ടായ ദുരിതങ്ങൾക്ക് കണക്കില്ല. ഇവയുടെ ആധിപത്യത്തിൽനിന്ന് മനുഷ്യമനസ്സുകളെ നല്ലൊരളവോളം വിമോചിപ്പിക്കുന്നതിൽ യുക്തിവാദപ്രസ്ഥാനം കൈവരിച്ച വിജയം പ്രശംസാർഹമാണ്.

4. മതനിരപേക്ഷത

ഇംഗ്ലീഷിലെ സെക്യുലറിസം എന്ന പദത്തിന് മലയാളത്തിൽ രണ്ട് സമാനപദങ്ങൾ ഉണ്ട്: മതേതരത്വം, മതനിരപേക്ഷത. ഈ രണ്ട് പദങ്ങളും സാമാന്യേന സാധുവാണെങ്കിലും മതനിരപേക്ഷത എന്നതാണ് കൂടുതൽ അനുയോജ്യം എന്ന് ഇ എം എസ് നമ്പൂതിരിപ്പാടിനെപ്പോലുള്ളവർ വാദിക്കുന്നു. മതേതരത്വം എന്നു പറഞ്ഞാൽ മതത്തിനിതരമായത് അഥവാ മതമല്ലാത്തത് എന്നാണർഥം. ഇതിൽ വിമതത്വം അല്ലെങ്കിൽ മതനിഷേധം എന്ന സൂചനകൂടി ഉൾപ്പെടുന്നു. വാസ്തവത്തിൽ സെക്യുലറിസം അത്രത്തോളം പോകുന്നുണ്ടോ? യുക്തിവാദത്തിലെ മതനിഷേധം സെക്യുലർ പ്രവർത്തനങ്ങളിൽ പ്രത്യേകിച്ച്, സെക്യുലർ രാഷ്ട്രീയത്തിൽ നിർബന്ധിതമല്ല. എന്നു മാത്രമല്ല, ചിലപ്പോൾ മതനിഷേധം സെക്യുലർ രാഷ്ട്രീയ പ്രവർത്തനത്തിന്റെ വ്യാപ്തി കുറ ു കയും ചെയ്തേക്കാം.

"മതമേതായാലും മനുഷ്യൻ നന്നായാൽമതി" എന്ന ശ്രീനാരായണന്റെ മുദ്രാവാക്യം മതനിരപേക്ഷമായ രാഷ്ട്രീയ സാമൂഹ്യ പ്രവർത്തനങ്ങൾക്കും വൈജ്ഞാനിക അന്വേഷണങ്ങൾക്കും സഹായകരമാകും വിധം വ്യാപ്തിയുള്ളതാണ്. യഹൂദർ ദൈവത്തിന്റെ സവിശേഷ പ്രീതിക്ക് പാത്രമായവരും ദൈവത്താൽ മോക്ഷപ്രാപ്തിക്ക് അർഹരെന്ന നിലയിൽ തിരഞ്ഞെടുക്കപ്പെട്ടവരും ആണെന്ന് ബൈബിളിലെ പഴയ നിയമത്തിന്റെ പരാമർശങ്ങൾ സമർഥിക്കുന്നു. എന്നാൽ യേശുക്രിസ്തുവാകട്ടെ, യഹൂദരിൽത്തന്നെ നന്മ കുറഞ്ഞവരും തിന്മ കൂടിയവരും ഉണ്ടാകാമെന്നും യഹൂദേതരിൽ നന്മ നിറഞ്ഞവരും തിന്മ കുറഞ്ഞവരും ഉണ്ടാകാം എന്നു തെളിയിക്കാനായി നല്ല ശമര്യാക്കാരന്റെ ഉപമ ഉദാഹരിച്ചത് ക്രിസ്തീയ സുവിശേഷത്തിന്റെ മുഖ്യ സങ്കൽപ്പനമാണ്. അതിൽ മതനിരപേക്ഷതയുടെ കാതൽ അടങ്ങിയിട്ടുണ്ട്. പിൽക്കാലത്ത് അന്ധരായ അനുയായികൾ സങ്കുചിതമാക്കിയ മതങ്ങളുടെ പ്രവാചകർ പലപ്പോഴും ശ്രീനാരായണനെയും യേശുവിനെയുംപോലെ മാനവികതത്വത്തെ ഉയർത്തിപ്പിടിച്ച മതനിരപേക്ഷവാദികളായിരുന്നു.

ഇന്ത്യയിൽത്തന്നെ വിവിധ മതക്കാരോട് സമഭാവന പ്രകടിപ്പിക്കുകയും നീതിപുലർത്തുകയും ചെയ്യണമെന്ന് വാദിച്ചതിന്റെ ഫലമായി ഒരു ഹിന്ദു മതഭ്രാന്തന്റെ വെടിയേറ്റ് രക്തസാക്ഷിത്വം വരിക്കേണ്ടിവന്ന മഹാത്മാഗാന്ധി അടിയുറച്ച മതവിശ്വാസിയായിരുന്നു. മഹാത്മാഗാന്ധിയെപ്പോലെ സ്വന്തം മതങ്ങളിൽ വിശ്വസിച്ചുകൊണ്ടുതന്നെ ഇതരമതക്കാരോട്, ന്യൂനപക്ഷമെന്നോ ഭൂരിപക്ഷമെന്നോ വിവേചനം കാട്ടാതെ നീതിപുലർത്തണമെന്ന് വാദിക്കുന്ന മതവിശ്വാസികൾ ധാരാളമുണ്ട്. മതവിശ്വാസികൾ അല്ലാത്തവരും ഈ മതവിശ്വാസികളും ഒത്തൊരുമിച്ച് ന്യൂനപക്ഷ സംരക്ഷണത്തിനും ജനാധിപത്യ വ്യവസ്ഥയ്ക്കുംവേണ്ടി പടപൊരുതണം എന്നാണ് രാഷ്ട്രത്തിന്റെ അഖണ്ഡതയും സമൂഹത്തിന്റെ പുരോഗതിയും കാംക്ഷിക്കുന്ന ദേശാഭിമാനികളെല്ലാം അഭിലഷിക്കുന്നത്. ഈയൊരു നിലപാടിന് കൂടുതൽ സഹായകരവും അന്വർഥവുമായ പദപ്രയോഗം മതനിരപേക്ഷതയായിരിക്കും എന്നും മതേതരത്വം ചിലപ്പോൾ മതരാഹിത്യമായി വ്യാഖ്യാനിക്കപ്പെടാൻ ഇടയുണ്ടെന്നും ഇ എം എസ് വാദിക്കുന്നു. ഇ എം എസിന്റെ വാദമാണ് കൂടുതൽ അർഥവത്തും പ്രയോജനകരവും എന്ന് ഈ ലേഖകനും കരുതുന്നു.

യൂറോപ്യൻ നവോത്ഥാനത്തോടൊപ്പം ആവിർഭവിച്ച ആധുനികതയുടെ അവിഭാജ്യ ഘടകമാണ് സെക്യുലറിസം അഥവാ മതനിരപേക്ഷത. ആധുനിക കാലഘട്ടത്തിന് മുമ്പ് ഏത് ആചാരാനുഷ്ഠാനങ്ങളായാലും പ്രകൃതിവിജ്ഞാനമായാലും ഭരണനടപടികളുടെ ക്രമീകരണം ആയാലും അതിനെല്ലാം ആത്യന്തികമായ സാധൂകരണം മതഗ്രന്ഥങ്ങളിൽനിന്നോ മതാധിഷ്ഠിതമായ കീഴ്വഴക്കങ്ങളിൽനിന്നോ ആണ് തേടിവന്നത്. വിജ്ഞാനത്തിന്റെ ഉറവിടം പരമ്പരാഗതമായ പുണ്യഗ്രന്ഥങ്ങളോ പുരോഹിത പ്രമാണിമാരുടെ വ്യാഖ്യാനങ്ങളോ അല്ലെന്നും

പ്രകൃതിയാകുന്ന തുറന്ന പുസ്തകമാണ് വിജ്ഞാനത്തിന്റെ ഉറവിടമെന്നും നിരീക്ഷണ പരീക്ഷണങ്ങളിലൂടെ പഴയ വിശ്വാസങ്ങളെ പരിശോധിക്കുകയും പുതിയ വിജ്ഞാനം ചികഞ്ഞെടുക്കുകയും വേണ്ടതാണെന്നും ഇറ്റാലിയൻ ശാസ്ത്രജ്ഞൻ ഗലീലിയോ ഗലീലിയുടെ അഭിപ്രായം ചരിത്രപ്രസിദ്ധമാണ്.

വേദപുസ്തകത്തിലെ ധാരണകളെ തിരുത്തിക്കൊണ്ടാണ് കോപ്പർനിക്കസ് സൗരയൂഥസിദ്ധാന്തവും ഡാർവിൻ പരിണാമസിദ്ധാന്തവും ആവിഷ്കരിച്ചത്. കോപ്പർനിക്കസിന്റെ സൗരയൂഥസിദ്ധാന്തം അസംബന്ധമാണെന്ന പ്രോട്ടസ്റ്റന്റ് മതസ്ഥാപകൻ മാർട്ടിൻ ലൂഥറും പരിണാമവാദം സൃഷ്ടിസാമ്രാട്ടായ ദൈവത്തോടുള്ള നിന്ദയാണെന്ന് 19-ാം നൂറ്റാണ്ടിലെ ക്രിസ്തീയ സഭാധികൃതരും വാദിച്ചിരുന്നതോർക്കുക. ശാസ്ത്രചിന്തയെയും സൗരയൂധ സിദ്ധാന്തത്തെയും പരിണാമവാദത്തെയും അനുകൂലിച്ചവർക്കെതിരെ മതാധികാരികൾ കടുത്ത ശിക്ഷാനടപടികൾ കൈക്കൊണ്ടിട്ടുണ്ട്. മതത്തിൽനിന്ന് പുറത്താക്കുകയും തടവിൽ തള്ളപ്പെടുകയും വധിക്കപ്പെടുകയും ചെയ്ത സ്വതന്ത്ര ചിന്തകരുടെയും ശാസ്ത്രജ്ഞരുടെയും എണ്ണം ചരിത്രത്തിൽ സുലഭമാണ്.

സ്വതന്ത്രചിന്തയ്ക്കും ശാസ്ത്രീയ വീക്ഷണത്തിനും ജീവനോടെ കുറ്റിയിൽ കെട്ടി വിറകിട്ട് ദഹിപ്പിക്കുക എന്ന വധശിക്ഷയ്ക്ക് 1600-ൽ വിധേയനായ ഇറ്റാലിയൻ ഡൊമിനിക് പാതിരി ഗുർഡിയാനോ ബ്രൂണോ രക്തസാക്ഷികളുടെ നീണ്ടനിരയിൽ ഒരാൾമാത്രം. ഗലീലിയോയെ വധിച്ചില്ലെങ്കിലും ഒരു ക്ഷമാപണം എഴുതി വാങ്ങി നീണ്ടനാൾ വാർധക്യകാലത്ത് തടവിലിട്ട് പീഡിപ്പിച്ചതും ഓർക്കുക.

പ്രകൃതിശാസ്ത്ര വിജ്ഞാനം മാത്രമല്ല ചരിത്രം, രാഷ്ട്രമീമാംസ, സാമ്പത്തിക സമത്വയത്നം തുടങ്ങിയ സകലമാന രംഗങ്ങളിലും പുരോഗതി എന്നത് മതവിശ്വാസങ്ങളുടെയും തിരുവെഴുത്തുകളുടെയും നൂലാമാലകളിൽനിന്നുള്ള ക്രമപ്രവൃദ്ധമായ വിടുതലിനെ ആശ്രയിച്ചിരിക്കുന്നു എന്ന് ആധുനിക വൈജ്ഞാനിക വികാസചരിത്രം വ്യക്തമാക്കുന്നു.

ജനാധിപത്യ ഭരണക്രമത്തിന്റെ പുരോഗതിയും മതബന്ധനങ്ങളിൽനിന്നുള്ള വിമോചനത്തിലൂടെയാണ് കൈവന്നത്. 16-ാം നൂറ്റാണ്ടിലെ പ്രോട്ടസ്റ്റന്റ് കലാപത്തിനുമുമ്പ് യൂറോപ്പിൽ നിലവിലിരുന്ന ഏറ്റവും വലിയ സാമ്രാജ്യത്തിന്റെ പേര് 'ഹോളി റോമൻ എംപയർ' എന്നായിരുന്നു. അതിന് ഒരു ചക്രവർത്തി ഉണ്ടായിരുന്നു എങ്കിലും ആ ചക്രവർത്തി റോമിലെ മാർപ്പാപ്പയുടെ വിധിനിഷേധങ്ങൾക്കും ഉപദേശനിർദേശങ്ങൾക്കും വിധേയനായിരുന്നു. ഈ സാമ്രാജ്യത്തിൽപ്പെടാത്ത രാജ്യങ്ങളിലെ രാജാക്കന്മാർക്കും പ്രമാണിമാർക്കും അംഗീകാരവും അധികാരവും മാർപ്പാപ്പമാരാണ് നൽകേണ്ടിയിരുന്നത്. അവരുടെ വിവാഹങ്ങൾക്കും വിവാഹമോചനങ്ങൾക്കും പിന്തുടർച്ചാവകാശികളെ നിയമിക്കുന്നതിനും എല്ലാം മാർപ്പാപ്പമാരുടെ സമ്മതം ആവശ്യമായിരുന്നു. ധാർമികവും അധാർമികവും സ്വാർഥപ്രേരിതവും ആയ മാർപ്പാപ്പമാരു

ടെയും പുരോഹിത ശ്രേഷ്ഠന്മാരുടെയും അഴിമതിയോടുള്ള കടുത്ത എതിർപ്പാണ് 1517-ൽ മാർട്ടിൻ ലൂഥറുടെ നേതൃത്വത്തിൽ മതനവീകര ണത്തിനും പ്രോട്ടസ്റ്റന്റ് സഭാസ്ഥാപനത്തിനും വഴിവച്ചത്. തീർച്ചയായും ഈ മതനവീകരണം കത്തോലിക്കാസഭയുടെ അനിയന്ത്രിതമായ സ്വേച്ഛാവാഴ്ചയെ എതിർക്കാനുള്ള ഒരു പടവായി പരിണമിച്ചതിനാൽ മതനിരപേക്ഷതയിലേക്കുള്ള ഒരു ചുവടുവയ്പ് തന്നെയായിരുന്നു. പ ക്ഷേ അധികം താമസിയാതെ യൂറോപ്പിലെ ചില രാഷ്ട്രങ്ങളും അവിട ത്തെ രാജാക്കന്മാരും പ്രോട്ടസ്റ്റന്റ് ഭാഗത്തേക്ക് ചാഞ്ഞപ്പോൾ മറ്റു ചിലവ മാർപ്പാപ്പാപക്ഷത്തിൽ ഉറച്ചുനിന്നു. പ്രോട്ടസ്റ്റന്റ് രാഷ്ട്രങ്ങൾ കത്തോ ലിക്കാ ന്യൂനപക്ഷത്തിനും കത്തോലിക്കാ രാഷ്ട്രങ്ങൾ പ്രോട്ടസ്റ്റന്റ് ന്യൂനപക്ഷത്തിനും എതിരെ കടുത്ത വിവേചനവും പീഡന നടപടികളും ആരംഭിച്ചതോടെ മതനവീകരണ പ്രസ്ഥാനത്തിന്റെ പ്രാരംഭ ലക്ഷ്യം പാളിത്തുടങ്ങി. ഇരുവിഭാഗങ്ങളും തമ്മിൽ നടന്ന ഭീകരമായ യുദ്ധങ്ങളും കൂട്ടക്കൊലകളും യൂറോപ്പിന്റെ മുഖത്തെ രക്തപങ്കിലമാക്കി.

കത്തോലിക്കാ പക്ഷത്ത് ഉറച്ചുനിന്ന ഫ്രാൻസിലെ 1789-ലെ ചരിത്ര പ്രസിദ്ധമായ ജനാധിപത്യവിപ്ലവം ജന്മിത്വത്തിനെന്നപോലെ പുരോ ഹിത വാഴ്ചയ്ക്കും അന്ത്യം കുറിക്കുകയും ഭരണകൂടവും മതവും തമ്മിലുള്ള കെട്ടുപാടുകൾ അവസാനിപ്പിക്കുകയും ചെയ്തു. 1776-ലെ അമേരിക്കൻ സ്വാതന്ത്ര്യസമരം വിജയിച്ചതിനെത്തുടർന്നുള്ള ഫെഡറൽ ഭരണഘടനയിൽ മതവും സർക്കാരും തമ്മിലുള്ള വേഴ്ച പാടില്ലെന്ന് വിധിച്ചു. വിദ്യാഭ്യാസം, പൗരാവകാശം തുടങ്ങി ഒരു കാര്യത്തിലും സർക്കാർ നടപടികളിലും മതം ഇടപെട്ടുകൂടാ. ബ്രിട്ടനിൽ ഈ മാറ്റങ്ങൾ സംഭവിച്ചത് അമേരിക്കയിലെയും ഫ്രാൻസിലെയും പോലെ വിപ്ലവസമരങ്ങളിൽക്കൂ ടിയായിരുന്നില്ല. കത്തോലിക്കാ രാഷ്ട്രമായിരുന്ന സ്പെയിനിലെ രാജ കുമാരി കാതറൈനിനെ വിവാഹബന്ധത്തിൽനിന്ന് മോചിപ്പിക്കണ മെന്നും അവരുടെ യുവസുന്ദരിയായ ആനി ബോളിൻ എന്ന തോഴിയെ വിവാഹം കഴിക്കാൻ അനുവദിക്കണമെന്നും ഉള്ള രാജാവ് ഹെൻറി എട്ടാമന്റെ അഭ്യർഥന മാർപ്പാപ്പ നിരസിച്ചതിനെത്തുടർന്നാണ് ഇംഗ്ലണ്ട് കത്തോലിക്കാസഭയിൽനിന്നും പിണങ്ങിപ്പിരിഞ്ഞത്. ഹെൻറി എട്ടാമൻ തന്നെ മേലധികാരിയായി 'ചർച്ച് ഓഫ് ഇംഗ്ലണ്ട്' സ്ഥാപിക്കപ്പെട്ടു. അതേത്തുടർന്ന് കത്തോലിക്കാവിശ്വാസം വധശിക്ഷപോലും നൽകത്ത ക്കവിധം കുറ്റകരമായിത്തീർന്നു ഇംഗ്ലണ്ടിൽ. ഹെൻറി എട്ടാമനുശേഷം അധികാരത്തിൽ വന്ന ചില രാജാക്കന്മാരും റാണിമാരും കത്തോലിക്കാ പക്ഷത്തേക്ക് ചാഞ്ഞ് പ്രോട്ടസ്റ്റന്റുകാർക്കെതിരെ കടുത്ത വിവേചനം കാട്ടിയപ്പോൾ പ്രോട്ടസ്റ്റന്റ് ചായ്‌വുള്ളവർ നേരെ വിപരീതമായി പ്രവർത്തിച്ച് പ്രശ്നങ്ങളുണ്ടാക്കി. 1649-ൽ ഇംഗ്ലീഷ് രാജാവായിരുന്ന ചാൾസ് ഒന്നാമനെ ഒലിവർ ക്രോംവെലിന്റെ നേതൃത്വത്തിൽ പാർലമെന്റ് വധശിക്ഷയ്ക്ക് വിധിച്ചതിനുള്ള പല പ്രേരകശക്തികളിൽ ഒന്ന് രാജാവി നുണ്ടായിരുന്ന കത്തോലിക്കാ ചായ്‌വാണ്. ഈ നിലപാടുകൾ ക്രമേണ

മയപ്പെടുകയും കത്തോലിക്കരുടെ പൗരാവകാശങ്ങൾ ഇംഗ്ലണ്ട് പോലുള്ള പ്രോട്ടസ്റ്റന്റ് രാഷ്ട്രങ്ങളും പ്രോട്ടസ്റ്റന്റുകാരുടെ പൗരാവകാശങ്ങൾ ഫ്രാൻസ് പോലുള്ള കത്തോലിക്കാ രാഷ്ട്രങ്ങളും പടിപടിയായി അംഗീകരിച്ചതിനെത്തുടർന്നാണ് ജനാധിപത്യ വികാസം ആ രാഷ്ട്രങ്ങളിൽ പൂർണതയിലേക്ക് പുരോഗമിച്ചത്.

ആധുനിക കാലത്തിനുമുമ്പ് മിക്ക രാഷ്ട്രങ്ങളും ഇപ്രകാരം മതാധിഷ്ഠിതമായിരുന്നുവെങ്കിലും ദീർഘദൃഷ്ടിയോടുകൂടി മതനിരപേക്ഷതാനയങ്ങൾ അംഗീകരിച്ച മഹാന്മാരായ ഭരണാധികാരികൾ ഉണ്ടായിരുന്നു. ഇന്ത്യയിലെ അശോകനും അക്ബറും പശ്ചിമേഷ്യയിലെ സലാഡിനും (12-ാം നൂറ്റാണ്ട്) മറ്റും പഴയകാലത്തെ മതനൂലാമാലകളിൽനിന്ന് വിമുക്തമായി സർവമത സമഭാവനയും മതനിരപേക്ഷതയും കൈക്കൊണ്ട നീതിമാൻമാരായിരുന്നു.

18-ാം നൂറ്റാണ്ടിലെ അമേരിക്കൻ സ്വാതന്ത്ര്യസമരവും ഫ്രാൻസിലെ ജനാധിപത്യ വിപ്ലവവും 19-ാം നൂറ്റാണ്ടിലെ യൂറോപ്യൻ വിപ്ലവ പരമ്പരകളും 20-ാം നൂറ്റാണ്ടിലെ സോഷ്യലിസ്റ്റ് വിപ്ലവങ്ങളും വിമോചനസമരങ്ങളും മറ്റും മതനിരപേക്ഷ രാഷ്ട്രീയ നയങ്ങൾക്ക് വ്യാപകമായ അംഗീകാരം നേടിക്കൊടുത്തു. രണ്ടാം ലോകമഹായുദ്ധത്തിന്റെ അന്ത്യത്തോടെ 1945-ൽ നിലവിൽവന്ന ഐക്യരാഷ്ട്രസഭയുടെ രൂപീകരണവും മനുഷ്യാവകാശങ്ങളെക്കുറിച്ചുള്ള ഐക്യരാഷ്ട്രസഭാ പ്രഖ്യാപനങ്ങളും മറ്റും ന്യൂനപക്ഷ താൽപ്പര്യങ്ങളെയും മതനിരപേക്ഷതയെയും ശക്തിപ്പെടുത്തുന്ന നടപടികൾ ആയിരുന്നു. രണ്ടാം ലോകമഹായുദ്ധാനന്തരം സ്വാതന്ത്ര്യം നേടിയ ഇന്ത്യയും പാകിസ്താനും ബർമയും ശ്രീലങ്കയും പോലുള്ള രാഷ്ട്രങ്ങൾ മതനിരപേക്ഷത ഭരണകൂടത്തിന്റെ അടിത്തറയായും നയരൂപീകരണത്തിന്റെ മാർഗദർശിയായും അംഗീകരിച്ചു. എന്നാൽ 20-ാം നൂറ്റാണ്ടിന്റെ അന്ത്യദശകങ്ങളോടുകൂടി മതമൗലികതാവാദവും തദ്ജന്യമായ മതഭ്രാന്തൻ സംഘർഷങ്ങളും വർധിച്ചു. മഹാത്മാഗാന്ധിയുടെയും നെഹ്രുവിന്റെയും പരിചരണത്തിൽ രൂപംകൊണ്ട ഇന്ത്യ പോലും മതഭ്രാന്തന്മാരുടെയും വർഗീയവാദികളുടെയും നിയന്ത്രണത്തിലേക്കു വഴുതിവീണിരിക്കുന്നു. പല മുസ്ലീം രാഷ്ട്രങ്ങളിലും മതഭ്രാന്തൻ ഭരണങ്ങളും സംഘടനകളും ശക്തിയാർജിച്ചുകൊണ്ടിരിക്കുകയാണ്. പാശ്ചാത്യ സാമ്രാജ്യവാദികൾ ഈ ജനാധിപത്യവിരുദ്ധ വാദികളെയും അവരുടെ സംഘടനകളെയും സ്വന്തം താൽപ്പര്യസംരക്ഷണത്തിനായി പ്രോത്സാഹിപ്പിക്കുകയും ചെയ്യുന്നു. തങ്ങളുടെ താൽപ്പര്യങ്ങൾക്കുവിരുദ്ധമായി പ്രവർത്തിക്കുന്ന മതമൗലികതാവാദികളെയും ഭീകരവാദികളെയും മാത്രമേ അവർ എതിർക്കുന്നുള്ളൂ.

അങ്ങനെ സാർവദേശീയ തലത്തിലും ദേശീയതലത്തിലും ആധുനികതയോടും നവോത്ഥാനത്തോടും ഒപ്പം ഒരേസമയം അവയുടെ പ്രേരകശക്തിയായും ഉൽപ്പന്നമായും ഉയർന്നുവന്ന മതനിരപേക്ഷത ലോകരാഷ്ട്രീയരംഗത്ത് അപചയപ്പെടുന്ന കാഴ്ചയ്ക്കാണ് 21-ാം

നൂറ്റാണ്ട് സാക്ഷ്യംവഹിക്കുന്നത്.

കേരളത്തിലെ നവോത്ഥാനത്തിന്റെ ചരിത്രത്തിൽ നാം ഇതേവരെ ചർച്ചചെയ്ത മാനവികതയുടെയും ജനാധിപത്യത്തിന്റെയും യുക്തി വാദത്തിന്റെയും ഭാഗമായും അവയുടെ പ്രചോദനമായും വളർന്നുവന്ന മതനിരപേക്ഷത ഈയിടെയായി തളർന്നുകൊണ്ടിരിക്കുകയാണ്. ഈ അടുത്തകാലംവരെ നാമെല്ലാം കരുതിപ്പോന്നത് ഉത്തരേന്ത്യയുടെ സവി ശേഷസാഹചര്യങ്ങളിൽ രൂപംകൊണ്ട വർഗീയ പ്രവണതകൾ ജനാധി പത്യത്തിന്റെയും ഇടതുപക്ഷത്തിന്റെയും നവോത്ഥാനത്തിന്റെയും നെ ടുങ്കോട്ടയായ കേരളത്തെ സ്പർശിക്കുകയില്ല എന്നായിരുന്നു. പക്ഷേ അതെല്ലാം അബദ്ധധാരണയായിരുന്നു എന്ന് തെളിയിച്ച സംഭവപരമ്പ രകളുടെ ഒടുവിലത്തെ ഉദാഹരണമായ മാറാട് കടപ്പുറത്തെ രണ്ടാമത്തെ കൂട്ടക്കൊല നടന്ന (2003) ആഴ്ചയിലാണ് ഈ വരികൾ കുറിക്കുന്നത്. നവോത്ഥാന മൂല്യങ്ങൾ വീണ്ടെടുക്കുക എന്ന മഹായത്നത്തിൽ മതനിരപേക്ഷതയ്ക്കുള്ള നിർണായകസ്ഥാനം വിവരിക്കേണ്ടതില്ലല്ലോ.

5. സോഷ്യലിസം

സോഷ്യലിസം പലവിധമുണ്ട്: ഗാന്ധിയൻ സോഷ്യലിസം, ക്രിസ്ത്യൻ സോഷ്യലിസം, ജനാധിപത്യ സോഷ്യലിസം, ആഫ്രിക്കൻ സോഷ്യലിസം, സാങ്കൽപ്പിക സോഷ്യലിസം, ശാസ്ത്രീയ സോഷ്യ ലിസം എന്നിങ്ങനെ നീണ്ടുപോകുന്നു അവയുടെ പട്ടിക. ഇവയിൽ ഏറ്റവും കുറ്റമറ്റത് കാൾ മാർക്സും ഫ്രെഡറിക് എംഗൽസും ആവിഷ്ക രിച്ചതും അവരുടെ പിൻഗാമികൾ വികസിപ്പിച്ചെടുത്തതുമായ ശാസ് ത്രീയ സോഷ്യലിസംതന്നെ. എങ്കിലും രണ്ടു കാരണങ്ങൾകൊണ്ട് "മാർ ക്സിസ്റ്റ്" എന്ന വിശേഷണം ചേർക്കുകയോ "മാർക്സിസം" എന്ന സാങ്കേതികപദം നവോത്ഥാനത്തിന് പ്രചോദനം നൽകിയ സിദ്ധാ ന്തങ്ങളിൽ ചേർക്കുകയോ ചെയ്യുന്നില്ല.

ഒന്നാമത്തെ കാരണം, മറ്റു രാഷ്ട്രങ്ങളിലെന്നപോലെ നമ്മുടെ നാട്ടിലും സോഷ്യലിസ്റ്റ് ആശയങ്ങൾ പ്രചരിക്കാൻ തുടങ്ങിയത് അതിന്റെ ശാസ്ത്രീയ പൂർണിമയായ മാർക്സിസം മുഖേനയല്ല എന്നതാണ്. സമൂഹത്തിലെ വർഗചൂഷണവും ഉച്ചനീചത്വങ്ങളും അവസാനിപ്പിക്ക ണമെന്ന പൊതുതത്വത്തെ ആശ്രയിച്ച് വിവിധ ധർമസംഹിതകളിൽ നിന്നും ലോകോപകാരികളുടെയും പ്രവാചകരുടെയും ഊർജം നേടി യുമാണ് അത് പല ദിശകളിൽനിന്നും പ്രചരിക്കാൻ തുടങ്ങിയത്.

ഉദാഹരണത്തിന് താൻ ഒരു സോഷ്യലിസ്റ്റ് ആണെന്ന് ഇന്ത്യയിൽ ആദ്യമായി 1890-കളിൽ പ്രഖ്യാപിച്ച വിവേകാനന്ദസ്വാമികളുടെ കാര്യം എടുക്കുക. അദ്ദേഹം ഇംഗ്ലണ്ടിലായിരുന്ന കാലത്ത് മാർക്സും എംഗൽസും മരിച്ചുകഴിഞ്ഞിരുന്നു. എങ്കിലും വിവിധ ചിന്താധാരകളിൽ പ്പെട്ട സോഷ്യലിസ്റ്റുകാരും അരാജകവാദികളും ദേശീയ വിപ്ലവകാരി കളും മറ്റും യൂറോപ്യൻ മർദനവാഴ്ചകളിൽനിന്ന് അഭയംതേടി അവിടെ

കഴിഞ്ഞുകൂടിയിരുന്നു. അവരിൽ പലരുമായുള്ള സമ്പർക്കങ്ങളിൽ നിന്നും സംഭാഷണങ്ങളിൽനിന്നും കിട്ടിയ ആശയങ്ങളെ ഭാരതീയ പാരമ്പര്യധാരണകളുമായി വിളക്കിച്ചേർത്താണ് അദ്ദേഹം തന്റെ സോഷ്യലിസ്റ്റ് ആശയങ്ങൾക്ക് രൂപം നൽകിയത്. ചരിത്രത്തിന്റെ ആദ്യ ഘട്ടത്തിൽ പൗരോഹിത്യാധിപത്യം അഥവാ ബ്രാഹ്മണാധിപത്യം ഉണ്ടായിരുന്നതെന്നും തുടർന്ന് രാജാക്കന്മാരും സൈനികരുമായ ക്ഷത്രിയർ ഭരണത്തിലെത്തി എന്നും അതിനുശേഷം വ്യാപാരികളും വ്യവസായികളുമായ (ബൂർഷ്വാസി) വൈശ്യർ ഭരണം ഏറ്റെടുത്തെന്നും ഇനി വരാനിരിക്കുന്നത് ശൂദ്രരുടെ അഥവാ തൊഴിലാളിവർഗത്തിന്റെ ഭരണമാണെന്നും മറ്റുമുള്ള സ്വാമികളുടെ വ്യാഖ്യാനവും വിശദീകരണവും നോക്കുക. അതുപോലെ 1912-ൽ, ഒരുപക്ഷേ ഇന്ത്യൻ ഭാഷകളിൽ ആദ്യമായി, കാൾ മാർക്സിന്റെ ജീവചരിത്രം എഴുതി പ്രസിദ്ധീകരിച്ച സ്വദേശാഭിമാനി കെ രാമകൃഷ്ണപിള്ള മാർക്സിനെ ഒരു മഹർഷിയായിട്ടാണ് വാഴ്ത്തിയത്.

ഇപ്രകാരമൊക്കെയാണെങ്കിലും ഈ വിവിധ സോഷ്യലിസ്റ്റ് ചിന്താധാരകൾ പല പ്രകാരേണയും നവോത്ഥാന പ്രസ്ഥാനത്തെ സ്വാധീനിച്ചിട്ടുണ്ട്. നവോത്ഥാന പ്രസ്ഥാനത്തിന്റെ മുഖ്യ സിദ്ധാന്തങ്ങളായി നാം വിവരിച്ചുകഴിഞ്ഞ മാനവികത, ജനാധിപത്യം, മതനിരപേക്ഷത, യുക്തിവാദം എന്നിവയെ എല്ലാം സോഷ്യലിസ്റ്റ് ചിന്തകൾ സ്വാധീനിച്ചതായി കണ്ടെത്താൻ പ്രയാസമില്ല. 1937-ൽ പി കൃഷ്ണപിള്ള, ഇ എം എസ്, കെ ദാമോദരൻ, എൻ സി ശേഖർ എന്നിവരടങ്ങിയ കേരളത്തിലെ കമ്യൂണിസ്റ്റ് പാർട്ടിയുടെ ആദ്യ ഘടകം രൂപീകരിച്ചതിനെത്തുടർന്നാണ് കേരളീയരുടെ ചിന്തയിലും പ്രവർത്തനങ്ങളിലും മാർക്സിസവും സോഷ്യലിസവും ഒരു സജീവ സാന്നിധ്യമായിത്തീർന്നത്. പക്ഷേ, ഈ കാലയളവ് നവോത്ഥാന പ്രസ്ഥാനത്തിന്റെ രണ്ടാം ഘട്ടത്തെയാണ് കുറിക്കുന്നത്. ഈ പുസ്തകത്തിൽ ആ ഘട്ടത്തെക്കുറിച്ചുള്ള ആനുഷംഗികമായ പരാമർശങ്ങൾ മാത്രമേ ഉദ്ദേശിച്ചിട്ടുള്ളൂ എന്നതുകൊണ്ടും തൽക്കാലം ശാസ്ത്രീയ സോഷ്യലിസത്തിന്റെ വിശദാംശങ്ങളിലേക്ക് പ്രവേശിക്കുന്നില്ല. ഇതാണ് സാമാന്യമായി സോഷ്യലിസം എന്നുമാത്രം പരാമർശിക്കാനുള്ള രണ്ടാമത്തെ കാരണം.

ഒരു കാര്യംകൂടി ഈ അവസരത്തിൽ വ്യക്തമാക്കേണ്ടതുണ്ട്. മാനവികതാവാദം, ജനാധിപത്യം, മതനിരപേക്ഷത, യുക്തിവാദം എന്നീ സിദ്ധാന്തങ്ങളുടെ പട്ടികയിൽ അവപോലെതന്നെ ഒരു അഞ്ചാമത്തെ ഇനം മാത്രമാണ് സോഷ്യലിസം അഥവാ മാർക്സിസം എന്നു കരുതുന്നത് വലിയ തെറ്റായിരിക്കും. ഈ പറഞ്ഞ സിദ്ധാന്തങ്ങളിലെല്ലാം അടങ്ങിയ സത്തായ അംശങ്ങൾ ഉൾക്കൊള്ളുന്നതും ഈ സിദ്ധാന്തങ്ങളുടെ പോരായ്മകളിലേക്ക് വിരൽ ചൂണ്ടുന്നതും ആയ ഒരു സമഗ്ര ചിന്താപദ്ധതിയും കർമപരിപാടിയുമാണ് സോഷ്യലിസം അഥവാ മാർക്സിസം. ഉദാഹരണത്തിന്, ജനാധിപത്യം തന്നെ എടുക്കുക. ജനാധിപത്യം

പൗരസമത്വവും സാമൂഹ്യസമത്വവും നിയമത്തിന്റെ മുമ്പിലുള്ള തുല്യതയും പ്രായപൂർത്തി വോട്ടവകാശവും ഭിന്നാഭിപ്രായ പ്രകടന സ്വാതന്ത്ര്യവും മറ്റും ഉൾക്കൊള്ളുന്നുണ്ടെങ്കിലും സാമ്പത്തിക സമത്വമോ വർഗരഹിത സമൂഹമോ സാധാരണ ഗതിയിൽ ജനാധിപത്യ സങ്കൽപ്പനത്തിൽ അനിവാര്യമല്ല. സാമ്പത്തിക സമത്വവും വർഗഭേദ നിർമാർജനവുംകൂടി മേൽപ്പറഞ്ഞവയോട് സമന്വയിക്കുമ്പോഴാണ് സോഷ്യലിസം പ്രാവർത്തികമാകുക. അതുകൊണ്ട് സോഷ്യലിസ്റ്റുകാർ സോഷ്യലിസ്റ്റിതര ജനാധിപത്യവ്യവസ്ഥയെ ബൂർഷ്വാ ജനാധിപത്യ വ്യവസ്ഥ എന്ന് വിശേഷിപ്പിക്കുന്നു. ഈ പ്രയോഗം ജനാധിപത്യത്തെ താഴ്ത്തിക്കെട്ടാൻ ഉദ്ദേശിച്ചുള്ളതല്ല. ജനാധിപത്യത്തെ കൂടുതൽ വ്യാപകവും ഗഹനവും ആക്കുകയാണ് സോഷ്യലിസം ചെയ്യുന്നത്.

അതുപോലെതന്നെ, യുക്തിവാദത്തിന്റെ കാര്യത്തിലും ബൂർഷ്വാ യുക്തിവാദവും സോഷ്യലിസ്റ്റ് യുക്തിവാദവും ഒന്നല്ല. ബൂർഷ്വാ യുക്തിവാദത്തിന്റെ പരിമിതികളെക്കുറിച്ച് ലെനിനും ഇ എം എസും മറ്റ് ആചാര്യന്മാരും പലതവണ വ്യക്തമാക്കിയിട്ടുള്ളതാണ്. ലെനിന്റെ അഭിപ്രായം ഉദ്ധരിച്ചുകൊണ്ട് ഇ എം എസ് മാർക്സിസത്തിന് മതത്തോടും യുക്തിവാദത്തോടും ഉള്ള നിലപാട് ഇപ്രകാരം വിവരിക്കുന്നു:

> .....യുക്തിവാദികൾ ചെയ്യുന്നതുപോലെ മതത്തിനെതിരായ സമരം ആശയരംഗത്തുമാത്രം ഒതുക്കിനിർത്തുന്നതിനുപകരം സംഘടിതരായ ബഹുജനങ്ങളുടെ പ്രക്ഷോഭസമരങ്ങൾ ഒരു വശത്തും ഭൗതികവാദപരമായ ആശയങ്ങൾ പ്രചരിപ്പിക്കാനുള്ള പ്രവർത്തനം മറുവശത്തും നടത്തി, രണ്ടിനെയും അന്യോന്യം ബന്ധപ്പെടുത്തുന്ന വൈരുധ്യാത്മകവും ചരിത്രപരവുമായ ഭൗതികവാദത്തിൽ അടിയുറച്ചുനിൽക്കുന്ന വിപ്ലവ തൊഴിലാളി വർഗ പ്രസ്ഥാനം പടുത്തുയർത്തണം. അതാണ് മതത്തെ എതിർക്കാനുള്ള മാർഗം. ലെനിനുമുമ്പ് മാർക്സ് ചൂണ്ടിക്കാണിച്ചതുപോലെ, "മതത്തെ സൃഷ്ടിച്ച സാഹചര്യങ്ങൾക്കെതിരായ സമരമാണ് മതത്തിനെതിരായ സമരം." പല മതപരമായ ചടങ്ങുകൾക്കും രണ്ട് സഹസ്രാബ്ദങ്ങളോളംകാലത്തെ സാമൂഹ്യ ജീവിതത്തിന്റെ ഫലമായി ഒരു സാമൂഹ്യ-സാംസ്കാരിക പരിവേഷം ഉണ്ടായിട്ടുണ്ട്, ഹിന്ദു ക്ഷേത്രങ്ങളിലെ ഉത്സവങ്ങൾ, മുസ്ലീങ്ങളുടെയും മറ്റ് മതവിഭാഗങ്ങളുടെയും വിശേഷദിവസാഘോഷങ്ങൾ, ക്രിസ്തുമസ് ആഘോഷങ്ങൾ എന്നിവയ്ക്കെല്ലാം മതപരമായ വിശ്വാസാനുഷ്ഠാനങ്ങളെ കവച്ചുവയ്ക്കുന്ന സാംസ്കാരിക പരിവേഷം ഉണ്ടായിട്ടുണ്ട്.
>
> ഇതിലെല്ലാം അടങ്ങിയ മതപരമായ വശം മാറ്റിനിർത്തിയാലും വിശ്വാസികളെപ്പോലെ അവിശ്വാസികളും പങ്കെടുക്കുന്ന സാമൂഹ്യാഘോഷങ്ങളായി ഇതോരോന്നും മാറിയിട്ടുണ്ട്. ലെനിൻ

> ചൂണ്ടിക്കാണിച്ച വർഗസമരപ്രസ്ഥാനം വളർത്തിയെടുക്കേണ്ട തിന്റെ ഭാഗമായി ഈ സാമൂഹ്യാഘോഷങ്ങളെയും വിപ്ലവ തൊഴി ലാളിവർഗം ഉപയോഗപ്പെടുത്തും. (*യുക്തിവാദവും കമ്യൂണിസ്റ്റു കാരും*, *ചിന്ത*, 1984)

1910-ൽ രാജ്യദ്രോഹക്കുറ്റം ആരോപിച്ച് തിരുവിതാംകൂറിൽനിന്ന് നാടു കടത്തപ്പെട്ടതിനെത്തുടർന്ന് സ്വദേശാഭിമാനി കെ രാമകൃഷ്ണപിള്ള എഴുതിയ കാൾ മാർക്സിന്റെ ജീവചരിത്രത്തെക്കുറിച്ച് പരാമർശി ച്ചുവല്ലോ. പക്ഷേ അതിനുമുമ്പുതന്നെ, രാമകൃഷ്ണപിള്ള സോഷ്യലിസ്റ്റ് ആശയങ്ങളുമായി പരിചയപ്പെട്ടിരുന്നതായി ടി വേണുഗോപാലൻ എഴു തിയ പഠനത്തിൽ വ്യക്തമാക്കുന്നു:

> മലയാളത്തിൽ സോഷ്യലിസത്തെക്കുറിച്ച് സൈദ്ധാന്തിക വിവ രണം തുടങ്ങിവച്ചത് എം കെ നാരായണപിള്ള എന്ന ബാരിസ്റ്റ റാണ്. 1907-ൽ തിരുവനന്തപുരത്ത് വിക്ടോറിയാ ജൂബിലി ടൗൺ ഹാളിൽ അദ്ദേഹം തിരുവിതാംകൂർ വിദ്യാഭിവർധിനി മഹാസഭ യുടെ സമ്മേളനത്തിൽ 'സമഷ്ടിവാദ'ത്തെക്കുറിച്ച് ഒരു പ്രസംഗം നടത്തി. സോഷ്യലിസ്റ്റ് സിദ്ധാന്തങ്ങളുടെ സാമാന്യ സ്വഭാവം വിവരിക്കുന്നതായിരുന്നു പ്രസംഗം.....
>
> രാമകൃഷ്ണപിള്ള ആ ലേഖനം (പ്രസംഗം) തന്റെ *കേരളൻ* മാസികയിൽ എടുത്തു ചേർക്കുക മാത്രമല്ല, അതേ ലക്കത്തിൽ ത്തന്നെ ഒരു മുഖപ്രസംഗക്കുറിപ്പ് എഴുതുകയും ചെയ്തു. അതിൽ പറയുന്നു: "ബാരിസ്റ്റർ എം കെ നാരായണപിള്ളയുടെ 'സമഷ്ടി വാദ' വിവരണം ഈ നാട്ടുകാരുടെ ഇടയിൽ ഒരു നവീനമതമായി തോന്നുവാൻ ഇടയുണ്ട്. ലോകത്തിന്റെ അഭ്യുദയത്തിൽ ഇങ്ങനെ യുള്ള വിഷയങ്ങൾ അധികം പ്രബലതയെ പ്രാപിക്കുമെന്നുള്ള തിൽ സംശയിക്കാനില്ല. ലോകത്തിലെങ്ങും ഇപ്പോൾ വേലക്കാരും യജമാനന്മാരും തമ്മിലും വേലയും മൂലധനവും തമ്മിലും ഓരോ അവകാശവാദങ്ങൾ നടന്നുതുടങ്ങിയിട്ടുണ്ട്. വേലക്കാരുടെ സ്ഥി തി എത്രയോ മോശമായും അവരുടെ പ്രയത്നഫലങ്ങളെ അനുഭ വിക്കുന്ന യജമാനന്മാരുടെ സ്ഥിതി എത്രയോ അധികമധികം പുഷ്ടമായും കണ്ടുവരുന്നു. ദാരിദ്ര്യം വേലക്കാരനെയും ധനികത്വം യജമാനനെയും വരിച്ചിരിക്കുന്നതായിട്ടല്ലാതെ കാണുന്നില്ല. ഈ വിഷമാവസ്ഥയ്ക്കുള്ള കാരണങ്ങളെ നാം അന്വേഷിച്ചറിയുമ്പോ ൾ, യജമാനന്മാരും വേലക്കാരുമായുള്ള ബന്ധത്തിന്റെയും യജമാ നൻ വേലക്കാരോട് പ്രയോഗിക്കുന്ന നിർദയത്വത്തിന്റെയും യഥാ ർഥ സ്ഥിതി മനസ്സിലാകും. സൗകര്യസമത്വത്തെ വ്യവസ്ഥാ പിക്കുന്ന സമഷ്ടിവാദക്കാരുടെ പ്രമാണങ്ങളെ നാരായണപിള്ള അവർകളുടെ പ്രസംഗം ചുരുക്കിപ്പറഞ്ഞിട്ടുണ്ടെന്നും ഈ പ്രസംഗ

ത്തിലെ താൽപ്പര്യങ്ങൾ ഈ നാട്ടിലെ വേലക്കാരുടെ സമുദായത്തിൽ വേരുറയ്ക്കുന്നത് നാടിന്റെ യോഗക്ഷേമാഭിവൃദ്ധിക്ക് ഉതകുന്നതാണെന്നും പറയുകതന്നെ വേണം. (*സ്വദേശാഭിമാനി —രാജ്യദ്രോഹിയായ രാജ്യസ്നേഹി*, കേരള പ്രസ് അക്കാദമി, 1996)

തുടർന്ന് കാൾ മാർക്സിന്റെ ജീവചരിത്രം 1912-ൽ പ്രസിദ്ധീകരിച്ചതിനുശേഷം രാമകൃഷ്ണപിള്ള പത്രാധിപരായിരുന്ന *ആത്മപോഷിണി* മാസികയുടെ 1913-ലെ മേടം ലക്കം മുതൽ പ്രസിദ്ധീകരിക്കപ്പെട്ട സോഷ്യലിസത്തെക്കുറിച്ചുള്ള ലേഖനങ്ങളാണ് മലയാളത്തിൽ ഈ വിഷയത്തെ മുൻനിർത്തി വന്ന ആദ്യത്തെ സമഗ്രമായ പഠനം.

രാമകൃഷ്ണപിള്ള 1916-ൽ മരിച്ചശേഷമാണ് 1917-ലെ ഒക്ടോബർ വിപ്ലവം നടന്നതും സോഷ്യലിസ്റ്റ് ആശയങ്ങൾക്ക് സാർവദേശീയമായി വ്യാപകമായ പ്രചാരം ലഭിച്ചതും. രാമകൃഷ്ണപിള്ളയുടെ മകൾ ഗോമതിയമ്മയുടെ ഭർത്താവ് ബാരിസ്റ്റർ എ കെ പിള്ള കോൺഗ്രസിന്റെ ആദ്യകാല പ്രവർത്തകൻ എന്ന നിലയിലും *സ്വരാട്* എന്ന ദേശീയ വാർത്താപത്രികയുടെ പത്രാധിപർ എന്ന നിലയിലും ഒക്ടോബർ സോഷ്യലിസ്റ്റ് വിപ്ലവത്തിന്റെ ആശയങ്ങളും വി ഐ ലെനിന്റെ ആദർശങ്ങളും പ്രചരിപ്പിക്കുന്നതിൽ വലിയ പങ്കു വഹിച്ചു. എ കെ പിള്ളയ്ക്ക് പുറമേ ലെനിന്റെയും സോഷ്യലിസ്റ്റ് വിപ്ലവത്തിന്റെയും ആദർശങ്ങൾ പ്രഭാഷണങ്ങളിലൂടെയും കവിതകളിലൂടെയും ലേഖനങ്ങളിലൂടെയും പ്രചരിപ്പിക്കുന്നതിൽ വലിയ പങ്കു വഹിച്ചത് സഹോദരൻ അയ്യപ്പനാണ്.

1930-കളോടുകൂടി നേരത്തെ വിവരിച്ച പ്രകാരം ശാസ്ത്രീയ സോഷ്യലിസവും മാർക്സിസം-ലെനിനിസവും കേരളത്തിന്റെ ചിന്തയിലും ജീവിതത്തിലും അപ്രതിരോധ്യ സ്വാധീനമായി വളരാൻ തുടങ്ങി.

കാൾ മാർക്സ്

6 മതവും മാർക്സിസവും

മാർക്സിസം മതത്തെ അപ്പാടെ എതിർക്കുന്ന ഒരു സിദ്ധാന്തവും പ്രസ്ഥാനവുമാണെന്നൊരു ധാരണ പരക്കെ നിലവിലുണ്ട്. പക്ഷേ അത് പലപ്പോഴും അസത്യത്തെക്കാൾ ആപൽക്കരമായ അർധസത്യം മാത്ര മാണ്. പ്രകൃത്യതീതമായ ഏതോ ശക്തിയോ ശക്തികളോ ഉണ്ടെന്നും അതിന്റെയോ അവയുടെയോ ഇഷ്ടാനിഷ്ടങ്ങളും അനുസരിച്ചാണ് മനുഷ്യജീവിതം കരുപ്പിടിക്കുന്നതെന്നും മനുഷ്യന്റെ ഇച്ഛാശക്തിയ്ക്കും പ്രവർത്തനത്തിനും മനുഷ്യജീവിതത്തിൽ അപ്രധാനസ്ഥാനം മാത്രമേ യുള്ളൂ എന്നും മറ്റും വാദിക്കുന്ന മതത്തെ മാർക്സിസത്തിന് അനുകൂ ലിക്കാൻ കഴിയില്ല. ജ്ഞാനവും ജ്ഞേയവുമാണ് പ്രകൃതി നിയമങ്ങ ളെന്നും പ്രകൃത്യതീതമല്ല ഒരു ശക്തിയുമെന്നും കരുതുന്ന ഭൗതിക വാദിക്ക് മതത്തിന്റെ ഇത്തരം അവകാശവാദങ്ങളുമായി പൊരുത്തപ്പെടാ നാവില്ല. മനുഷ്യരെല്ലാം പാപികളാണെന്നും ഏതോ പൂർവികർ അനാദി കാലത്ത് ചെയ്ത പാപത്തിന്റെ ഫലം ഇന്നുള്ളവർ അനുഭവിക്കണമെന്നും കഴിഞ്ഞ ജന്മത്തിൽ ചെയ്ത പാപങ്ങളുടെ ഫലമാണ് ഈ ജന്മത്തിൽ മനുഷ്യർ അനുഭവിക്കുന്ന രോഗം, ദാരിദ്ര്യം മുതലായവയെന്നും മറ്റുമുള്ള വാദങ്ങളും അസ്വീകാര്യമാണ്. സാമൂഹ്യമായ അനീതികളെയും ചൂഷ ണത്തെയും മർദനത്തെയും ന്യായീകരിക്കാനുതകുന്ന അത്തരം

വാദങ്ങളും മനുഷ്യനന്മയ്ക്കും പുരോഗതിക്കും സ്വാതന്ത്ര്യത്തിനും വേണ്ടി സമരം ചെയ്യുന്നവർ എങ്ങനെ സ്വീകരിക്കും?

സംഘടിത മതങ്ങളും അതിന്റെ വക്താക്കളും പലപ്പോഴും സാമൂഹ്യ സമത്വത്തിനും സ്വാതന്ത്ര്യത്തിനുംവേണ്ടി സമരം ചെയ്യുന്നവരെയും ശാസ്ത്രത്തിന്റെ മാർഗം ഉപയോഗിച്ച് പ്രകൃതിസത്യങ്ങൾ ആരായുന്ന വരെയും എതിർക്കുകയും പീഡിപ്പിക്കുകയും ചെയ്യുന്ന അനുഭവവും ചരിത്രത്തിലുണ്ട്. ഇപ്പോഴും അത്തരം ശക്തികൾ സ്ഥാപിതതാൽപ്പര്യ ക്കാർക്കുവേണ്ടി പരിവർത്തനശക്തികൾക്കെതിരെ നീങ്ങുന്നുണ്ട്. ശാ സ്ത്രചിന്തയ്ക്കും യുക്തിവിചാരത്തിനും എതിരെ അന്ധവിശ്വാസത്തെ മുറുകെ പിടിക്കുന്ന മതാധികാരികളും ചരിത്രത്തിലുടനീളം പുരോഗ തിക്ക് വിലങ്ങുതടികളായി പ്രവർത്തിച്ചിട്ടുണ്ട്.

ഇതിനൊക്കെ പുറമെ സ്വമതം മാത്രമേ സത്യമായിട്ടുള്ളൂ എന്നും മറ്റു മതങ്ങളെല്ലാം അപഥ സഞ്ചാരികളാണെന്നു വാദിക്കുകയും ഒരുപടി കൂടി കടന്ന് മത കലഹങ്ങൾക്കും മത യുദ്ധങ്ങൾക്കും വഴിവയ്ക്കുന്നവരും ഉണ്ട്. ഇന്ന് ഇന്ത്യയുൾപ്പെടെ ലോകത്തിൽ പലയിടത്തും അത്തരം മതഭ്രാന്തും മതമൗലികതാവാദവും വർഗീയതയും അഴിഞ്ഞാടുന്നുണ്ട്. അവയോട് മറ്റു മതനിരപേക്ഷവാദികളെപ്പോലെ മാർക്സിസ്റ്റുകാരും എതിർപ്പ് പ്രകടിപ്പിക്കുമ്പോൾ അത് മതവിരോധവും ഈശ്വരനിഷേധവും ആയി വ്യാഖ്യാനിക്കപ്പെടുന്നു.

മതത്തിന്റെ മറുവശം

എന്നാൽ മതത്തിന്റെ അഥവാ മതങ്ങളുടെ ഉത്ഭവം, വളർച്ച, പ്രസക്തി, സ്വഭാവം എന്നിവ ഈ നിഷേധാംശങ്ങളിൽ മാത്രമായി ഒതു ങ്ങിനിൽക്കുന്നില്ല. ബുദ്ധൻ, സൊരാഷ്ട്രർ, മഹാവീരൻ, യേശുക്രിസ്തു, മുഹമ്മദ് നബി തുടങ്ങിയ മതസ്ഥാപകരും ആചാര്യന്മാരും ലോകോപ കാരികളായ മനുഷ്യസ്നേഹികളായിരുന്നു. അവർ നൽകിയ ഉപദേശ ങ്ങൾക്കും ആവിഷ്കരിച്ച സിദ്ധാന്തങ്ങൾക്കും ആ കാലഘട്ടത്തിന്റെ പരിമിതികൾ ഉണ്ടായിരുന്നു എങ്കിലും അവരുടെ കാലത്ത് നിലനിന്നി രുന്ന പല അനീതികളെയും ആചാരങ്ങളെയും എതിർത്ത് സാമൂഹ്യ ജീവിതത്തെ നിർമലമാക്കാനും നവീകരിക്കാനുമാണ് അവർ യത്നിച്ചത് എന്ന് ചരിത്രം പഠിച്ചാൽ ബോധ്യമാകും. മതത്തിന്റെ പരിമിതികൾ ക്കകത്തുനിന്നുകൊണ്ടാണെങ്കിലും ആധുനിക കാലത്തെ ആചാര്യ ന്മാരായ വിവേകാനന്ദൻ, ശ്രീനാരായണഗുരു, ചട്ടമ്പിസ്വാമികൾ, ബ്രഹ്മാനന്ദ ശിവയോഗി തുടങ്ങിയവരും സംഘടിത മതത്തിൽ കടന്നു കൂടിയ അനാചാരങ്ങളെയും മാലിന്യങ്ങളെയും, അയിത്തം തുടങ്ങിയ സാമൂഹ്യ ദുഷ്ടുകളെയും നിർമാർജനം ചെയ്ത് മനുഷ്യജീവിതത്തിന് പ്രകാശം പകരാൻ യത്നിച്ചവരാണെന്ന കാര്യം നിസ്തർക്കമാണല്ലോ. പക്ഷേ ലെനിൻ *ഭരണകൂടവും വിപ്ലവവും* എന്ന കൃതിയിൽ ചൂണ്ടിക്കാ ട്ടിയതുപോലെ ജീവിതകാലത്ത് ലോകോപകാരികളായ ഈ മഹാ

പ്രതിഭകളെ എതിർക്കുകയും പീഡിപ്പിക്കുകയും ചെയ്തവരും അവരുടെ പിന്മുറക്കാരും അവരെ നിരുപദ്രവികളായ പൂജാവിഗ്രഹങ്ങളായി പ്രതിഷ്ഠിച്ച് ആരാധിക്കുകയും അവരുടെ ജീവിതത്തിലെയും ചിന്തയിലെയും വിപ്ലവാംശങ്ങളെ നിർജീവമാക്കുകയും ചെയ്യുക ചരിത്രത്തിലെ ആവർത്തിക്കുന്ന യാഥാർഥ്യമാണ്. അങ്ങനെ പീഡിതരുടെയും ചൂഷിതരുടെയും വിശ്വാസവും ആശാകേന്ദ്രവുമായി രൂപംകൊണ്ട മതങ്ങൾ പീഡകരുടെയും ചൂഷകരുടെയും മർദനോപാധിയായി മാറുന്നതും ചരിത്ര സത്യങ്ങളാണ്.

മതം: കറുപ്പും വെളുപ്പും

മതത്തെ അടച്ചാക്ഷേപിക്കുകയോ അപ്പാടെ അംഗീകരിക്കുകയോ ചെയ്യാതെ മാർക്സിസത്തിന്റെ വൈരുധ്യാത്മക കാഴ്ചപ്പാടിൽ മതത്തിന്റെ ഈ ദ്വന്ദ്വസ്വഭാവം കണ്ടറിഞ്ഞ് അതിൻപ്രകാരം യുക്തിഭദ്രമായ നിലപാടെടുക്കുന്നു എന്നതാണ് മാർക്സിസത്തിന്റെ മേന്മ. യാന്ത്രിക ഭൗതികവാദികളും ബൂർഷ്വായുക്തിവാദികളും ചെയ്യുന്നതുപോലെ നിഷേധാത്മക നിലപാടല്ല മാർക്സിസം മതത്തോട് കൈക്കൊള്ളുന്നത്. മതത്തെക്കുറിച്ച് മാർക്സ് നടത്തിയ ആദ്യകാല പ്രസ്താവനയിൽത്തന്നെ ഈ വൈരുധ്യാത്മക നിലപാട് വ്യക്തമാകുന്നു. ഭാഗികമായി ഉദ്ധരിച്ച് വികലമാക്കപ്പെട്ട പ്രസ്താവനയുടെ പൂർണരൂപം ഇതാണ്:

> മതപരമായ സന്താപമെന്നത് അതേസമയംതന്നെ യഥാർഥ സന്താപത്തിന്റെ ഒരു ബഹിർസ്ഫുരണവും യഥാർഥ സന്താപത്തിനെതിരായ ഒരു നിഷേധവും കൂടിയാണ്. മതം മർദിത ജീവിയുടെ നിശ്വാസമാണ്, ഹൃദയശൂന്യമായ ലോകത്തിന്റെ ഹൃദയമാണത്. അതുപോലെതന്നെ ഉന്മേഷരഹിതമായ സാഹചര്യങ്ങളിലെ ലഹരിയുമാണത്. മതം മനുഷ്യനെ മയക്കുന്ന അവിനാണ് (കറുപ്പ്). (*ഹെഗലിന്റെ നിയമദർശനത്തെപ്പറ്റിയുള്ള നിരൂപണത്തിന് ഒരു സംഭാവന*, ആമുഖം 1844)

മതത്തിന്റെ നിഷേധാത്മകമായ വശങ്ങളെ എന്നപോലെ ക്രിയാത്മക വശങ്ങളെയും ഉജ്വലമായി അനാവരണംചെയ്യുന്ന ഈ പരാമർശം ചരിത്രപരമായ ഒരു പ്രതിഭാസത്തെയും സ്ഥാപനത്തെയും വിശകലനംചെയ്തു പഠിക്കുന്നതിനെ വൈരുധ്യാത്മകവാദം സമർഥമായി പ്രയോഗിക്കുന്നതിന്റെ ഉത്തമോദാഹരണമാണ്. ആ കറുപ്പ് പ്രയോഗത്തിന്റെ നാനാർഥങ്ങൾ പരിശോധിക്കുക. കഠിന വേദനയനുഭവിക്കുന്ന രോഗികൾക്ക് രോഗം നൽകുന്ന വേദനയിൽനിന്ന് അൽപ്പമൊരാശ്വാസം ലഭിക്കാൻ മയക്കുഗുളികകൾ നൽകുംപോലെ മതത്തിന്റെ മായികശക്തി ദുഃഖിതരെ ആശ്വസിപ്പിക്കുന്നു. അതോടൊപ്പം സ്വന്തം രോഗത്തിന്റെ പ്രവർത്തനമറിയാതെ മയങ്ങിക്കിടക്കുന്ന രോഗിയെപ്പോലെ സമൂഹത്തിലെ തിന്മകൾ കണ്ടറിയാൻ കഴിയാതെ നിഷ്ക്രിയനായി തീരാനും മയക്കു

മരുന്ന് ഉപകരിക്കുന്നു. ഇന്ത്യയുൾപ്പെടെ ലോകത്തിന്റെ നാനാഭാഗങ്ങളിൽ പടിഞ്ഞാറ് അൾജീരിയ മുതൽ കിഴക്കോട്ട് ഇന്ത്യയും താണ്ടി ഇന്തോനേഷ്യവരെ കൊലയും കൊള്ളിവയ്പ്പുമായി ഇളകിയാടുന്ന ഇക്കാലത്താണ് മാർക്സ് ജീവിച്ചിരുന്നതെങ്കിൽ അദ്ദേഹത്തിന്റെ പദപ്രയോഗം ഇത്രകണ്ട് മൃദുവാകുമോ എന്നേ സംശയിക്കേണ്ടതുള്ളൂ.

നവോത്ഥാനവും പുനരുജ്ജീവനവും

മേൽ വിവരിച്ച പ്രകാരം മതങ്ങൾക്ക് പരസ്പര വിരുദ്ധമായ രണ്ടു വശങ്ങൾ ഉണ്ട് എന്ന് നാം കണ്ടു. ഈ വിരുദ്ധ വശങ്ങളുടെ ഉറവിടത്തെപ്പറ്റിയും സൂചിപ്പിച്ചു. പല മതങ്ങളുടെയും ആരംഭം സാമൂഹ്യ പരിവർത്തനത്തിനും മനുഷ്യ നന്മയ്ക്കും ഉള്ള ആഹ്വാനങ്ങളായിട്ടാണ്. എന്നാൽ പിന്നീടത് ലെനിൻ ചൂണ്ടിക്കാട്ടിയതുപോലെ അപചയത്തിലേക്ക് വഴുതിവീഴുന്നു. ഈ ആരംഭഘട്ടത്തെ നവോത്ഥാനമായി വിശേഷിപ്പിക്കാമെങ്കിൽ അപചയഘട്ടത്തെ പുനരുജ്ജീവനമായി കരുതാം. നവോത്ഥാനത്തിന്റെ മുമ്പുള്ള കാലത്തെ അനാശാസ്യ പ്രവണതകളും ആചാരങ്ങളും പുനരുജ്ജീവിപ്പിക്കാൻ ശ്രമിക്കുന്നതുകൊണ്ടാണ് അതിനെ പുനരുജ്ജീവനം എന്നു വിളിക്കുന്നത്. ഇംഗ്ലീഷിലെ തത്തുല്യമായ പദങ്ങൾ റിനൈസൻസും റിവൈവലിസവുമാണ്.

റിവൈവലിസത്തിന്റെ മാലിന്യങ്ങൾ തിരസ്കരിക്കാനായി പിന്നീട് മതപരിഷ്കർത്താക്കൾ രംഗപ്രവേശം ചെയ്തു. വിവേകാനന്ദനും ശ്രീനാരായണഗുരുവും മറ്റും അത്തരത്തിലുള്ള നവോത്ഥാന നായകരാണ്. വിശ്വഹിന്ദുപരിഷത്ത് പോലുള്ള സംഘടനകളും ചിന്മയാനന്ദൻ, എം എസ് ഗോൾവാൾക്കർ തുടങ്ങിയവരും പുനരുജ്ജീവനപ്രവണതയെ പ്രതിനിധീകരിക്കുന്നു. പുരോഗമനവാദികളും മതനിരപേക്ഷ-ജനാധിപത്യശക്തികളും നവോത്ഥാന പ്രവണതകളെ അനുകൂലിക്കുകയും വർഗീയതയും മതഭ്രാന്തും അസഹിഷ്ണുതയും മറ്റും മുഖമുദ്രയായ പുനരുജ്ജീവനയത്നത്തെ എതിർക്കുകയും ചെയ്യുന്നു.

ആദിമ ക്രിസ്തുമതം

പത്തൊമ്പതാം നൂറ്റാണ്ടിൽ കമ്യൂണിസത്തെയും സോഷ്യലിസത്തെയും സംഘടിത ക്രിസ്തുമതത്തിന്റെ അധികാരികൾ രൂക്ഷമായി എതിർത്തുകൊണ്ടിരുന്ന സന്ദർഭത്തിൽ എംഗൽസ് എഴുതിയ ആദിമ ക്രിസ്തുമതത്തിന്റെ ചരിത്രം ഈ സന്ദർഭത്തിൽ ഓർമിക്കേണ്ടതാണ്. എംഗൽസിനെ ഉദ്ധരിക്കാം:

> ആദ്യകാല ക്രിസ്തുമത ചരിത്രത്തിന് ആധുനിക തൊഴിലാളിവർഗ പ്രസ്ഥാനവുമായി പല സംഗതികളിലും ശ്രദ്ധേയമായ സാദൃശ്യമുണ്ട്. ഈ പ്രസ്ഥാനംപോലെ ക്രിസ്തുമതവും തുടക്കത്തിൽ മർദിത ജനങ്ങളുടെ ഒരു പ്രസ്ഥാനമായിരുന്നു. അടിമകളുടെയും

(അടിമത്തത്തിൽനിന്ന് പുതുതായി) സ്വതന്ത്രരാക്കപ്പെട്ടവരുടെയും മതമെന്ന നിലയ്ക്കാണ്, എല്ലാവിധ അവകാശങ്ങളും നിഷേധിക്കപ്പെട്ട പാവപ്പെട്ടവരുടെ മതമെന്ന നിലയ്ക്കാണ്, റോമിന്റെ ചവിട്ടടിയിൻകീഴിൽ ആക്കപ്പെട്ടതോ റോമിനാൽ ഛിന്നഭിന്നമാക്കപ്പെട്ടതോ ആയ ജനതകളുടെ മതമെന്ന നിലയ്ക്കാണ് അത് ആദ്യം രംഗപ്രവേശം നടത്തിയത്. ബന്ധനത്തിലും കഷ്ടപ്പാടിലും നിന്നുള്ള മോക്ഷമാണ് ക്രിസ്തുമതത്തെപ്പോലെ തൊഴിലാളി സോഷ്യലിസവും വാഗ്ദാനം ചെയ്യുന്നത്. ക്രിസ്തുമതം മോക്ഷം വാഗ്ദാനം ചെയ്യുന്നത് മരണാനന്തരമുള്ള ഒരു ജീവിതത്തിൽ—സ്വർഗത്തിൽ—ആണെങ്കിൽ, സമൂഹത്തിന്റെ പരിവർത്തനത്തിലൂടെ ഈ ലോകത്തിൽ തന്നെയാണ് സോഷ്യലിസം ഇത് വാഗ്ദാനം ചെയ്യുന്നത്. രണ്ടു കൂട്ടരും പീഡനത്തിനും ഉപദ്രവത്തിനും വിധേയരാകുന്നുണ്ട്. രണ്ടിന്റെയും അനുയായികൾ അധിക്ഷേപത്തിനും അടിയന്തര നിയമങ്ങൾക്കും പാത്രമാകുന്നുണ്ട്. ഒരു കൂട്ടർ മതത്തിന്റെയും കുടുംബത്തിന്റെയും മനുഷ്യരാശിയുടെയും ശത്രുക്കളായി പ്രഖ്യാപിക്കപ്പെടുമ്പോൾ മറ്റേ കൂട്ടർ ഭരണകൂടത്തിന്റെയും സാമൂഹ്യ ക്രമസമാധാനത്തിന്റെയും ശത്രുക്കളായി മുദ്രകുത്തപ്പെടുന്നുവെന്നേയുള്ളൂ. എന്തെല്ലാം പീഡനങ്ങളുണ്ടായാലും, ആ പീഡനങ്ങളിൽനിന്നെല്ലാം കൂടുതൽ ആവേശം പൂണ്ടുകൊണ്ട് ഇരുകൂട്ടരും അപ്രതിഹതമായി വിജയത്തിൽനിന്ന് വിജയത്തിലേക്ക് കുതിച്ചുകയറുന്നുണ്ട്. ക്രിസ്തുമതം അതിന്റെ പിറവിക്കുശേഷമുള്ള മുന്നൂറ് സംവത്സരക്കാലംകൊണ്ട് റോമൻ ലോകസാമ്രാജ്യത്തിന്റെ ഔദ്യോഗിക മതമായിത്തീരുകയുണ്ടായി. സോഷ്യലിസവും അറുപതുവർഷത്തിനിടയിൽ നേടിയിട്ടുള്ള സുപ്രധാനമായ സ്ഥാനം അതിന്റെ ഭാവിവിജയം സംശയരഹിതമാണെന്ന് ഉറപ്പുനൽകുന്ന തരത്തിലുള്ളതാണ്.

അതുകൊണ്ട്, റോമൻ ചക്രവർത്തിമാരുടെ കീഴിൽ ഭൂസ്വത്ത് ഒരുപിടി ആളുകളുടെ കൈയിൽ കുന്നുകൂടുകയും അടിമകളെക്കൊണ്ടുമാത്രം നിറഞ്ഞിരുന്ന അന്നത്തെ തൊഴിലാളിവർഗത്തിന് എണ്ണിയാലൊടുങ്ങാത്ത കഷ്ടപ്പാടുകൾ സഹിക്കേണ്ടിവരികയും ചെയ്തിരുന്നെങ്കിലു പടിഞ്ഞാറുള്ള റോമൻ സാമ്രാജ്യത്തിന്റെ തകർച്ചയെത്തുടർന്ന് എന്തുകൊണ്ട് സോഷ്യലിസം വന്നില്ല എന്ന് *അധ്വാനത്തിന്റെ മുഴുവൻ ഉൽപ്പന്നത്തിനുമുള്ള അവകാശം* എന്ന ഗ്രന്ഥത്തിൽ പ്രൊഫ. അന്തോൾ മെംഗർ അത്ഭുതപ്പെടുന്നുണ്ടെങ്കിൽ അതിനുള്ള കാരണം ഈ സോഷ്യലിസം അന്നത്തെ സ്ഥിതിയിൽ സാധ്യമായിടത്തോളം ക്രിസ്തുമതത്തിന്റെ രൂപത്തിൽ നിലനിൽക്കുകയും ആധിപത്യം നേടുകയും ചെയ്തിരുന്നുവെന്ന വസ്തുത അദ്ദേഹം ശ്രദ്ധിക്കാത്തതുകൊണ്ടാണ്. അന്നത്തെ ചരിത്ര സാഹചര്യത്തിൽ അനിവാര്യമായിരുന്നപോലെ

ക്രിസ്തുമതം സോഷ്യലിസ്റ്റ് പരിവർത്തനം വരുത്താൻ ആഗ്രഹിച്ചത് ഈ ലോകത്തിലായിരുന്നില്ലെന്നു മാത്രമേയുള്ളൂ. ഈ ലോകത്തിന് അപ്പുറത്ത്, സ്വർഗത്തിൽ, മരണത്തിനുശേഷമുള്ള ശാശ്വത ജീവിതത്തിൽ, ആസന്നമായ വാഗ്ദത്ത സഹസ്രാബ്ദത്തിൽ ആണ് അത് ഈ പരിവർത്തനം വരുത്താൻ നോക്കിയിരുന്നത്.

ചരിത്രപരമായ ഈ രണ്ടു പ്രതിഭാസങ്ങളും തമ്മിലുള്ള സാദൃശ്യം മധ്യകാലത്തുതന്നെ മർദിത കർഷകരുടെയും അതിലും വിശേഷിച്ച് പട്ടണവാസികളായ പെബ്ലിയന്മാരുടെയും ആദ്യത്തെ കലാപങ്ങളിലൂടെ നമ്മുടെ ശ്രദ്ധയെ ഹഠാദാകർഷിച്ചിട്ടുണ്ട്. മധ്യകാലത്തെ മറ്റെല്ലാ ബഹുജനപ്രസ്ഥാനങ്ങളെയുംപോലെ ഈ കലാപങ്ങൾക്കും മതത്തിന്റെ ഒരു മൂടുപടം ധരിക്കാതിരിക്കാൻ കഴിയുമായിരുന്നില്ല. ആദ്യകാല ക്രിസ്തുമതം അധഃപതനത്തിൽ ആണ്ടുപോകാതെ അതിനെ പുനരുദ്ധരിക്കുന്നതിനുള്ള ഒരു ശ്രമമെന്ന നിലയ്ക്കാണ് ഈ കലാപങ്ങളെല്ലാം കാണപ്പെട്ടിരുന്നത്. (*മതത്തെപ്പറ്റി*, മാർക്സ്-എംഗൽസ്, മോസ്കോ 1983, പേജ് 322-23)

പ്രച്ഛന്നമായ സാമൂഹ്യപരിഷ്കാരം

ചരിത്രത്തിൽ മതങ്ങൾ നിർവഹിക്കുന്ന ഈ പുരോഗമന ദൗത്യം മതത്തിനകത്തും പുറത്തും തുടർന്നു സംഭവിക്കാറുണ്ട്. അവരാണ് കാലാകാലങ്ങളിൽ ആ മതത്തിനകത്തുനിന്നുകൊണ്ട് അപചയ പ്രവണതകളെ എതിർക്കുന്നത്. ശ്രീ നാരായണന്റെയും വിവേകാനന്ദന്റെയും മറ്റും കാര്യം നാം പരാമർശിച്ചുവല്ലോ. കേരളത്തിലെ മുസ്ലീം വിഭാഗങ്ങളിൽ വക്കം മൗലവി എന്നു വിളിക്കപ്പെടുന്ന അബ്ദുൾഖാദർ മൗലവി, ക്രിസ്തുമതത്തിൽ ഡോ. എം എം തോമസ്, പൗലോസ് മാർഗ്രിഗോറിയോസ്, പൗലോസ് മാർ പൗലോസ് തുടങ്ങിയവരും അത്തരം പരിഷ്കർത്താക്കളാണ്. മാർപ്പാപ്പ ജോൺ XXIII-ാമന്റെ നേതൃത്വത്തിൽ നടന്ന രണ്ടാം വത്തിക്കാൻ കൗൺസിലിനെത്തുടർന്ന് ലോകമാകെതന്നെ വ്യാപിച്ച വിമോചന ദൈവശാസ്ത്രത്തിന്റെ കേരളത്തിലെ പ്രതിനിധികളാണ് ഈ പ്രഗത്ഭമതികൾ.

പല മത നവീകരണ പ്രസ്ഥാനങ്ങളും യഥാർഥത്തിൽ രാഷ്ട്രീയ വിമോചന സമരങ്ങളുടെയും അധഃസ്ഥിതരുടെയും സംഘടിതമായ ഉയിർത്തെഴുന്നേൽപ്പിന്റെയും ആവരണമായിത്തീരാറുണ്ട്. ആധുനിക യുഗത്തിന് മുമ്പുള്ള എല്ലാ സാമൂഹ്യപരിഷ്കരണ യത്നങ്ങളും ഒന്നുകിൽ മതത്തിന്റെ പരിവേഷമണിഞ്ഞാണ് ആരംഭിച്ചിട്ടുള്ളത് അല്ലെങ്കിൽ അത്തരം സാമൂഹ്യ രാഷ്ട്രീയ നവോത്ഥാന പ്രസ്ഥാനങ്ങൾക്ക് കാലക്രമേണ മതത്തിന്റെ പരിവേഷം വാർന്നുവീഴും. ബുദ്ധമതവും ക്രിസ്തുമതവും മറ്റും ബുദ്ധനും ക്രിസ്തുവും ആരംഭിച്ചതാണോ അതോ അവരുടെ

പിന്നാലെ വന്ന ശിഷ്യന്മാരും അനുയായികളും ആരംഭിച്ചതാണോ എന്ന കാര്യത്തിൽ വിവാദം നിലനിൽക്കുന്നത് അർഥവത്താണ്.

പാർട്ടിയുടെ നിലപാട്

വ്യക്തമായ ഈ മാർക്സിസ്റ്റ് നിലപാടിൽ ഉറച്ചുനിന്നുകൊണ്ടാണ് സിപിഐ(എം) സംസ്ഥാന കമ്മിറ്റി മതങ്ങളെക്കുറിച്ചും മതസംബന്ധിയായ പ്രവർത്തനങ്ങളെക്കുറിച്ചും ഒരു പ്രധാനപ്പെട്ട പ്രമേയം അടുത്തിടെ അംഗീകരിച്ചത്. വർഗീയതയോടുള്ള വിട്ടുവീഴ്ചയില്ലാത്ത എതിർപ്പ്, വർഗസമരങ്ങളിൽ അധഃസ്ഥിതരുടെ വിജയം, ജനകീയ ജനാധിപത്യത്തിലേക്കുള്ള മുന്നേറ്റം മുതലായവയെ മുൻനിർത്തി എല്ലാ മതവിശ്വാസികളും മതവിശ്വാസികളല്ലാത്തവരും യോജിച്ചുപ്രവർത്തിക്കേണ്ടത് ഈ കാലഘട്ടത്തിന്റെ ആവശ്യമാണെന്ന് ഇ എം എസ് കൂടെക്കൂടെ നമ്മെ ഓർമിപ്പിക്കാറുണ്ടായിരുന്നു. ഈ കാഴ്ചപ്പാട് വച്ചുകൊണ്ട് പ്രവർത്തിക്കുമ്പോൾ ക്ഷേത്രം, പള്ളി മുതലായവയുടെ പ്രവർത്തനങ്ങളിൽ പാർട്ടി അംഗങ്ങളല്ലാത്ത നമ്മുടെ സുഹൃത്തുക്കൾക്ക് പ്രവർത്തിക്കുന്നതിന് തടസ്സമില്ലെന്നും ഇത്തരം സ്ഥാപനങ്ങൾ മതഭ്രാന്തന്മാരുടെയും വർഗീയവാദികളുടെയും കൈയാങ്കളികൾക്ക് ഇരയാകാതെ കരുതലോടെ പ്രവർത്തിക്കേണ്ടതുണ്ടെന്നും പാർടി വ്യക്തമാക്കിയിട്ടുണ്ട്. ഇതൊക്കെ ചെയ്യുമ്പോഴും മതവിശ്വാസികളുടെ വികാരങ്ങൾ വ്രണപ്പെടാത്ത വിധം നമ്മുടെ ശാസ്ത്രീയമായ നിലപാടുകൾ വ്യക്തമാക്കിക്കൊണ്ടായിരിക്കുകയും വേണം.

പ്രസ്ഥാനപർവം

ജി. പി. പിള്ള

7 മലയാളിസഭയും മലയാളി മെമ്മോറിയലും

ആയിരത്തി എണ്ണൂറ്റി തൊണ്ണൂറ്റി ഒന്ന് ജനുവരി ഒന്നാം തീയതി നായന്മാർ, ഈഴവർ, ക്രിസ്ത്യാനികൾ തുടങ്ങി വിവിധ വിഭാഗങ്ങളിൽപ്പെട്ട 10,037 പേർ ഒപ്പിട്ട മഹാരാജാവിന് സമർപ്പിച്ച 'തിരുവിതാംകൂർ മെമ്മോറിയൽ' എന്ന ഭീമഹർജി 'മലയാളി മെമ്മോറിയൽ' എന്ന പേരിലാണ് അക്കാലത്തും പിൽക്കാലത്തും പരക്കെ അറിയപ്പെട്ടുവന്നത്. തിരുവിതാംകൂറിൽ അഭ്യസ്തവിദ്യരായ നാട്ടുകാർ ഉയർന്ന ഉദ്യോഗങ്ങൾക്ക് യോഗ്യരായി ഉള്ളപ്പോൾ തമിഴ്നാട്ടിൽനിന്നും മഹാരാഷ്ട്രത്തിൽനിന്നും റാവുമാരെയും അയ്യങ്കാർമാരെയും ഒക്കെ ഇറക്കുമതി ചെയ്യുന്നത് നിറുത്തിവയ്ക്കണം എന്നും തദ്ദേശീയർക്ക് ആ ഉദ്യോഗങ്ങൾ നൽകണം എന്നുമാണ് ഈ നിവേദനപത്രികയുടെ രത്നച്ചുരുക്കം. മാസശമ്പളം അഞ്ചുരൂപയിൽ കവിഞ്ഞ ഒരു സർക്കാർ ജോലിപോലും ലഭിച്ചിട്ടില്ലാത്ത ഈഴവസമുദായത്തോടുള്ള അനീതിയെക്കുറിച്ച് ഒരു പ്രത്യേക പരാമർശവും അതിലുണ്ടായിരുന്നു.

അക്കാലത്ത് മദിരാശി ഹൈക്കോടതിയിൽ അഭിഭാഷകനായിരുന്ന കെ പി ശങ്കരമേനോനായിരുന്നു ഒന്നാമത്തെ ഒപ്പുകാരൻ. ഈ പ്രക്ഷോഭത്തിന്റെ മുഖ്യ സംഘാടകനും *മദ്രാസ് സ്റ്റാൻഡേർഡ്* എന്ന ഇംഗ്ലീഷ് പത്രത്തിന്റെ പത്രാധിപരും പിൽക്കാലത്ത് ബാരിസ്റ്ററും ആയ ജി പി

പിള്ള, ശ്രീനാരായണഗുരുവിന്റെ വലംകൈയും എസ് എൻ ഡി പിയുടെ ശിൽപ്പിയും ആയിരുന്ന ഡോ. ടി പൽപ്പു, പ്രശസ്ത അഭിഭാഷകനും ക്രിസ്ത്യൻ നേതാവും ആയിരുന്ന നിധീരി വക്കീൽ തുടങ്ങിയവർ ആദ്യത്തെ ഒപ്പുകാരിൽപ്പെടുന്നു.

മഹാരാജാവ് നിർദേശിച്ചപ്രകാരം കെ പി പത്മനാഭമേനോൻ, ജി പി പിള്ള, നിധീരി വക്കീൽ, എം കെ പത്മനാഭപിള്ള, നാഗർകോവിൽ ശിവൻപിള്ള, കാവാലം നീലകണ്ഠപിള്ള തുടങ്ങിയവർ ജൂലായ് 2 ന് ദിവാൻ രാമറാവുവിനെ കണ്ട് ഈ വിഷയങ്ങൾ വിശദമായി ചർച്ച ചെയ്തു. ചർച്ചകൾ സൗഹാർദപൂർവമായിട്ടാണ് സമാപിച്ചത് എങ്കിലും അഴിമതിക്കും അപ്രാപ്തിക്കും കുപ്രസിദ്ധി നേടിയിരുന്ന രാമറാവുവിൽനിന്ന് വലിയ മെച്ചമൊന്നും നിവേദകർ പ്രതീക്ഷിച്ചില്ല. അന്ന് നാടുവാണിരുന്ന ശ്രീമൂലം തിരുനാൾ മഹാരാജാവാകട്ടെ, അവിഹിതമായ ആശ്രിതവാത്സല്യംമൂലം പേരുദോഷം നേടിയിരുന്നു. ഇതൊക്കെ ആയാലും മലയാളി മെമ്മോറിയൽ പ്രക്ഷോഭണം സൃഷ്ടിച്ച അനുകൂലമായ അന്തരീക്ഷത്തിൽ സർക്കാരിന്റെ നിയമന നയങ്ങളിലെ അതിരുകവിഞ്ഞ വിദേശിപക്ഷപാതം കുറയാൻ തുടങ്ങി.

സ്വാഭാവികമായി മലയാളി മെമ്മോറിയൽ മുഖാന്തരം നഷ്ടം സംഭവിക്കാവുന്ന കൂട്ടരും രംഗത്തുവന്ന് എതിർ നിവേദനങ്ങൾ സമർപ്പിക്കുകയുണ്ടായി. ഇ രാമയ്യർ, കെ ജി ശേഷയ്യർ തുടങ്ങിയ ബ്രാഹ്മണ പ്രമാണിമാരാണ് ഇതിന് നേതൃത്വം നൽകിയത്. പക്ഷേ മലയാളി മെമ്മോറിയലിന് ലഭിച്ച ആവേശകരമായ ജനകീയ പിന്തുണയും അവരുടെ വാദമുഖങ്ങളും വസ്തുതകളും അനിഷേധ്യമായിരുന്നു എന്നത് കാരണം എതിർ വാദമുഖങ്ങൾ ജനമധ്യത്തിൽ നിഷ്പ്രഭമായിപ്പോവുകയാണ് ചെയ്തത്.

മലയാളി മെമ്മോറിയൽ പ്രക്ഷോഭത്തിന് വേദിയൊരുക്കിയ ഒരു സംഘടനയും ഉണ്ടായിരുന്നു—മലയാളി സഭ. പിൽക്കാലത്ത് ചരിത്രാഖ്യായികാകാരൻ എന്ന നിലയിൽ പ്രശസ്തനായ സി വി രാമൻപിള്ളയുടെ പത്രാധിപത്യത്തിൽ മലയാളി സഭയുടെ വകയായി 1886-ൽ ആരംഭിച്ച *മലയാളി* എന്ന വാർത്താപത്രിക ഈ പുത്തനുണർവിന്റെ കരുത്തുറ്റ ജിഹ്വയായിരുന്നു. 1877-ൽ സർക്കാർ സർവീസിലും പുറത്തുമുള്ള നായർ പ്രമാണിമാർ സമുദായോത്തേജകൻ സി കൃഷ്ണപിള്ളയുടെ നേതൃത്വത്തിലും ഇലങ്കം വീട്ടിൽ പി നാണുപിള്ള ദിവാൻജി മുതലായവരുടെ ഒത്താശയിലും ആരംഭിച്ച 'സോഷ്യൽ യൂണിയൻ' ആണ് പിന്നീട് വികസിച്ച് മലയാളി സഭയായി മാറിയത്. ഈ ആരംഭചരിത്രം പ്രസ്ഥാനത്തിന് ഒരു നായർസമുദായ ഛായ നൽകിയെങ്കിലും ജി പി പിള്ളയുടെയും മറ്റും പരിശ്രമത്തിൽ ഇതൊരു മഹാപ്രസ്ഥാനമായപ്പോൾ മതേതരവും ജാതിനിരപേക്ഷവും ആയ ഒരു സ്വഭാവം കുറെയൊക്കെ അതിന് ലഭിച്ചു എന്നു പറയാം. സി വി രാമൻപിള്ള മലയാളി മെമ്മോറിയൽ പ്രക്ഷോഭത്തിന്റെ അണിയറയിലെ സൂത്രധാരനായിരുന്നെങ്കിലും അരങ്ങത്ത് അധികമൊന്നും പ്രത്യക്ഷപ്പെട്ടില്ല.

ചരിത്രത്തിൽ മലയാളി മെമ്മോറിയലിന്റെ സ്ഥാനം വിദേശീയ ഉദ്യോഗസ്ഥന്മാരുടെ എണ്ണം കുറയ്ക്കുന്നതിലും തദ്ദേശീയരുടെ എണ്ണം വർധിപ്പിക്കുന്നതിലും മാത്രമായി ഒതുങ്ങുന്നില്ല. കേരളത്തിലെ പ്രഥമ ബഹുജനപ്രക്ഷോഭം എന്ന നിലയിൽ ജനാധിപത്യ പ്രക്രിയയുടെ തുടക്കംകുറിച്ചു എന്നതാണ് അതിന്റെ ചരിത്ര പ്രാധാന്യം. തിരുവിതാംകൂറിന്റെ വിവിധ ഭാഗങ്ങളിൽ മെമ്മോറിയലിനുവേണ്ടി നടന്ന പ്രചാരണ യോഗങ്ങളും അതിൽ പങ്കെടുത്ത വിവിധ ജാതിമതസ്ഥരായ പ്രാമാണികർ നടത്തിയ പ്രസംഗങ്ങളും അംഗീകരിക്കപ്പെട്ട പ്രമേയങ്ങളും കേരളത്തിലെ നവീന ജനാധിപത്യ പ്രസ്ഥാനത്തിന്റെ അടിത്തറയാണ് പാകിയത്. 1888-ലെ അരുവിപ്പുറം പ്രതിഷ്ഠയും തിരുവിതാംകൂറിലെ പരിമിതമായ പ്രഥമ നിയമസഭാ സ്ഥാപനവും അതോടൊപ്പം ഇപ്പോഴും തുടർന്നുപോരുന്ന *ദീപിക*, *മലയാള മനോരമ* തുടങ്ങിയ പത്രങ്ങളുടെ പ്രാരംഭവും മറ്റും ഒരുമിച്ചുചേർത്ത് വായിക്കുമ്പോൾ കേരള നവോത്ഥാനത്തിന്റെ ജനകീയ രാഷ്ട്രീയ വാതായനമാണ് ഈ പ്രസ്ഥാനത്തോടുകൂടി തുറക്കപ്പെട്ടത് എന്നു കാണാം.

ഡോ. ടി. പൽപ്പു

8 ശ്രീനാരായണ ധർമ്മ പരിപാലന സംഘം

ആയിരത്തി എണ്ണൂറ്റി എൺപത്തിയെട്ടിൽ തെക്കൻ തിരുവിതാംകൂറിലെ അരുവിപ്പുറത്ത് ഒരു ശിവപ്രതിഷ്ഠ നടത്തിയതോടുകൂടിയാണല്ലോ ശ്രീനാരായണഗുരുവിന്റെ ജീവിത ദൗത്യം പരസ്യമായി ആരംഭിക്കുന്നത്. എല്ലാ ജാതി മതസ്ഥർക്കും പ്രവേശനം അനുവദിക്കുന്ന ആദ്യത്തെ ക്ഷേത്രമായിരുന്നു അരുവിപ്പുറത്തേത്. അതോടൊപ്പം ക്ഷേത്രകാര്യങ്ങൾ നടത്തിക്കൊണ്ടുപോകാനായി ക്ഷേത്രയോഗവും സംഘടിപ്പിച്ചിരുന്നു. പിൽക്കാലത്ത് അരുവിപ്പുറം ശ്രീ നാരായണ ധർമ്മ പരിപാലന സംഘം (എസ് എൻ ഡി പി) എന്ന പേരിലാണ് അത് അറിയപ്പെട്ടത്. 1903-ൽ ചേർന്ന പ്രത്യേക യോഗത്തിൽവച്ച് ഈഴവർക്ക് പൊതുവിൽ മത സംബന്ധവും ലൗകികവുമായ മാർഗങ്ങളിൽ "അഭ്യുന്നതി വരുത്തുന്നതിന് അരുവിപ്പുറം ക്ഷേത്രയോഗത്തെ ഒരു മഹാജനയോഗമാക്കണമെന്നും തീരുമാനിച്ചു." അതിൻപ്രകാരം 1882-ലെ ഇന്ത്യൻ കമ്പനി നിയമപ്രകാരം രജിസ്റ്റർ ചെയ്ത് ആസ്ഥാനം അരുവിപ്പുറത്തുനിന്ന് തിരുവനന്തപുരത്തേക്ക് മാറ്റുകയും ചെയ്തു. യോഗത്തിന്റെ ഉദ്ദേശ്യലക്ഷ്യങ്ങൾ മെമ്മോറാണ്ടം ഓഫ് അസോസിയേഷനിൽ വിവരിച്ചിട്ടുള്ളത് താഴെ ചേർക്കുന്നു:

(1079-ാമാണ്ട് കുംഭമാസം 1-ാം തീയതി കൂടിയ 1-ാമത് പൊതുയോ

ഗത്തിലെ നിശ്ചയങ്ങളെ അനുസരിച്ച് ചെയ്തിട്ടുള്ള ഭേദഗതികളോടും വിശേഷ നിയമങ്ങളോടും കൂടിയത്.)

1. ഈ യോഗം "അരുവിപ്പുറം ശ്രീനാരായണ ധർമ്മ പരിപാലന യോഗം" എന്നു വിളിക്കപ്പെടും.
2. ഈ യോഗത്തിന്റെ രജിസ്റ്റർ ചെയ്യപ്പെട്ട ഓഫീസ് തിരുവനന്തപുരം ടൗണിൽ ആയിരിക്കും.
3. ഈ യോഗത്തിന്റെ ഉദ്ദേശ്യങ്ങൾ:

(a) അരുവിപ്പുറം ക്ഷേത്രത്തിലും അതോടു ചേർന്നതോ അതിന്റെ കീഴിൽ ഉൾപ്പെട്ടതോ ആയ ക്ഷേത്രങ്ങളിലുമുള്ള നിത്യപൂജാ വർഷോത്സവം മുതലായ സകല കാര്യങ്ങളും നടത്തുക.

(b) ഈഴവ സമുദായത്തിൽ വൈദികവും ലൗകികവുമായ വിദ്യാഭ്യാസത്തെയും കൃഷി, കച്ചവടം, കൈത്തൊഴിൽ മുതലായ വ്യവസായങ്ങളെയും അഭിവൃദ്ധിപ്പെടുത്തുന്നതിനും അവയുടെ പ്രചാരത്തിനായി ക്ഷേത്രം, സന്യാസി മഠം, പള്ളിക്കൂടം, സഹായിക ധനം മുതലായവ ഏർപ്പെടുത്തുന്നതിനും പ്രോത്സാഹിപ്പിക്കുകയും നടത്തുകയും ചെയ്യുക.

4(a) യോഗത്തിന്റെ ആവശ്യങ്ങൾക്കായി വല്ല സ്ഥലമോ കെട്ടിടമോ രണ്ടും കൂടിയോ വിലയോ ഒറ്റിയോ ആയി വാങ്ങുകയോ പാട്ടത്തിൽ എടുക്കുകയോ അവയ്ക്കുവേണ്ട ഉപകരണങ്ങളെ ക്രമമായി വാങ്ങുകയോ ചെയ്യുക.

(b) യോഗം വക സ്ഥാവരജംഗമ വസ്തുക്കളെ ആവശ്യംപോലെ വിൽക്കുകയോ ഒറ്റിക്കോ പണയമോ പാട്ടമോ ആയി കൊടുക്കുകയോ ചെയ്യുക.

(c) വാഗ്ദത്തപത്രം മുതലായ കൈമാറ്റപത്രങ്ങളെ ഉണ്ടാക്കുകയോ സ്വീകരിക്കുകയോ പുറത്തെഴുതുകയോ മറ്റോ ചെയ്യുക.

(d) മേൽപ്പറഞ്ഞ ഉദ്ദേശ്യങ്ങളോ അവയിൽ ഏതെങ്കിലുമോ സാധിക്കുന്നതിന് സമയോചിതമായ എല്ലാ കാര്യങ്ങളെയും നടത്തുകയോ ചെയ്യുക.

5. ഈ യോഗത്തിൽ അംഗങ്ങളുടെ ബാധ്യത ക്ലിപ്തപ്പെടുത്തിയിരിക്കുന്നതാകുന്നു.

യോഗനിബന്ധനകളിലെ 17-ാം വകുപ്പ് പ്രകാരം "യോഗത്തിന്റെ സ്ഥിരാധ്യക്ഷൻ ശ്രീനാരായണ ഗുരുദേവൻ തന്നെയായിരുന്നു. യോഗത്തിന്റെ ഉൽപ്പത്തിസ്ഥാനമായ അരുവിപ്പുറം ക്ഷേത്രത്തിന്റെ പ്രതിഷ്ഠാപകനും യോഗത്തിന്റെ പ്രധാന നേതാവും സ്ഥിരാധ്യക്ഷനുമായ ബ്രഹ്മശ്രീ നാരായണ ഗുരുസ്വാമികൾക്ക് അദ്ദേഹത്തിന്റെ ശരീരധാരണ കാലംവരെ യോഗത്തിന്റെ സ്ഥിരാധ്യക്ഷനായിരിക്കാവുന്നതാകുന്നു

എന്ന് പ്രഖ്യാപിച്ചിരിക്കുന്നു." അങ്ങനെ ജീവിതകാലം മുഴുവൻ ഗുരു അധ്യക്ഷനാകും എന്നാണ് നിബന്ധനകളിൽ വ്യവസ്ഥ ചെയ്തിരുന്നതെങ്കിലും യോഗം ക്രമേണ കൂടുതൽ കൂടുതൽ ജ്യാത്യാഭിമാനിയായി മാറുന്നു എന്ന് ആരോപിച്ച് 1916 മേയിൽ അദ്ദേഹം രാജിവച്ചൊഴിഞ്ഞ കാര്യങ്ങൾ അന്യത്ര വിശദമാക്കിയിട്ടുണ്ട്.

പിന്നീട് ഗുരുദേവന്റെ ഇംഗിതപ്രകാരം ആദർശങ്ങൾ പ്രചരിപ്പിക്കാൻ രൂപീകരിച്ച് 1928-ൽ രജിസ്റ്റർ ചെയ്ത് വർക്കല ശിവഗിരി കേന്ദ്രമായി പ്രവർത്തിക്കുന്ന സന്യാസി സംഘടനയാണ് ശ്രീനാരായണ ധർമ സംഘം.

ഗുരുദേവൻ അധ്യക്ഷനും പിൽക്കാലത്ത് മഹാകവിയായി ഉയർന്ന കുമാരനാശാൻ എസ് എൻ ഡി പിയുടെ സെക്രട്ടറിയും ആയിരുന്നു. എങ്കിലും ഈ സംഘടനയുടെ മുഖ്യ സംവിധായകനും മാർഗദർശിയും അക്കാലത്ത് മൈസൂറിൽ ഒരു ഡോക്ടറായി സേവനം അനുഷ്ഠിക്കുകയും കൂടെക്കൂടെ കേരളത്തിൽവന്ന് പൊതുകാര്യങ്ങളിലും സമുദായ ഉദ്ധാരണ പ്രവർത്തനങ്ങളിലും ഏർപ്പെട്ടുവരികയും ചെയ്ത ഡോ. ടി പൽപ്പുവായിരുന്നു. മലയാളി മെമ്മോറിയൽ കാലംതൊട്ടുതന്നെ തിരുവിതാംകൂർ പൊതുജീവിതത്തിൽ ശ്രദ്ധേയനായിത്തീർന്ന പൽപ്പു ഈഴവരുടെയും മറ്റ് അധഃസ്ഥിത വിഭാഗങ്ങളുടെയും അഭ്യുന്നതിക്കുവേണ്ടി പലതും ചെയ്തുകൊണ്ടിരുന്നു. അതിനിടയ്ക്ക് ഈഴവ മഹാജനസഭ എന്നൊരു സംഘടന രൂപീകരിക്കാനും അദ്ദേഹം ശ്രമിച്ചെങ്കിലും അത് നടന്നില്ല. സ്വാമി വിവേകാനന്ദൻ മൈസൂർ സന്ദർശിച്ചിരുന്ന അവസരത്തിൽ അദ്ദേഹവുമായി കണ്ടുമുട്ടുകയും സൗഹൃദം സ്ഥാപിക്കുകയും ചെയ്തിരുന്ന ടി പൽപ്പുവിന് സാമൂഹ്യപരിഷ്കാരങ്ങളെക്കുറിച്ച് അദ്ദേഹത്തിൽനിന്ന് ലഭിച്ച മറുപടിയിൽ ഒന്നാണ് "ഇന്ത്യയിലെ സവിശേഷ സാഹചര്യങ്ങളിൽ സാമൂഹ്യ പരിഷ്കാര യത്നങ്ങൾക്ക് ജനപ്രീതി നേടിയ ഏതെങ്കിലും അധ്യാത്മ ഗുരുവിന്റെ പേരും നേതൃത്വവും പ്രയോജനകരമായിരിക്കും"എന്നത്. ഇങ്ങനെയാണ് ഡോ. പൽപ്പു അതിനകം ജനപ്രീതിയും പ്രശസ്തിയും നേടിക്കഴിഞ്ഞ ശ്രീനാരായണഗുരുവിനെ സംഘടനാപ്രവർത്തനത്തിൽ ഇടപെടുവിച്ചത് എന്നും കേൾവിയുണ്ട്.

തിരുവിതാംകൂറിൽ ജനകീയ സംഘടനായത്നങ്ങൾ ഇതിനുമുമ്പും നടന്നിട്ടുണ്ടെങ്കിലും ഏറ്റവും ആദ്യത്തെ അർഥപൂർണമായ നവോത്ഥാന സംഘടന എസ് എൻ ഡി പിയുടേതായിരുന്നു എന്നും അതിൽനിന്ന് പ്രചോദനം നേടിയാണ് പിൽക്കാലത്ത് നായന്മാരും നമ്പൂതിരിമാരും പുലയരും അരയരും എല്ലാം സാമൂഹ്യ പരിഷ്കാരങ്ങൾക്കും അവശതാപരിഹാരങ്ങൾക്കും ആയി സംഘടനകൾ ഉണ്ടാക്കാൻ തുടങ്ങിയതെന്നും ഉറപ്പിച്ചു പറയാവുന്നതാണ്.

എസ് എൻ ഡി പിയുടെ ഉത്ഭവത്തെക്കുറിച്ച് പി കെ ഗോപാലകൃഷ്ണൻ പറയുന്നു:

> ഇങ്ങനെ സമാന്തരമായി ജന്മമെടുത്ത മൂന്ന് പ്രസ്ഥാനങ്ങൾ— ശ്രീനാരായണഗുരുവിന്റെ മതപരിഷ്കരണ സംരംഭം, ഡോ. പൽപ്പുവിന്റെ വിദ്യാലയോദ്യോഗ പ്രവേശനോദ്യമം, സി വി കുഞ്ഞുരാമന്റെ ആചാരപരിഷ്കരണ പ്രസ്ഥാനം—ഒന്നിച്ചു ചേർന്ന് രൂപംകൊണ്ടതാണ് "അരുവിപ്പുറം ശ്രീനാരായണ ധർമ പരിപാലന യോഗം." പിൽക്കാലത്ത് എസ് എൻ ഡി പി യോഗം എന്ന പേരിലാണ് അത് പ്രസിദ്ധിയാർജിച്ചത്. (*കേരളത്തിന്റെ സാംസ്കാരിക ചരിത്രം*, 1974, തിരുവനന്തപുരം)

ഈ മഹായത്നത്തിന്റെ തുടർന്നുള്ള വ്യാപനം മനസ്സിലാക്കാൻ 1904-ൽ പരവൂർ വച്ച് നാരായണഗുരുവിന്റെ നേതൃത്വത്തിൽ നടന്ന മഹാ യോഗത്തിൽ അദ്ദേഹം ചെയ്ത ഉജ്ചലമായ ആഹ്വാനം നമ്മെ സഹായി ക്കുന്നു. അവിടെവച്ചാണ് ഈഴവരുടെയും മറ്റും ഇടയിൽ നിലനിന്നുവന്ന പുലകുളി, താലികെട്ട്, തിരണ്ടുകുളി, പുളികുടി തുടങ്ങിയ നിരവധി അനാചാരങ്ങൾക്കെതിരെ ഗുരുദേവന്റെ ശബ്ദം ഉയർന്നത്. എസ് എൻ ഡി പിയുടെ സ്ഥാപനവും തുടർന്നുള്ള പ്രവർത്തനവും അധികം താമ സിയാതെതന്നെ വിദ്യാലയ പ്രവേശനം തുടങ്ങിയ പല മേഖലകളിലും പുരോഗതിക്ക് വഴിവയ്ക്കുകയും അവയെല്ലാം സർക്കാരിനെക്കൊണ്ട് അംഗീകരിപ്പിക്കാൻ കഴിയുകയും ചെയ്തു. പക്ഷേ അതൊന്നും സുഗമ മായിരുന്നില്ല. അധഃകൃതർക്ക് പ്രവേശനം നൽകിയ വിദ്യാലയങ്ങൾ ക്കെതിരെയും അധഃകൃതർക്കെതിരെയും മേൽജാതിക്കാർ കലാപം നടത്തി. മധ്യതിരുവിതാംകൂറിലെ നായരീഴവ ലഹളയും പെരിനാട്ടെ പുലയരുടെ കല്ലുമാല ഉപേക്ഷിക്കൽ പ്രക്ഷോഭത്തെത്തുടർന്ന് ഉണ്ടായ നായർ-പുലയ ലഹളയും മറ്റും ചരിത്രത്തിലെ തീയും പുകയും നിറഞ്ഞ അധ്യായങ്ങളാണ്.

1917-ൽ 14-ാം വാർഷിക സമ്മേളനത്തിൽവച്ച് ഈഴവരോടൊപ്പം മറ്റ് അവശവിഭാഗങ്ങളുടെ തൽപ്പര്യങ്ങൾക്കുവേണ്ടിക്കൂടി പ്രവർത്തിക്ക ണമെന്ന പ്രമേയം എസ് എൻ ഡി പിയുടെ ചരിത്രത്തിൽ പ്രാധാന്യം അർഹിക്കുന്നു. 1924-ലെ വൈക്കം സത്യഗ്രഹം, 1930-കളിലെ സംയുക്ത രാഷ്ട്രീയസഭാ പ്രവർത്തനം, നിവർത്തനപ്രക്ഷോഭം മുതലായവ എസ് എൻ ഡി പിയുടെ പ്രശസ്തി വളരെയേറെ വളർത്തി. 1936-ലെ ക്ഷേത്ര പ്രവേശന വിളംബരവും തിരുവിതാംകൂറിലെ ഉത്തരവാദഭരണ സമര ത്തിന് നേതൃത്വം നൽകിയ സ്റ്റേറ്റ് കോൺഗ്രസിന്റെ രൂപീകരണവും നടന്ന തിൽ എസ് എൻ ഡി പിക്കുള്ള നിർണായകമായ പങ്ക് സുവിദിതമാണ്. എന്നാൽ തിരുവിതാംകൂർ ദിവാൻ സർ സി പി രാമസ്വാമി അയ്യരുടെ പ്രലോഭനങ്ങളിൽ കുടുങ്ങി ഒരുവിഭാഗം എസ് എൻ ഡി പി നേതാക്കൾ സ്വേച്ഛാധിപത്യത്തെ അനുകൂലിക്കുകയും ക്രമേണ എസ് എൻ ഡി പി ആകെത്തന്നെ ദിവൻഭരണത്തിന്റെ ചട്ടുകമായി മാറുകയും ചെയ്തതോടെ അതിന്റെ നവോത്ഥാന ദൗത്യം അധോഗതിയിലായി.

വി. ടി. ഭട്ടതിരിപ്പാട്

9 യോഗക്ഷേമസഭ

നവോത്ഥാന പ്രസ്ഥാനത്തിന്റെ മുഖ്യമായ പ്രേരകശക്തി അധഃസ്ഥിത ജനവിഭാഗങ്ങളുടെയും അവർണ ജാതിക്കാരുടെയും അവകാശ സമരങ്ങൾ ആയിരുന്നെങ്കിലും സവർണരും മേൽജാതിക്കാരും ആയ നമ്പൂതിരിമാർ, നായന്മാർ തുടങ്ങിയവരുടെ ഇടയിലും നവോത്ഥാനം വലിയ ചലനങ്ങൾ സൃഷ്ടിച്ചു. ചന്തുമേനോന്റെ *ഇന്ദുലേഖ*യിലും പിൽക്കാലത്ത് വി ടി ഭട്ടതിരിപ്പാടിന്റെ *അടുക്കളയിൽനിന്ന് അരങ്ങത്തേക്ക്* എന്ന നാടകത്തിലും മൂത്തിരിങ്ങോടന്റെ *അപ്ഫന്റെ മകൾ* എന്ന ആഖ്യായികയിലും എം പി ഭട്ടതിരിപ്പാടിന്റെ (പ്രേംജി) *ഋതുമതി*യിലും ലളിതാംബിക അന്തർജനത്തിന്റെയും മറ്റും കഥകളിലും വിവരിക്കുന്ന നമ്പൂതിരി സ്ത്രീകളുടെ ദയനീയാവസ്ഥയും വൃദ്ധവിവാഹം, ബഹുഭാര്യാത്വം മുതലായവയും ജന്മിത്വം സൃഷ്ടിക്കുന്ന ജീർണതയും പരിഹാരത്തിനും പരിഷ്കാരത്തിനുംവേണ്ടി മുറവിളികൂട്ടുന്ന പ്രശ്നങ്ങളായിരുന്നു. നായന്മാരും ക്രിസ്ത്യാനികളും പിന്നോക്ക വിഭാഗക്കാരായ ഈഴവർ പോലും ആധുനിക വിദ്യാഭ്യാസം നേടി സമൂഹ പദവികളിലേക്ക് ഉയരുമ്പോൾ നമ്പൂതിരി സ്ത്രീകൾക്ക് മാത്രമല്ല പുരുഷന്മാർക്കും ആധുനിക വിദ്യാഭ്യാസം നിഷിദ്ധമായി കരുതപ്പെട്ടിരുന്നു.

ഈ വക ദുരവസ്ഥകളാണ് നവോത്ഥാന പ്രസ്ഥാനത്തിന്റെ രശ്മി

കൾ ഈ യാഥാസ്ഥിതിക സമുദായത്തിലെ ഇരുണ്ട ഗർഭഗൃഹങ്ങളിലേക്കും നാലുകെട്ടുകളിലേക്കും പ്രസരിക്കാൻ കാരണമായത്. മലയാളി മെമ്മോറിയൽ കാലത്തും നായർസമുദായ പരിഷ്കരണ യത്നങ്ങൾക്കിടയിലും പുരോഗമനപരമായ എല്ലാവിധ നടപടികൾക്കും എതിരെ സർക്കാർ ഭാഗത്ത് അണിനിരക്കുന്നതിൽ ഉത്സാഹം പ്രകടിപ്പിച്ച ബ്രാഹ്മണസമൂഹത്തിൽ പുതിയ ചലനങ്ങൾ ഉണ്ടായിത്തുടങ്ങിയത് 20-ാം നൂറ്റാണ്ടിന്റെ ആദ്യ ദശകത്തിൽത്തന്നെയാണ്. എസ്.എൻ.ഡി.പിയും എൻ.എസ്.എസും മറ്റും മുഖ്യമായി തിരുവിതാംകൂറിൽ കേന്ദ്രീകരിച്ചിരുന്നപ്പോൾ നമ്പൂതിരിമാരുടെ ഇടയിലെ പരിഷ്കരണ പ്രവർത്തനം തുടക്കംതൊട്ടേ തിരുവിതാംകൂറിലും കൊച്ചിയിലും മലബാറിലും വേരൂന്നിയിരുന്നു എന്നത് പ്രത്യേകമായി ശ്രദ്ധിക്കേണ്ട സംഗതിയാണ്.

ഈ ലക്ഷ്യങ്ങളെ മുൻനിർത്തി 1908-ൽ രൂപീകരിച്ച സംഘടനയാണ് നമ്പൂതിരിമാരുടെ യോഗക്ഷേമസഭ. ആലുവയിൽ ഇപ്പോഴത്തെ മംഗലപ്പുഴ പാലത്തിന് വടക്ക് കേരള ചരിത്രത്തിൽ പ്രസിദ്ധിപെറ്റ ചെറുമുക്ക് വൈദികന്റെ ഇല്ലത്തിൽവച്ചാണ് ദേശമംഗലം ശങ്കരൻ നമ്പൂതിരിപ്പാടിന്റെ അധ്യക്ഷതയിൽ സഭയുടെ പ്രഥമയോഗം ചേർന്നത്.

നേരത്തെ വിവരിച്ച എല്ലാ ദുരാചാരങ്ങൾക്കും എതിരെ സമ്പൂർണമായ ഒരു പുരോഗമന പ്രസ്ഥാനം ആയിട്ടല്ല യോഗക്ഷേമസഭ ആരംഭിച്ചത്. പടിപടിയായി കേരളത്തിലെ ദേശീയ സ്വാതന്ത്ര്യപ്രസ്ഥാനവും നവോത്ഥാന യത്നങ്ങളും ഇടതുപക്ഷപ്രസ്ഥാനവും വളർന്നുവന്നതനുസരിച്ച് അതിന്റെ പ്രതികരണങ്ങളിലൂടെ യോഗക്ഷേമസഭയിൽ ക്രമേണ മാറ്റങ്ങൾ വരികയാണുണ്ടായത്. ആദ്യമൊക്കെ ആധുനിക വിദ്യാഭ്യാസത്തിന്റെ മേന്മകളിലേക്ക് നമ്പൂതിരിമാരുടെ ശ്രദ്ധ ക്ഷണിക്കാനും വിദ്യാഭ്യാസ സൗകര്യങ്ങൾ വർധിപ്പിക്കാനും മറ്റും മാത്രമേ ശ്രദ്ധിച്ചിരുന്നുള്ളൂ. പടിപടിയായിട്ടാണ് ബഹുഭാര്യാത്വത്തെ നിരോധിക്കുക, വൃദ്ധവിവാഹം തടയുക, വിധവാവിവാഹം നടപ്പാക്കുക, ഒരു കുടുംബത്തിലെ മൂത്തമകൻ മാത്രം സ്വജാതിയിൽനിന്ന് വിവാഹം കഴിക്കുക എന്ന അനാചാരത്തിനെതിരെയും ശബ്ദമുയർത്താനും കലാപം തന്നെ നടത്താനുമൊക്കെ സഭ മുതിർന്നത്. 1911-ൽ സഭയുടെ കാഴ്ചപ്പാടും നടപടികളും പ്രചരിപ്പിക്കാനും ന്യായീകരിക്കാനും *യോഗക്ഷേമം* എന്ന പേരിൽ ഒരു വാർത്താപത്രിക ആരംഭിച്ചു. 1915-ൽ ഇംഗ്ലീഷ് പഠനത്തിന് നമ്പൂതിരിമാർക്ക് പ്രത്യേക സൗകര്യം കിട്ടുവാൻ നിവേദനം നടത്തി. അതോടൊപ്പം ചില നമ്പൂതിരി വിദ്യാലയങ്ങൾ ആരംഭിക്കുകയും ദൂരദേശത്തുള്ള സ്കൂളുകളിൽ പഠിക്കുന്ന വിദ്യാർഥികൾക്ക് താമസ സൗകര്യങ്ങൾ ഏർപ്പെടുത്തുകയും ചെയ്തുവന്നു. 1920-ഓടുകൂടി ദേശീയ സ്വാതന്ത്ര്യപ്രസ്ഥാനം ശക്തിപ്പെട്ടതിനോടൊപ്പം യോഗക്ഷേമസഭയിൽ പുരോഗമനവാദികളായ യുവാക്കളും പഴയ തലമുറക്കാരായ യാഥാസ്ഥിതികരും തമ്മിൽ വിടവ് ആരംഭിച്ചു. പുരോഗമനവാദികളുടെ മുഖപത്രമായി *ഉണ്ണിനമ്പൂതിരി* എന്ന വാരിക ആരംഭിച്ചത് അങ്ങനെ

യാണ്. 1920-കളുടെ അവസാനത്തോടുകൂടി ഇ എം എസ് നമ്പൂതിരിപ്പാട്, വി ടി ഭട്ടതിരിപ്പാട്, മൂത്തിരിങ്ങോട് ഭവത്രാതൻ നമ്പൂതിരിപ്പാട് തുടങ്ങിയ യുവാക്കൾ സഭയിൽ പ്രവർത്തനം ആരംഭിച്ചപ്പോൾ *ഉണ്ണിനമ്പൂതിരി* അവരുടെ വിഹാരരംഗമായി. 1930-കൾ കോൺഗ്രസിന്റെയും സോഷ്യ ലിസ്റ്റ് കമ്യൂണിസ്റ്റ് പ്രസ്ഥാനങ്ങളുടെയും വർഗ ബഹുജന സംഘടന കളുടെയും കുതിച്ചുചാട്ടത്തിന് സാക്ഷ്യം വഹിച്ചപ്പോൾ നമ്പൂതിരി സമുദായം കുടുമ മുറിക്കലും വിധവാ വിവാഹവും വൃദ്ധവിവാഹവിരുദ്ധ നടപടികളുംകൊണ്ട് തിളച്ചുമറിയുകയായിരുന്നു. സാഹിത്യരംഗത്തും നാടകരംഗത്തും ഇതിന്റെ അലകൾ പടർന്നുപിടിച്ചു.

1945-ൽ ഓങ്ങല്ലൂരിൽവച്ച് നടന്ന യോഗക്ഷേമസഭാ വാർഷികത്തിൽ ഇ എം എസ് നമ്പൂതിരിപ്പാട് അധ്യക്ഷത വഹിച്ചുകൊണ്ട് നടത്തിയ 'നമ്പൂതിരിയെ മനുഷ്യനാക്കാൻ' എന്ന പ്രക്ഷോഭജനകമായ പ്രഭാ ഷണം 1930-കളിലെ പരിവർത്തന പ്രക്രിയയുടെ മൂർധന്യമായിരുന്നു എന്നു പറയാം. അതുവരെ യോഗക്ഷേമസഭയും മറ്റും ആവശ്യപ്പെട്ടു കൊണ്ടിരുന്ന സാമൂഹ്യ പരിഷ്കരണ നടപടികൾക്കു പുറമെ അധ്വാനി ക്കാതെ അന്യരുടെ അധ്വാനഫലം ചൂഷണംചെയ്ത് അലസജീവിതം നയിക്കുന്നത് നമ്പൂതിരിമാരുടെ മനുഷ്യത്വത്തെ ഹനിക്കുമെന്നും ജന്മിത്വം വലിച്ചെറിഞ്ഞ് സമൂഹത്തിലെ മറ്റ് പുരോഗമന വിഭാഗങ്ങളെ പ്പോലെ ശാരീരികമായി അധ്വാനിക്കാനും ആധുനിക ശൈലിയിലുള്ള വ്യവസായ വ്യാപാരാദികളിൽ പ്രവേശിക്കാനും ഇ എം എസ് ആഹ്വാനം ചെയ്തു.

കർഷക സമരങ്ങളുടെയും കാർഷിക പരിഷ്കരണങ്ങളുടെയും ഫലമായും പഴയ രീതിയിലുള്ള ഭൂപ്രഭുത്വം നിർമാർജനം ചെയ്യപ്പെട്ട തോടെ നമ്പൂതിരിമാരിൽ ബഹുഭൂരിപക്ഷവും തൊഴിലാളികളും പ്രൊഫ ഷണലുകളും സർക്കാർ ജീവനക്കാരും അഭ്യസ്തവിദ്യരായ തൊഴിലി ല്ലാത്തവരും മറ്റുമായി മാറിക്കഴിഞ്ഞിരിക്കുന്നു. അതുകൊണ്ട് ഇപ്പോൾ തങ്ങൾക്ക് പുതിയ അവശതകളാണുള്ളതെന്ന് വാദിച്ചുകൊണ്ട് സംവ രണാനുകൂല്യത്തിനും മറ്റുമായി യോഗക്ഷേമസഭ അത്ര ഊർജസ്വല മല്ലെങ്കിലും പ്രവർത്തനം തുടരുന്നുണ്ട്.

അയ്യങ്കാളി

10 സാധുജന പരിപാലന സംഘവും പുലയമഹാസഭയും

കേരള ചരിത്രത്തിലെ ഉന്നതശീർഷനായിരുന്ന ദളിത നേതാവ് അയ്യങ്കാളി (1863-1941) പുലയസമുദായാംഗമായിരുന്നു. ഔപചാരിക വിദ്യാഭ്യാസമൊന്നും ലഭിച്ചിരുന്നില്ലെങ്കിലും കാര്യശേഷികൊണ്ടും നേതൃത്വസിദ്ധികൊണ്ടും നവോത്ഥാന നായകരുടെ കൈവിരലിൽ എണ്ണിത്തീർക്കാവുന്ന പട്ടികയിലെ മുൻനിരക്കാരനായിരുന്നു അയ്യങ്കാളി. തിരുവനന്തപുരം നഗരത്തിന്റെ പ്രാന്തപ്രദേശത്ത് വെങ്ങാനൂർ ജനിച്ച അയ്യങ്കാളിയെ ശ്രീനാരായണ പ്രസ്ഥാനത്തിന്റെ ആദർശങ്ങൾ ആകർഷിച്ചു. ദളിതർക്ക് വഴിനടക്കാനും കല്ലുമാല മുതലായ പ്രാകൃത ആഭരണങ്ങൾ ഉപേക്ഷിച്ച് പരിഷ്കൃത വസ്ത്രങ്ങൾ ഉപയോഗിക്കാനും വിദ്യാഭ്യാസം നേടാനും മറ്റും അദ്ദേഹം നടത്തിയ പോരാട്ടങ്ങൾ ദക്ഷിണ കേരളത്തിന്റെ ചരിത്രത്തിൽ അവിസ്മരണീയങ്ങളാണ്. ശ്രീനാരായണ ഗുരുവും ഡോ. പൽപ്പുവും കുമാരനാശാനും മറ്റുമായുള്ള സൗഹൃദബന്ധത്തിനു പുറമെ, അന്നത്തെ സവർണ പ്രമാണിമാരായ ഡോ. രാമൻപിള്ള, സ്വദേശാഭിമാനി രാമകൃഷ്ണപിള്ള, ചങ്ങനാശ്ശേരി പരമേശ്വരൻപിള്ള മുതലായവരും അദ്ദേഹത്തിന്റെ സുഹൃത്തുക്കളും സഹകാരികളും ആയി.

20-ാം നൂറ്റാണ്ടിന്റെ ആദ്യ പതിറ്റാണ്ടിൽ ശ്രീമൂലം തിരുനാൾ മഹാരാജാവിന്റെ കീഴിൽ ദിവാന്മാരായിരുന്ന വി പി മാധവറാവുവും പി രാജ

ഗോപാലാചാരിയും അയ്യങ്കാളിയുടെ പരിചയസീമയിൽപ്പെട്ടവരായിരുന്നു. എസ്.എൻ.ഡി.പിയുടെയും അയ്യങ്കാളിയുടെയും മറ്റും പരിശ്രമഫലമായി അയിത്തജാതിക്കാർക്ക് അക്കാലത്ത് വിദ്യാലയ പ്രവേശനവും മറ്റും അനുവദിച്ചിരുന്നെങ്കിലും സർക്കാർ തീരുമാനത്തെ ധിക്കരിച്ചുകൊണ്ട് ഊരൂട്ടമ്പലം, വെങ്ങാനൂർ തുടങ്ങിയ പല സ്ഥലങ്ങളിലും സവർണർ ദളിത വിദ്യാർഥികളെ തടയുകയും ദ്രോഹിക്കുകയും ചെയ്യുകപതിവായിരുന്നു.

ഈ സാഹചര്യത്തിലാണ് സംഘടിച്ച് ശക്തരാകാനും വിദ്യ അഭ്യസിച്ച് സ്വതന്ത്രരാകാനുള്ള ശ്രീനാരായണ സന്ദേശം ഉൾക്കൊണ്ട് 1907-ൽ എസ്.എൻ.ഡി.പി യോഗം മാതൃകയിൽ സാധുജന പരിപാലന സംഘം തിരുവനന്തപുരം കേന്ദ്രമായി അയ്യങ്കാളി സ്ഥാപിച്ചത്. വിദ്യാഭ്യാസ പ്രചാരണത്തിനു പുറമെ ആചാര പരിഷ്കാരങ്ങൾക്കും സാധുജന പരിപാലന സംഘം പ്രാധാന്യം നൽകി. അക്കാലത്ത് പുലയർക്കിടയിൽ നടന്ന ഒരു വലിയ പ്രക്ഷോഭണമുണ്ട്: പരമ്പരാഗതമായ 'കല്ലയും മാലയും' (വില കുറഞ്ഞ പല നിറത്തിലുള്ള മുത്ത് കോർത്തിണക്കി മാറു മുഴുവൻ മറയത്തക്കവിധം നിറയെ ധരിക്കുന്ന കല്ലുമാലകൾ. കൈകളിലും ചെവിയിലും മറ്റും ഇത്തരം കുപ്പിക്കല്ലുകളും മറ്റുംകൊണ്ട് ആഭരണങ്ങൾ ധരിച്ചിരിക്കും) ഉപേക്ഷിച്ച് വസ്ത്രം കൊണ്ടോ കുപ്പായം കൊണ്ടോ മാറുമറച്ച് വൃത്തിയായി നടക്കാനുള്ള ശ്രമം. തിരുവനന്തപുരത്തിന് തെക്ക് ഊരൂട്ടമ്പലം മുതലായ പ്രദേശങ്ങളിലാണ് ആദ്യം ഈ പ്രക്ഷോഭം പടർന്നുപിടിച്ചതെങ്കിലും ആഭ്യന്തരയുദ്ധത്തിന്റെ പ്രതീതി ഉയർത്തുന്ന കോളിളക്കത്തിലേക്ക് നീങ്ങിയത് ഇന്നത്തെ കൊല്ലം ജില്ലയുടെ ചില ഭാഗങ്ങളിലും പ്രത്യേകിച്ച് പെരിനാട് പ്രദേശത്തും ആണ്. പുലയർക്കിടയിൽ ആത്മാഭിമാനം വളർത്താനും അവകാശങ്ങൾ നേടാനും അപരിഷ്കൃതമായ കല്ലയും മാലയും ഉപേക്ഷിക്കാനും അവിടങ്ങളിൽ പ്രചാരവേല നടത്തിയിരുന്നത് ഗോപാലദാസ് എന്നൊരാളാണ്. ഗോപാലദാസിന്റെ പ്രവർത്തനം ഊർജിതപ്പെട്ടപ്പോൾ സവർണർ, പ്രത്യേകിച്ചും നായന്മാർ, ക്ഷുഭിതരാവുകയും പുലയരെ കടന്നാക്രമിച്ച് പീഡിപ്പിക്കുകയും ചെയ്തു. പ്രതിക്രിയയായി പുലയർ നായന്മാരുടെ ചില വീടുകൾക്കും നായന്മാർ പുലയരുടെ മാടങ്ങൾക്കും തീവച്ചതോടെ, പുലയർ അഭയാർഥികളായി നാടുവിടാൻ തുടങ്ങി. 1912-ൽ ഈ ഘട്ടത്തിലാണ് അയ്യങ്കാളി ഇടപെട്ട് ശാന്തത പുനഃസ്ഥാപിക്കാൻ ശ്രമിച്ചത്. ചങ്ങനാശ്ശേരി പരമേശ്വരൻപിള്ള, ഡോ. രാമൻ തമ്പി തുടങ്ങിയ പൗരപ്രധാനികളുടെ പിന്തുണ നേടാൻ അയ്യങ്കാളിക്കു കഴിഞ്ഞു. ഇവരെല്ലാം ചേർന്ന് വിളിച്ചുചേർത്ത അനുരഞ്ജന സമ്മേളനത്തിന്റെ വാർത്ത, ദേശീയ പത്രികയായി പ്രവർത്തിച്ചുവന്ന *മലയാളി*യിൽ പ്രസിദ്ധീകരിച്ചിരുന്നത് താഴെ ചേർക്കുന്നു:

നാനാജാതിമതസ്ഥരായി സ്ഥലത്തുള്ള പ്രധാനപ്പെട്ട പൗരന്മാരും

വക്കീൽമാരും കച്ചവടക്കാരും ഉദ്യോഗസ്ഥന്മാരും പെരിനാട്ടുനിന്ന് മറ്റുപല യോഗ്യന്മാരും കൃത്യസമയംതന്നെ സ്ഥലത്ത് വന്നുചേർന്നു. പെരിനാട്ടും കൊല്ലത്തും മറ്റുമുള്ളവരായി ഏകദേശം നാലായിരത്തോളം പുലയ സമുദായാംഗങ്ങൾ സ്ഥലത്തെത്തി. അവരുടെ നേതാക്കന്മാരായ അയ്യങ്കാളി, ചോതി മുതലായവരുടെ ആജ്ഞാനുസരണം മൈതാനത്ത് സഭാരംഗത്തിന്റെ മുൻഭാഗത്തായി ഇരുത്തിയിരുന്നു. നടുവെ ഒരു കയറുകെട്ടി ഒരു ഭാഗത്ത് സ്ത്രീകളും മറ്റൊരു ഭാഗത്ത് പുരുഷന്മാരുമായി ഇരുന്ന പുലയ ജനങ്ങളിൽ കുട്ടികളും വയസ്സുചെന്നവരും മറ്റും ഉണ്ടായിരുന്നു. പുലയ സ്ത്രീകൾ ശുചിയായ രീതിയിൽ വസ്ത്രധാരണം ചെയ്ത് വന്നിരുന്നതും യോഗനടപടികൾ തുടങ്ങിയശേഷം ബദ്ധശ്രദ്ധരായിരുന്നതും ജനങ്ങളുടെ ശ്രദ്ധയ്ക്ക് പാത്രമായ സംഗതികളാണ്.

'നായന്മാരും പുലയരും തമ്മിൽ സാമുദായികമായ യാതൊരു വിരോധമോ മത്സരമോ ഇല്ലെന്നും ഈ സമുദായക്കാർ രഞ്ജിപ്പായും അന്യോന്യം സ്നേഹബഹുമാനാദികളോടുകൂടിയും കഴിഞ്ഞുപോകയാണെന്ന് ഈ സഭ അഭിപ്രായപ്പെടുന്നു' എന്നുള്ള ഒന്നാമത്തെ നിശ്ചയത്തെപ്പറ്റി പ്രസംഗിച്ചത് മിസ്റ്റർ രാമൻ തമ്പിയായിരുന്നു. അദ്ദേഹത്തെ പിൻതാങ്ങി മിസ്റ്റർ അയ്യങ്കാളി ചെയ്ത പ്രസംഗം വളരെ ദീർഘമായ ഒന്നായിരുന്നു. മിസ്റ്റർ അയ്യങ്കാളി തന്റെ സമുദായാംഗങ്ങളോട് ഈശ്വരവിശ്വാസം, പരിഷ്കൃത രീതിയിലുള്ള ദേഹാച്ഛാദനം, നായന്മാരോട് അനുസരണം എന്നീ ഗുണഗണങ്ങൾ ഉള്ളവരായിരിക്കണമെന്ന് ഉപദേശിച്ചു. ആചാര നടപടികളിലും വേഷത്തിലും നടപ്പിലും മറ്റും മാറ്റം വരുത്തുമ്പോൾ നായന്മാർക്ക് ചിലപ്പോൾ രസം ഉണ്ടായില്ലെന്നു വരുമെന്നും, എന്നാൽ തങ്ങൾ ക്ഷമയോടുകൂടിയിരിക്കണമെന്നും മിസ്റ്റർ അയ്യങ്കാളി പറയുകയുണ്ടായി.

പുലയ സ്ത്രീകൾ 'കല്ലയും മാലയും' ആണല്ലോ പണ്ടുപണ്ടേ ധരിച്ചുവരുന്നത്. തെക്കൻ തിരുവിതാംകൂറിൽ സാധുജന പരിപാലന സംഘത്തിന്റെ ശ്രമത്താൽ ഈ ആഭരണം ഇപ്പോൾ ഒരു പുലയിയും അണിഞ്ഞുവരുന്നില്ലെന്നും അവർ റൗക്ക ധരിച്ച് അർധനഗ്നത്വത്തെ ദൂരീകരിച്ചിരിക്കുന്നുവെന്നും പെരിനാട്ടുവച്ച് അങ്ങനെ ചെയ്യുന്നതിലുള്ള വിരോധംകൊണ്ടാണ് ചില നായന്മാർ വഴക്കുണ്ടാക്കിത്തീർത്തതെന്നും ഇപ്പോൾ ഈ മഹാസദസ്സിൽ വച്ചുതന്നെ ആ കാര്യം നടത്തുന്നതിന് (കല്ലയും മാലയും അറുത്തുകളയുന്നതിന്) നായർ മഹാന്മാരോട് താൻ അനുവാദം ചോദിക്കുന്നുവെന്നും മിസ്റ്റർ അയ്യങ്കാളി പ്രസ്താവിച്ചു. '.....മിസ്റ്റർ അയ്യങ്കാളി ആവശ്യപ്പെട്ടതുപോലെ ഈ സദസ്സിൽ വച്ചുതന്നെ

> പുലയസ്ത്രീകൾ കല്ലയും മാലയും അറുത്തുകളഞ്ഞുകൊള്ളുന്നതിന് ഈ യോഗത്തിലുള്ളവർക്കെല്ലാം പൂർണമായി സമ്മതമുണ്ടെന്ന്' അധ്യക്ഷൻ (കെ പരമേശ്വരൻ പിള്ള, ബി.എ ബി.എൽ അവർകൾ) ഹസ്തതാഡനമധ്യേ വാഗ്ധാടിയോടുകൂടി പറഞ്ഞവസാനിപ്പിച്ചു .....മിസ്റ്റർ അയ്യങ്കാളി പുലയസ്ത്രീകളുടെ ഇടയിൽ നിന്നും രണ്ട് പുലയ യുവതികളെ വിളിച്ച് സദസ്യരുടെ മുമ്പിൽ വരുത്തി അവരുടെ കഴുത്തിലെ കല്ലയും മാലയും അറുത്തുകളയുവാൻ എല്ലാവരും സമ്മതിച്ചിരിക്കുന്നുവെന്നും അങ്ങനെ ചെയ്തുകൊള്ളാമെന്ന് പറയുകയും, ഉടനെ അവർ പിശ്ശാങ്കത്തികൊണ്ട് മാലയെ അറുത്തുകളയുകയും ചെയ്തു..... യോഗത്തിൽ എത്തിയിരുന്ന എല്ലാ പുലയസ്ത്രീകളും ഉടനെ അവരുടെ മാല അറുത്തുകളയുന്ന ജോലി ധൃതിയിൽ നടത്തി ആനന്ദഭരിതരായി കാണപ്പെട്ടു. (*കേരള ചരിത്രം*, സഞ്ചിക 1, കൊച്ചി. പുറം 1273-74)

1914-ൽ ശ്രീമൂലം പ്രജാസഭയിൽ നാമനിർദേശപ്രകാരം അംഗമായതിനെത്തുടർന്ന് അയ്യങ്കാളിയുടെ പ്രവർത്തനമണ്ഡലം വികസിച്ചു.

ഇപ്രകാരം തിരുവിതാംകൂറിൽ പുലയർ ഉണർന്നെഴുന്നേറ്റ് സംഘടിച്ചുകൊണ്ടിരുന്നപ്പോൾ കൊച്ചിയിൽ അൽപ്പം വൈകിയാണെങ്കിലും സമാന്തരമായ പ്രവർത്തനങ്ങൾ പുരോഗമിക്കുകയായിരുന്നു. കൊച്ചിയിലെ അക്കാലത്തെ പുലയ നേതാവ് മുളവുകാട് പ്രദേശത്തുകാരനായ കൃഷ്ണാതി ആശാനായിരുന്നു. കൃഷ്ണാതി ആശാന്റെ പ്രസിദ്ധമായ രംഗപ്രവേശം 1912-ൽ കൊച്ചി മഹാരാജാവിന്റെ ഷഷ്ഠിപൂർത്തിയാഘോഷത്തോടനുബന്ധിച്ച് എറണാകുളം മഹാരാജാസ് കോളേജിൽ പണ്ഡിറ്റ് കറുപ്പന്റെ ജാതിവിരുദ്ധപ്രമേയം അടങ്ങുന്ന 'ബാലാകലേശം' നാടകാവതരണ സന്ദർഭത്തിലാണ്. മുളവുകാട്ടുനിന്നും കൃഷ്ണാതി ആശാന്റെ നേതൃത്വത്തിൽ ഒരുസംഘം പുലയർ വള്ളങ്ങളിൽ കയറി മഹാരാജാവിന് മംഗളങ്ങൾ നേർന്നുകൊണ്ടാണെങ്കിലും തങ്ങളുടെ അവശതാപരിഹാരത്തിനുതകുന്ന മുദ്രാവാക്യങ്ങൾകൂടി ഉയർത്തിക്കൊണ്ട് കോളേജിനടുത്തുള്ള ഹജൂർജട്ടിവരെ എത്തി. എന്നാൽ എറണാകുളം നഗത്തിലെ നിരത്തുകളിൽ പുലയർക്ക് പ്രവേശനം ഇല്ലാതിരുന്നതിനാൽ അവർക്ക് കരയ്ക്കിറങ്ങാൻ കഴിഞ്ഞില്ല. നാടക അവതരണം നടന്നുകൊണ്ടിരിക്കെ പണ്ഡിറ്റ് കറുപ്പൻ ഹജൂർജട്ടിയിൽ ചെന്ന് ആശാനെയും കൂട്ടുകാരെയും കണ്ട് സംഭാഷണം നടത്തുകയും കായലിൽത്തന്നെ വള്ളങ്ങൾ കൂട്ടിക്കെട്ടി യോഗം നടത്താൻ പരിപാടി ഇടുകയും ചെയ്തു. അങ്ങനെ ഒന്നിലേറെ തവണ കായലിലെ ഈ നിശാകാലയോഗങ്ങൾ കറുപ്പന്റെ സാന്നിധ്യത്തോടെ നടന്നശേഷം 1913 മെയ് മാസത്തിൽ എറണാകുളത്തെ സെന്റ് ആൽബർട്ട്സ് ഹൈസ്കൂൾ ഹാളിൽവച്ച് സമസ്ത കൊച്ചി പുലയമഹാസഭ രൂപീകരിക്കപ്പെട്ടു. രൂപീകരണയോഗത്തിൽ അധ്യക്ഷത വഹിച്ചത് പ്രശസ്ത പൊതുജന

നേതാവും അധികാരസ്ഥാനങ്ങളിൽ പിടിപാടുള്ള പ്രഭാഷകനും എഴുത്തുകാരനും മറ്റുമായ ടി കെ കൃഷ്ണമേനോൻ ആയിരുന്നു. സഭയുടെ കാര്യദർശി പി സി ചാഞ്ചൻ. 1926-ൽ ചാഞ്ചനെ നിയമസഭയിലേക്ക് നാമനിർദേശം ചെയ്തതോടെ അദ്ദേഹത്തിന്റെ നേതൃത്വം അനിഷേധ്യമായി. ഈ പുരോഗതി എല്ലാം ഉണ്ടായെങ്കിലും പൊതുവെ പുലയർക്കും അവരുടെ സംഘടനയ്ക്കും അംഗീകാരം നൽകുന്നതിൽ അധികാരവൃന്ദം വിമുഖരായിരുന്നു. ഇതിൽ നിരാശാഭരിതനായ കൃഷ്ണാതി ആശാൻ 1919-ൽ ക്രിസ്തുമതം സ്വീകരിച്ചതോടെ മഹാസഭ പ്രവർത്തനത്തിന് നേരിട്ട മാന്ദ്യം പൂർണമായി പരിഹരിക്കാൻ സെക്രട്ടറി ചാഞ്ചനു കഴിഞ്ഞില്ല.

ഈ കാലയളവിൽ ഉയർന്നുവന്ന മറ്റൊരു നേതാവാണ് കെ പി വള്ളോൻ. വള്ളോൻ പല കാര്യങ്ങളിലും സർക്കാരുമായി ഇടപെടുകയും സർക്കാരിനെക്കൊണ്ട് ദളിതർക്കുവേണ്ട പല കാര്യങ്ങൾ ചെയ്യിക്കുന്നതിൽ വിജയം നേടുകയും ചെയ്തു. അവയിലൊന്നാണ് എറണാകുളം മഹാരാജാസ് കോളേജിനോടനുബന്ധിച്ച് സ്ഥാപിക്കപ്പെട്ട ഹരിജൻ ഹോസ്റ്റൽ. ഹോസ്റ്റലിൽ താമസിച്ച് പഠിക്കുന്ന കുട്ടികൾക്ക് ട്യൂഷൻ ഫീസും ഭക്ഷണവും എല്ലാം സൗജന്യമായി ലഭിക്കുകയും കൈച്ചിലവിന് ചെറിയ തോതിൽ ധനസഹായം നൽകുകയും ചെയ്തിരുന്നു. ഇതിന്റെ ഫലമായി വളരെയേറെ വിദ്യാർഥികൾക്ക് പഠനസൗകര്യം ലഭിച്ചു. പിൽക്കാലത്ത് കൊച്ചിയിലും കേരളത്തിൽ ആകെയും പ്രശസ്തരായിത്തീർന്ന കെ കെ മാധവൻ, ടി എ പരമൻ, എം കെ കൃഷ്ണൻ, പി കെ ചാത്തൻ, പി കെ കൊടിയൻ, കെ കെ കണ്ണൻ മുതലായ പലരും ഈ സൗകര്യങ്ങൾ ഉപയോഗപ്പെടുത്തി ഉപരിവിദ്യാഭ്യാസം നേടിയവരാണ്.

ഈ കാലയളവിൽ മഹാത്മാഗാന്ധിയുടെ പ്രചോദനം ഉൾക്കൊണ്ട് സംഘടിപ്പിക്കപ്പെട്ട ഹരിജനോദ്ധാരണ സംഘടനകൾ ഈ രംഗത്ത് പല സംഭാവനകളും ചെയ്തെങ്കിലും അവയുടെ രക്ഷാധികർതൃത്വ സ്വഭാവവും വരേണ്യ നേതൃത്വവും പ്രസ്ഥാനത്തിന് ആത്മവിശ്വാസവും കരുത്തും പകരുന്നതിന് വിഘാതമായി. കോൺഗ്രസിലും പ്രജാമണ്ഡലത്തിലും പ്രവർത്തിച്ചുവന്ന കമ്യൂണിസ്റ്റുകാർ ഉൾപ്പെടെയുള്ള ഇടതുപക്ഷക്കാർ പുലയമഹാസഭയുടെ പ്രവർത്തനങ്ങളിൽ സജീവമായി ഇടപെടുകയും നേതൃത്വം അവരിലേക്ക് സംക്രമിക്കുകയും ചെയ്തതോടെ അധികാരഘടനയിലുള്ള പ്രാതിനിധ്യവും വേലയും കൂലിയും ഭൂമിയും സംബന്ധിച്ച അവകാശവാദങ്ങൾ ഉയർന്നുവരികയും ചെയ്തു. 1946-ൽ പിൽക്കാലത്ത് പ്രഥമ കമ്യൂണിസ്റ്റ് മന്ത്രിസഭയിൽ അംഗമായിരുന്ന പി കെ ചാത്തൻ മാസ്റ്ററുടെ നേതൃത്വത്തിൽ ഇരിങ്ങാലക്കുട വച്ച് ചേർന്ന സമ്മേളനം മുന്നോട്ടുള്ള ഒരു വഴിത്തിരിവായി. ഈ സമരങ്ങൾക്ക് നേതൃത്വം നൽകുന്നതിന് പുറമെ ഇരിങ്ങാലക്കുടയിലെ കുടൽമാണിക്യം ക്ഷേത്രത്തിന്റെ ഊരായ്മ തച്ചുടയ കൈമളുടെ അധീനതയിലായിരുന്ന കൂട്ടം കുളം നിരത്ത് ദളിതർക്ക് തുറന്നുകിട്ടുന്നതിനുള്ള സമരം ഊർജി

തപ്പെടുത്തി. 1947 ആഗസ്ത് 15 ന് ഇന്ത്യക്ക് സ്വാതന്ത്ര്യം കിട്ടിയശേഷവും ദളിതർക്ക് വഴിനടക്കാനുള്ള അവകാശം പലയിടത്തും നിഷേധിക്കപ്പെട്ടുതന്നെ തുടർന്നിരുന്നു. ഉദാഹരണത്തിന്, കൊച്ചി രാജാക്കന്മാരുടെ പരമ്പരാഗത മന്ത്രിമാരും വൻഭൂവുടമകളും ആയിരുന്ന പാലിയത്തച്ചന്മാരുടെ വക ചേന്ദമംഗലത്തുള്ള ക്ഷേത്ര പരിസരത്തിലെ നിരത്തുകളിൽക്കൂടി നടക്കാനുള്ള സമരം 1948-ൽ കേരളത്തിന്റെ മുഴുവൻ ശ്രദ്ധയും ആകർഷിച്ചുകൊണ്ട് ശക്തിപ്പെട്ടു. പാലിയം സത്യഗ്രഹത്തിൽ എസ് എൻ ഡി പി, പുലയമഹാസഭ, കമ്യൂണിസ്റ്റ് പാർട്ടി തുടങ്ങിയ പ്രസ്ഥാനങ്ങളുടെ പങ്കാളിത്തം അന്ന് ഒറ്റതിരിഞ്ഞ നാട്ടുരാജ്യം മാത്രമായിരുന്ന കൊച്ചിയുടെ അതിർത്തികൾ ലംഘിച്ച് പുറത്തേക്കും പടരാൻ സഹായകമായി.

കൊടുങ്ങല്ലൂർ കോവിലകത്തെ തമ്പുരാട്ടിമാരും നമ്പൂതിരി സ്ത്രീകളുടെ അവകാശസമരങ്ങളിലൂടെ പ്രസിദ്ധരായ നേതാക്കളും ഉൾപ്പെടെ അനേകർ നിർദയമായി മർദിക്കപ്പെട്ടു. സമരത്തിന്റെ മുന്നണി നേതാവായിരുന്ന എ ജി വേലായുധൻ മർദനംമൂലം രക്തസാക്ഷിയായി. അപ്പോഴേക്കും അന്തരീക്ഷം മാറിമറിയുകയും ഇന്ത്യയുടെ പുതിയ റിപ്പബ്ലിക്കൻ ഭരണഘടന പൗരാവകാശങ്ങൾ ഉറപ്പുനൽകുന്നവിധം ഭരണഘടനാ നിർമാണസമിതിയിൽ ചർച്ച ചെയ്യപ്പെടുകയും ആയിരുന്നതിനാൽ വഴിനടക്കാനുള്ള അവകാശം മാത്രമല്ല, ക്ഷേത്രദർശനത്തിനുള്ള അവകാശവും അനുവദിച്ചുകൊടുക്കാൻ ക്ഷേത്രാധികാരികൾ നിർബന്ധിതരായി.

പുലയമഹാസഭ തുടർന്നും പ്രവർത്തിച്ചുവരുന്നുണ്ടെങ്കിലും ദളിതരുടെ അവകാശ സമരങ്ങൾക്ക് വർഗപരവും രാഷ്ട്രീയവുമായ മാനങ്ങളാണ് പിൽക്കാലത്ത് മുന്നിട്ടുനിന്നത്.

തിരുവിതാംകൂറിലെയും കൊച്ചിയിലെയും ദളിത നവോത്ഥാന പ്രസ്ഥാനങ്ങൾക്ക് പിന്നാലെയാണ് മലബാറിൽ ഈ വഴിക്കുള്ള പ്രവർത്തനം ആരംഭിച്ചത്. ഇക്കാര്യത്തിൽ അവിടെ മുൻകൈ എടുത്തിരുന്നത് ഗാന്ധിയൻ കോൺഗ്രസുകാരാണ്. മലബാറിലും തിരുവിതാംകൂറിലും കൊച്ചിയിലും ഹരിജനോദ്ധാരണ സംഘടനകൾ സ്ഥാപിക്കാൻ കെ കേളപ്പൻ, മാധവനാർ ചങ്ങനാശേരി പരമേശ്വരപിള്ള, എം എൻ ഗോവിന്ദൻനായർ തുടങ്ങിയവരായിരുന്നു നേതൃത്വം നൽകിയത്. 1927-ൽ കോഴിക്കോട് പാറൻ സ്ക്വയറിൽ മഹാത്മാഗാന്ധിയുടെ അധ്യക്ഷതയിൽ ഒരു യോഗം ചേർന്ന് "കേരള അന്ത്യജോദ്ധാരണ സംഘം" എന്ന പേരിൽ ഒരു സംഘടന രൂപീകരിച്ചു. പി കൃഷ്ണൻ പ്രസിഡന്റും കെ കേളപ്പൻ സെക്രട്ടറിയുമായാണ് അന്ത്യജോദ്ധാരണ സംഘം പ്രവർത്തിച്ചത്. പിന്നീട് സംഘടനയുടെ പേര് "ആദികേരളോദ്ധാരണ സംഘം" എന്നാക്കി മാറ്റി. പല കേന്ദ്രങ്ങളിലും അന്ത്യജരെ പഠിപ്പിക്കാൻ നിശാപാഠശാലകളും സാക്ഷരതാക്ലാസുകളും നടത്തുന്നതിന് പുറമെ അവരുടെ വിദ്യാലയ പ്രവേശനത്തെ തടുക്കാൻ ശ്രമിച്ച സവർണ പ്രമാണിമാരെ സംഘടിതമായി എതിർക്കുകയും ചെയ്തു. ശുചിത്വ പരിശീലനം, ആരോ

ഗൃശീലങ്ങളെക്കുറിച്ചുള്ള അറിവ്, ഖാദി നൂൽനൂൽപ്പ്, കരകൗശലം തുടങ്ങിയവ ദളിതരെ പഠിപ്പിക്കുന്നതിനും സംഘം മുൻകൈയെടുത്തു. എന്നാൽ അവരുടെ ജീവിതാഭിവൃദ്ധിക്ക് നിർണായകമായ കൂലിയുടെയും വേലയുടെയും ഭൂമിയുടെയും കാര്യത്തിൽ കൂടുതൽ ശ്രദ്ധിച്ചത് ഇടതുപക്ഷ നേതൃത്വത്തിലുള്ള കർഷകസംഘങ്ങളും തൊഴിലാളി യൂണിയനുകളും ആയിരുന്നതിനാൽ ഗാന്ധിയൻ സംഘടനകൾ പൊതുവെ ജീവകാരുണ്യ സംഘങ്ങളായി ചുരുങ്ങുകയാണ് ചെയ്തത്.

മന്നത്തു പത്മനാഭൻ

11 നായർ സർവീസ് സൊസൈറ്റി

പഴയ തിരുവിതാംകൂറിലും കൊച്ചിയിലും മലബാറിലും ഭൂസ്വത്തിലും ഭരണാധികാര സ്ഥാനങ്ങളിലും വളരെ ഉയർന്ന സ്ഥാനമാണ് നായന്മാർ വഹിച്ചിരുന്നത്. തിരുവിതാംകൂറിൽ വേലുത്തമ്പി ദളവയുടെ കലാപം അടിച്ചമർത്തപ്പെട്ടതോടെ മേൽക്കോയ്മയായിത്തീർന്ന ബ്രിട്ടീഷുകാർക്ക് നായന്മാരെ കലാപകാരികളുടെ പിന്മുറക്കാരായിട്ടേ കാണാൻ കഴിഞ്ഞിരുന്നുള്ളൂ. അതുകൊണ്ട് 19-ാം നൂറ്റാണ്ട് പുരോഗമിച്ചതോടെ നായന്മാർ പടിപടിയായി അധികാരസ്ഥാനങ്ങൾക്ക് പുറത്താവുകയും റാവുമാരും അയ്യർമാരും അയ്യങ്കാർമാരും മറ്റും പുറത്തുനിന്ന് ഇറക്കുമതി ചെയ്യപ്പെട്ട് ഉയർന്ന ഉദ്യോഗങ്ങളിൽ മാത്രമല്ല, ഇടത്തരം ഉദ്യോഗങ്ങളിലും വ്യാപകമായി ഉപയോഗിക്കപ്പെട്ടു. ഈ ദുരവസ്ഥയ്ക്ക് എതിരായ പ്രക്ഷോഭമായിരുന്നല്ലോ 1891-ലെ മലയാളി മെമ്മോറിയൽ എന്ന ഭീമഹർജിക്ക് വഴിയൊരുക്കിയത്.

മലയാളി മെമ്മോറിയൽ അഭ്യസ്തവിദ്യരായ എല്ലാ മലയാളി ഉദ്യോഗാർഥികൾക്കും വേണ്ടിയുള്ള നിവേദനം ആയിരുന്നെങ്കിലും, അതിൽ ഒപ്പുവച്ചവരിൽ എല്ലാ ജാതിമതസ്ഥരും ഉണ്ടായിരുന്നു എങ്കിലും അന്നത്തെ നിലയിൽ അതിന്റെ യഥാർഥ പ്രയോജനം മറ്റുള്ളവരെക്കാൾ നായന്മാർക്ക് ലഭിക്കാനായിരുന്നു സാധ്യത. അതുകൊണ്ടായിരിക്കാം

ഈ പ്രസ്ഥാനത്തിന് ബീജാവാപം ചെയ്തവർ അന്ന് ഉദ്യോഗത്തിൽ ഉണ്ടായിരുന്ന ചില നായർ പ്രമാണിമാരായത്. ഈ പ്രമാണിമാരിൽ പ്രമുഖർ പി താണുപിള്ള, സി വി രാമൻപിള്ള, സമുദായോത്തേജകൻ എന്ന പേരിൽ പിന്നീട് അറിയപ്പെട്ട സ്കൂൾ ഇൻസ്പെക്ടർ സി കൃഷ്ണ പിള്ള തുടങ്ങിയവരായിരുന്നു. അഭ്യസ്തവിദ്യരും വിദ്യാർഥികളും യുവാക്കളുമായിരുന്ന ഏതാനുംപേർ ചേർന്ന് 1880-കളുടെ ആദ്യം രൂപീകരിച്ച സോഷ്യൽ യൂണിയൻ എന്ന സംഘടന 1886-ൽ മലയാളി സഭയായി വികസിക്കുകയും അതിന്റെ അനൗപചാരിക മുഖപത്രമായി *മലയാളി* എന്ന വാർത്താപത്രിക തുടങ്ങുകയും ചെയ്തു. കെ പി ശങ്കരമേനോൻ, ജി പി പിള്ള, ടി പൽപ്പു, നിധീരി വക്കീൽ തുടങ്ങിയവരുടെ നേതൃത്വത്തിൽ പുരോഗമിച്ച മലയാളി മെമ്മോറിയൽ പ്രക്ഷോഭണം മലയാളി പത്രത്തിന്റെയും മലയാളി സഭയുടെയും ആഭിമുഖ്യത്തിലാണ് ശക്തിയാർജിച്ചത്. അതോടുകൂടി മലയാളിസഭയുടെയും മറ്റും ജാതീയ സ്വഭാവവും സങ്കുചിതത്വവും കുറെയൊക്കെ തേഞ്ഞുമാഞ്ഞു എന്നുപറയാം.

എങ്കിലും മലയാളി മെമ്മോറിയൽ പ്രവർത്തനങ്ങളിലും തുടർന്നുള്ള സാമുദായിക പ്രവർത്തനങ്ങളിലും താണുപിള്ളയും സി വിയും കൃഷ്ണ പിള്ളയും എല്ലാം പല തരത്തിൽ വ്യാപരിച്ചുപോന്നു. ഇങ്ങനെയുള്ള പ്രവർത്തനങ്ങളാണ് ഒടുവിൽ 1907-ലെ കേരളീയ സമാജ രൂപീകരണത്തിൽ കലാശിച്ചത്. അതിന്റ പ്രമേയത്തിൽ അധ്യക്ഷത വഹിച്ചത് മന്നത്ത് കൃഷ്ണൻനായരായിരുന്നു. കൃഷ്ണപിള്ളയുടെയും മറ്റും ഉത്സാഹത്തിൽ നായന്മാരുടെ കൂട്ടുകുടുംബവ്യവസ്ഥ, ബ്രാഹ്മണ സംബന്ധ സമ്പ്രദായം, പുലകുളി, കെട്ടുകല്യാണം, തിരണ്ടുകുളി, ചിലവേറിയ മരണാനന്തര ആഘോഷങ്ങൾ, കാരണവന്മാരുടെ സ്വേച്ഛാധിപത്യം മുതലായവയ്ക്ക് എതിരെയും ഉദ്യോഗ നിയമനങ്ങളിൽ പ്രാതിനിധ്യം ലഭിക്കുന്നതിനും മറ്റും വേണ്ടിയുള്ള പ്രക്ഷോഭങ്ങളും പ്രചാര വേലകളും നടന്നുവന്നു. 1912-ൽ നമ്പൂതിരിമാരുടെയും പരദേശ ബ്രാഹ്മണരുടെയും കടുത്ത എതിർപ്പുകളെ തോൽപ്പിച്ചുകൊണ്ട് നായർ റെഗുലേഷൻ പാസ്സാവുകയും കൂട്ടുകുടുംബവ്യവസ്ഥയുടെയും മാതൃദായ ക്രമത്തിന്റെയും സ്ഥാനത്ത് ആളോഹരിഭാഗവും പിതൃദായക്രമവും നടപ്പിൽവരികയും ചെയ്തത് നായർസമുദായ പരിഷ്കരണ ശ്രമങ്ങളുടെ വലിയൊരു നേട്ടമായിരുന്നു. പക്ഷേ, അതോടുകൂടി കേരളീയ നായർ സമാജത്തിന്റെ പ്രവർത്തനങ്ങൾ നിലയ്ക്കാൻതുടങ്ങി.

അപ്പോഴേക്കും ഊർജസ്വലമായി മുന്നേറിക്കൊണ്ടിരുന്ന എസ് എൻ ഡി പി യോഗ പ്രവർത്തനങ്ങളിൽനിന്ന് പ്രചോദനം നേടി നായർ സമുദായത്തിനും അത്തരം ഒരു സംഘടന രൂപീകരിക്കാൻ ശ്രമം ആരംഭിച്ചു. അതാണ് 1914-ൽ നായർ ഭൃത്യജനസംഘം എന്നപേരിൽ രൂപംകൊണ്ടത്. 1915-ൽ എസ് എൻ ഡി പി യോഗത്തിന്റെ മാതൃകയിൽ അതൊരു ജോയിന്റ് സ്റ്റോക്ക് കമ്പനിയായി രജിസ്റ്റർ ചെയ്യുകയും സ്കൂൾ ഇൻസ്പെക്ടറായിരുന്ന കെ പരമുപിള്ളയുടെ നിർദേശപ്രകാരം നായർ സർവീസ്

സൊസൈറ്റി എന്ന പേര് സ്വീകരിക്കുകയും ചെയ്തു. എൻ എസ് എസിന്റെ പ്രഥമ സെക്രട്ടറി പിൽക്കാലത്ത് സമുദായാചാര്യനായി പ്രകീർത്തിക്കപ്പെട്ട മന്നത്തു പത്മനാഭപിള്ളയായിരുന്നു. 1951-ലെ തിരഞ്ഞെടുപ്പിൽ കോൺഗ്രസിനെതിരെ എസ് എൻ ഡി പി നേതാവ് ആർ ശങ്കറുമായി യോജിച്ച് 'ഹിന്ദുമണ്ഡലം' രൂപീകരിച്ച് മത്സരിക്കാൻ തീരുമാനിച്ചപ്പോഴാണ് പിള്ള എന്ന വിശേഷണം മന്നം ഉപേക്ഷിച്ചത്. പിന്നീട് കെ കേളപ്പൻ എന്ന പേരിൽ ഗാന്ധിയൻ നേതാവായി ഉയർന്ന കെ കേളപ്പൻനായരായിരുന്നു പ്രഥമാധ്യക്ഷൻ. ചട്ടമ്പി സ്വാമി ഔപചാരികമായി എൻ എസ് എസുമായി ബന്ധം പുലർത്തിയിരുന്നില്ല എങ്കിലും അദ്ദേഹത്തിന്റെ നവോത്ഥാന ചിന്തയും സ്വാധീനവും എൻ എസ് എസിന്റെ നിത്യ പ്രചോദനം ആയിരുന്നു. എൻ എസ് എസിന്റെ അന്നത്തെയും പിൽക്കാലത്തെയും നേതാക്കന്മാർ പലരും സ്വാമിയുടെ അനുയായികളോ ഗൃഹസ്ഥാശ്രമ ശിഷ്യരോ ആയിരുന്നു.

നായർ സമുദായത്തിൽ അക്കാലത്ത് നിലവിലിരുന്ന അനവധി അനാചാരങ്ങൾക്കും ധൂർത്തുകൾ തുടങ്ങിയവയ്ക്കുമെതിരെ എൻ എസ് എസ് പ്രവർത്തിച്ചു. വിദ്യാലയങ്ങളും മറ്റും സ്ഥാപിച്ചും അന്യായമായി നിഷേധിക്കപ്പെട്ട അവകാശങ്ങൾക്കുവേണ്ടി വാദിച്ചുമുന്നേറിയ എൻ എസ് എസ് 1924-ലെ വൈക്കം സത്യഗ്രഹത്തെ അനുകൂലിച്ചുനടന്ന സവർണജാഥയ്ക്ക് നേതൃത്വം നൽകിയതോടെ നവോത്ഥാന പാരമ്പര്യത്തിന്റെ വക്താവ് എന്ന നിലയിലുള്ള പ്രശസ്തി വർധിപ്പിച്ചു.

തുടർന്നുള്ള എൻ എസ് എസ് പ്രവർത്തനങ്ങൾ തികച്ചും നിഷ്പ്രയോജനം ആയിരുന്നു എന്നോ പിന്തിരിപ്പൻ ആയിരുന്നെന്നോ അടച്ചാക്ഷേപിക്കുന്നത് അതിശയോക്തിയായിരിക്കും. എങ്കിലും പിന്നോക്ക വിഭാഗക്കാരുടെയും ന്യൂനപക്ഷങ്ങളുടെയും അവകാശങ്ങൾക്കുവേണ്ടി സംഘടിപ്പിക്കപ്പെട്ട സംയുക്ത രാഷ്ട്രീയസഭയോടും നിവർത്തന പ്രക്ഷോഭത്തോടും കൈക്കൊണ്ട എതിർപ്പും ഒരു ക്രിസ്തീയ പ്രസ്ഥാനം ആണെന്നു പറഞ്ഞ് സ്റ്റേറ്റ് കോൺഗ്രസിനെ ആക്ഷേപിച്ച് 'നാഷണൽ കോൺഗ്രസ്' എന്ന സംഘടനയുണ്ടാക്കി, സർ സി പിയെ തുണച്ചതും ഉത്തരവാദിത്വ ഭരണം കൈവരും എന്നുറപ്പായപ്പോൾ സർ സി പിയെ പുറംതള്ളി സ്റ്റേറ്റ് കോൺഗ്രസിൽ ചേർന്നതും 1951-ലെ പ്രഥമ റിപ്പബ്ലിക്കൻ പൊതുതിരഞ്ഞെടുപ്പിൽ 'ഹിന്ദുമണ്ഡലം' ഉണ്ടാക്കി, കോൺഗ്രസിനെ എതിർത്ത് ഒരു സീറ്റുപോലും കിട്ടാതെ തോറ്റതും മറ്റും എൻ എസ് എസിന് സൽപ്പേരാണ് ഉണ്ടാക്കിയതെന്ന് പറയാനാവില്ല. 1959-ൽ പ്രഥമ കമ്യൂണിസ്റ്റ് സർക്കാരിനെതിരായ വിമോചനസമരത്തിന് എൻ എസ് എസും അതിന്റെ സർവാധിപതിയായിരുന്ന മന്നവും നേതൃത്വം നൽകിയതും ആ പ്രസ്ഥാനത്തിന്റെ സൽപ്പേരിന് കുറച്ചൊന്നുമല്ല കളങ്കം വരുത്തിയത്. എങ്കിലും കേരളത്തിലെ നവോത്ഥാന ചരിത്രം രചിക്കുന്നവർക്ക് എൻ എസ് എസിന്റെ ക്രിയാത്മകമായ ആദ്യകാല സേവനങ്ങളെ വിസ്മരിക്കാനാവില്ല.

പണ്ഡിറ്റ് കറുപ്പൻ

12 അരയരുടെ ഉണർവ്

മുഖ്യമായും കടലോരപ്രദേശത്ത് മീൻപിടിത്തം കുലത്തൊഴിലായി സ്വീകരിച്ച് ഉപജീവനം നിർവഹിച്ചുവരുന്ന അരയസമുദായക്കാർക്ക് കേരളത്തിന്റെ ചരിത്രത്തിലും സമകാലിക സാമൂഹ്യ ജീവിതത്തിലും വളരെ പ്രധാനപ്പെട്ട സ്ഥാനമാണുള്ളത്. അരയൻ, മുക്കുവൻ, പരവൻ, വാലൻ, നുളയൻ, മുകയൻ, മരയ്ക്കാൻ തുടങ്ങിയ പല അവാന്തര വിഭാഗങ്ങളും അവർക്കിടയിൽ ഉണ്ടെങ്കിലും പിൽക്കാലത്ത് നവോത്ഥാന നായകരുടെ പരിശ്രമഫലമായി അരയർ എന്ന പൊതു നാമമാണ് സമുദായാംഗങ്ങൾ ഇപ്പോൾ സാമാന്യമായി സ്വീകരിച്ചുവരുന്നത്. ഫ്യൂഡൽ വ്യവസ്ഥ ശക്തിയാർജിച്ച മധ്യകാലഘട്ടത്തിൽ സവർണാധിപത്യം സാർവത്രികമായപ്പോൾ മറ്റു പല വിഭാഗങ്ങളെയുംപോലെ അരയർ സാമൂഹ്യവും സാമ്പത്തികവും ആയി പിന്നോക്കം തള്ളപ്പെടുകയും അയിത്ത ജാതിക്കാരിൽ ഒന്നായി അധഃപതിക്കുകയും ചെയ്തു.

അരയർ എന്ന പദംതന്നെ 'അരശൻ' അഥവാ 'രാജാവ്' എന്നതിന്റെ തൽഭവമാണെന്ന് ചില ചരിത്രകാരന്മാർ കരുതുന്നു. ഇപ്പോഴത്തെ തമിഴ്നാട്ടിലുള്ള വേലൂർ പട്ടണം തലസ്ഥാനമായി മീനവരാജ്യം എന്നൊന്ന് ഉണ്ടായിരുന്നെന്നും അത് അരയരുടെ രാജ്യം ആയിരുന്നു എന്നും പറയപ്പെടുന്നു. അതുപോലെ മറ്റു ചില ഉദാഹരണങ്ങളും ചരി

ത്രത്തിൽ ഉണ്ട്. ഈ പഴയ പ്രതാപത്തിന്റെ അവശേഷിപ്പുകളായി അടുത്തകാലംവരെ പല അവകാശാധികാരങ്ങളും അരയർക്ക് ഉണ്ടായിരുന്നു. തിരുവിതാംകൂർ രാജാവ്, ദേശിങ്ങനാട് റാണി, സാമൂതിരി, പെരുമ്പടപ്പ് സ്വരൂപാധികാരി തുടങ്ങിയവരുടെ നാവിക സേനകൾ അരയന്മാരാണ് നടത്തിയിരുന്നതും നയിച്ചിരുന്നതും. പള്ളിയോടങ്ങളിൽ കേരളീയ രാജാക്കന്മാർ യാത്ര ചെയ്യുമ്പോൾ അവർക്ക് അകമ്പടി സേവിക്കാനുള്ള സവിശേഷ അവകാശം അടുത്തകാലംവരെ അരയർക്കുണ്ടായിരുന്നു. എന്നാൽ ഫ്യൂഡൽ മേൽക്കോയ്മയും കൊളോണിയൽ വാഴ്ചയും അരയരെ അധഃകൃതരാക്കി.

ഈ പൊതു അവശതയ്ക്കു പുറമെ അരയർക്കിടയിലുള്ള കീഴാളർ-മേലാളർ വ്യത്യാസവും ചൂഷണ സമ്പ്രദായങ്ങളും പ്രശ്നങ്ങളെ കൂടുതൽ വഷളാക്കി. കേരള ഹിസ്റ്ററി അസോസിയേഷൻ പ്രസിദ്ധീകരിച്ച *കേരള ചരിത്രം* ഒന്നാം സഞ്ചികയിൽ (1973, കൊച്ചി) ഇപ്രകാരം പറയുന്നു:

> മത്സ്യത്തൊഴിലാളികളുടെ ഓരോ ദേശത്തിനും ചില പ്രമാണിമാരോ സ്ഥാനികളോ ഉണ്ടായിരുന്നു. മഹാരാജാക്കന്മാരും മറ്റും പള്ളിയോടങ്ങളിൽ എഴുന്നെള്ളുമ്പോൾ ഓടങ്ങൾ നയിക്കുന്നതിനുള്ള ആളുകളെ സംഘടിപ്പിക്കുന്നതിനും അവരുടെ മേൽനോട്ടം വഹിച്ച് അകമ്പടി സേവിക്കുന്നതിനും ചില ദേശപ്രമാണിമാരെ അധികാരപ്പെടുത്തിയിരുന്നു. ഇങ്ങനെ 'വലിയ അരയ' സ്ഥാനം ലഭിച്ച ചെമ്പിൽ, ആലപ്പുഴ, ചെമ്പകശ്ശേരി, തൃക്കുന്നുപ്പുഴ, അഴീക്കൽ (കായംകുളം) മുതലായ സ്ഥലങ്ങളിലെ സ്ഥാനികൾ അടുത്ത ദേശങ്ങളിൽ ആധിപത്യം പുലർത്തി ഏതാണ്ട് സ്വേച്ഛാധിപതികളായി കഴിഞ്ഞിരുന്നു. തൃക്കുന്നുപ്പുഴ വലിയരയൻ, ആലപ്പുഴ വലിയരയൻ എന്നിവർക്ക് കടലിൽ മത്സ്യം പിടിക്കുന്ന അരയന്മാരുടെ മേലും ചെമ്പിൽ വലിയരയന് കായലിൽ മത്സ്യം പിടിക്കുന്ന വാലന്മാരുടെ മേലും ആയിരുന്നു ആധിപത്യം.
>
> കൊച്ചി മഹാരാജാക്കന്മാരുടെ പുഴവഴിക്കുള്ള അകമ്പടി സേവിക്കുകയും അവരുടെ നാവികപ്പടയുടെ നേതൃത്വം വഹിക്കുകയും ചെയ്തിരുന്നവരാണ് 'കൊച്ചിയിലെ വലിയരയൻ' എന്ന സ്ഥാനപ്പേരോടുകൂടിയ കണക്കാട്ടുശ്ശേരി കുടുംബക്കാർ. മട്ടാഞ്ചേരി പൊലീസ് സ്റ്റേഷൻ ഇരിക്കുന്ന സ്ഥലത്തിനടുത്തായിരുന്നു കൊച്ചി വലിയരയന്റെ ആസ്ഥാനം. തൃപ്പൂണിത്തുറ പടിഞ്ഞാറെ കോട്ടയുടെ സമീപത്തായി ഇവർക്കൊരു വിശ്രമ മന്ദിരം ഉണ്ടായിരുന്നു. കൊച്ചി രാജാവിന്റെ സ്ഥാനാരോഹണവേളയിൽ ആദ്യമായി തിരുമുൽക്കാഴ്ച വയ്ക്കാനുള്ള അവകാശം കണക്കാട്ടുശ്ശേരി അരയനായിരുന്നു. പുതിയ മഹാരാജാവിന് അവർ ഉപ്പും കയറും കാഴ്ചവയ്ക്കുക പതിവായിരുന്നു. കായലിൽ മത്സ്യം

> പിടിക്കുന്ന വാലന്മാർക്കുമേൽ അവർക്ക് ആധിപത്യം ഉണ്ടായിരുന്നു.
>
> സാമൂതിരി മുതലായ മറ്റു രാജാക്കന്മാരും ചില അരയ പ്രധാനികൾക്ക് സ്ഥാനമാനങ്ങൾ നൽകിയിരുന്നു. കോഴിക്കോട് നഗരത്തിൽ "കുഞ്ഞിക്കളത്തിൽ" എന്ന വീട്ടുപേരോടുകൂടിയ അരയ കുടുംബം വിദേശവ്യാപാരത്തിൽപ്പോലും ഏർപ്പെട്ടിരുന്നു. അവർക്ക് പത്തേമാരികളും പാണ്ടികശാലകളും ഉണ്ടായിരുന്നു. ഡച്ചുകാരുടെ ആധിപത്യക്കാലത്ത് ചേറ്റുവാ മണപ്പുറത്ത് (നാട്ടിക ഫർക്ക) നാട്ടിക, വാടാനപ്പള്ളി, ഏങ്ങണ്ടിയൂർ മുതലായ സ്ഥലങ്ങളിൽ ചില കുടുംബങ്ങൾക്ക് 'ആറുകെട്ടി' സ്ഥാനം കൊടുത്തിരുന്നു.

അരയർക്കിടയിലെ ഈ കീഴാളർ-മേലാളർ വിഭജനവും അതുമൂലം രൂപംകൊണ്ട വരേണ്യ വിഭാഗവും ഒരു തരത്തിൽ പറഞ്ഞാൽ അരയ സമുദായ നവോത്ഥാനത്തിന് ഒരു നേതൃനിര ലഭിക്കാൻ പ്രയോജനപ്പെട്ടു. കേരള നവോത്ഥാനത്തിന്റെ പൊതുവെയും അരയസമുദായത്തിന്റെ പ്രത്യേകിച്ചും നവോത്ഥാന നായകനായിരുന്ന പണ്ഡിറ്റ് കെ പി കറുപ്പൻ കവിയും നാടകകൃത്തും മഹാപണ്ഡിതനും ആയിരുന്നു. കറുപ്പനെ കഴിഞ്ഞാൽ ഈ സമുദായത്തിന്റെ ഉദ്ധാരണത്തിനുവേണ്ടി ഏറ്റവും കൂടുതൽ അധ്വാനിച്ച റാവു ബഹദൂർ വി വി ഗോവിന്ദൻ, മജിസ്ട്രേട്ടായിരുന്ന കുഞ്ഞിരാമൻ, ലേഡി ഡോക്ടർ വി ജാനകി, റാവു സാഹേബ് ഗോപാലൻ, എം സി കോമൻ, കൊച്ചിയിൽ പിൽക്കാലത്ത് നിയമസഭാ സ്പീക്കറായി ഉയർന്ന പി കെ ഡീവർ, ഡോ. വേലുക്കുട്ടി അരയൻ തുടങ്ങി പലരും സാമൂഹ്യ പ്രവർത്തനങ്ങളിൽ എന്നപോലെ പൊതു രാഷ്ട്രീയ ഭരണരംഗങ്ങളിലും സാഹിത്യ നിപുണതയിലും വ്യക്തിമുദ്രപതിപ്പിച്ച അരയ പ്രമുഖരാണ്.

പണ്ഡിറ്റ് കറുപ്പന്റെ *ജാതി കുമ്മി, ഉദ്യാനവിരുന്ന്, ബാലാകലേശം* എന്നിവ ജാതികൃതമായ ഉച്ചനീചത്വങ്ങൾക്കെതിരെ നർമബോധവും രചനാ കൗശലവും സമരോത്സുകതയും പ്രകടിപ്പിക്കുന്ന കൃതികൾ എന്ന നിലയിൽ മലയാള സാഹിത്യത്തിൽ സ്ഥാനം പിടിച്ചിരുന്നു.

1907 എന്ന വർഷം കേരള നവോത്ഥാന ചരിത്രത്തിൽ ശ്രദ്ധേയമായ ഒന്നാണ്. ആ വർഷത്തിലാണ് 1914-ൽ രജിസ്റ്റർ ചെയ്ത നായർ സർവീസ് സൊസൈറ്റിയുടെ പൂർവഗാമിയായ കേരളീയ നായർ സമാജവും അയ്യങ്കാളിയുടെ സാധുജന പരിപാലന സംഘവും രൂപംകൊണ്ടത്. നവോത്ഥാന സാഹിത്യത്തിന്റെ പ്രഥമ ശംഖനാദം മുഴക്കിയ മഹാകവി കുമാരനാശാന്റെ *വീണപൂവ്* പുറത്തുവന്നതും ആ വർഷം തന്നെ. ആ വർഷത്തിലാണ് അരയരുടെ പ്രഥമ സംഘടനാരൂപമായ അരയസമാജം സ്ഥാപിക്കപ്പെട്ടത്.

പ്രഗത്ഭരായ നേതാക്കളും കർമപരിപാടിയും എല്ലാം ഉണ്ടായിരു

ന്നെങ്കിലും എസ് എൻ ഡി പി, എൻ എസ് എസ്, യോഗക്ഷേമസഭ തുടങ്ങിയ ഇതര സമാന്തര സംഘടനകൾപോലെ ഇടതടവില്ലാതെ പ്രവർത്തിക്കുന്നതും കേരളമാകെ എത്താനുതകുന്നതും ആയ അനുസ്യൂതിയോ വ്യാപ്തിയോ അരയ സംഘടനകൾക്ക് ലഭിച്ചില്ല. പല ഘട്ടങ്ങളിലായി പല കേന്ദ്രങ്ങളിലും അവ പൊട്ടിമുളച്ച് വളരുകയും പുഷ്പിക്കുകയും അധികം താമസിയാതെ അസ്തമിക്കുകയും ചെയ്തതായിട്ടാണ് കാണുന്നത്. 1908-ൽ കരുനാഗപ്പള്ളിയിലെ ചെറിയഴീക്കൽ കേന്ദ്രമാക്കി ഒരു സംഘടന, പിൽക്കാലത്ത് ശ്രീമൂലം പ്രജാസഭയിലേക്ക് നോമിനേറ്റ് ചെയ്യപ്പെട്ട വേലായുധപ്പണിക്കരുടെ നേതൃത്വത്തിൽ രൂപീകരിക്കപ്പെട്ടു. സംഘടനയുടെ ആഭിമുഖ്യത്തിൽ സ്ഥാപിക്കപ്പെട്ട വിജ്ഞാനസന്ദായിനി വായനശാല ഇപ്പോഴും പ്രവർത്തിച്ചുവരുന്നു. പിൽക്കാലത്ത് തിരഞ്ഞെടുപ്പിലൂടെ മത്സരിച്ചും പണിക്കർ നിയമസഭാംഗമായിട്ടുണ്ട്.

തുടർന്ന് തിരുവിതാംകൂർ ഭാഗത്ത് അരയസമുദായാംഗങ്ങളെ ഏറ്റവും വ്യാപകമായി സംഘടിപ്പിക്കാനും അവരുടെ ജീവിതം മെച്ചപ്പെടുത്താനും ശ്രമിച്ചത് ആലപ്പുഴ കൊടിവീട്ടിൽ സി രാമൻകുഞ്ഞായിരുന്നു. അദ്ദേഹത്തിന്റെ പ്രവർത്തനങ്ങളിൽ പ്രാമുഖ്യം നേടിയത് സഹകരണ പ്രസ്ഥാനമാണ്. മത്സ്യത്തൊഴിലാളികളുടെ സഹകരണ സംഘങ്ങൾ ആലപ്പുഴയ്ക്ക് വടക്ക് കലവൂർ മുതൽ തെക്കൻ തിരുവിതാംകൂറിലെ കുഴിത്തുറ വരെ രണ്ടു ഡസനോളം അദ്ദേഹം സ്ഥാപിച്ചത് അരയരുടെ ഇടയിൽ സഹകരണ മനോഭാവവും സംഘടനയും വളർത്താൻ വളരെ സഹായിച്ചു.

പിൽക്കാലത്ത് രാഷ്ട്രീയ സാഹിത്യ രംഗങ്ങളിൽ പ്രശസ്തനായിത്തീർന്ന പണ്ഡിറ്റ് കറുപ്പൻ മുൻകൈയെടുത്ത് സ്ഥാപിച്ച തേവരയിലെ "വാലസമുദായ പരിഷ്കാരിണി സഭ", ആനാപ്പുഴയിലെ "കല്യാണദായിനി സഭ", വൈക്കത്തെ "വാലസേവാസമിതി", പറവൂരിൽ "സമുദായ സേവിനി" മുതലായവ മധ്യകേരളത്തിൽ അരയസമുദായ നവോത്ഥാനത്തിന് ഉറച്ച അടിത്തറ പാകി.

1912-ൽ അന്നത്തെ കൊച്ചി മഹാരാജാവിന്റെ ഷഷ്ഠിപൂർത്തി ആഘോഷങ്ങളോടനുബന്ധിച്ച് ഉജ്വലമായ ജാതിവിരുദ്ധ സന്ദേശം പ്രചരിപ്പിക്കാൻ ഉതകുന്ന 'ബാലാകലേശം' എന്ന പണ്ഡിറ്റ് കറുപ്പന്റെ നാടകം അരങ്ങേറിയത് കൊച്ചി സംസ്ഥാനത്തിലാകെ വലിയ ചലനം സൃഷ്ടിച്ചു. 'ബാലാകലേശം' നാടകത്തെക്കുറിച്ച് സ്വദേശാഭിമാനി രാമകൃഷ്ണപിള്ളയും അപ്പൻ തമ്പുരാനും ഖണ്ഡനാത്മകമായ വിമർശനം പ്രസിദ്ധീകരിച്ചതും കേരളവർമ വലിയകോയിത്തമ്പുരാനും എ ആർ രാജരാജവർമയും മണ്ഡനാത്മകമായി സ്വാഗതം ചെയ്തതും അക്കാലത്തെ മാധ്യമ വിരുന്നുകളായിരുന്നു.

സമുദായത്തിൽ നിലനിന്നിരുന്ന ദുഷിച്ച ആചാരങ്ങൾ നിർമാർജനം ചെയ്യാനും ധൂർത്തും ആർഭാടവും ഉപേക്ഷിക്കാനും ആണ് മറ്റു പല

നവോത്ഥാന സംഘടനകളെപ്പോലെ അരയസംഘടനകളും പരിശ്രമിച്ചത്. അരയസമുദായാംഗങ്ങളും മറ്റുള്ള സമുദായാംഗങ്ങളും തമ്മിലുള്ള വിവാഹങ്ങൾ മാത്രമല്ല, അരയസമുദായത്തിലെ അവാന്തര വിഭാഗങ്ങൾ തമ്മിലുള്ള വിവാഹങ്ങൾപോലും യാഥാസ്ഥിതികർക്ക് നിഷിദ്ധമായിരുന്നു. ഇവയെല്ലാം എതിർത്താണ് പ്രസ്ഥാനം വളർന്നത്. വാടാനപ്പള്ളിയിൽ രജിസ്ട്രേഷൻ ക്ലാർക്കായിരുന്ന ടി എൻ കുഞ്ഞിക്കുട്ടൻ, പുത്തൻ കടപ്പുറം വില്ലേജിൽ എ എം കുഞ്ഞൻമാസ്റ്റർ എന്നിവർ പരിഷ്കരിച്ച വിവാഹത്തിന് ശിക്ഷിക്കപ്പെട്ടവരാണ്. പിൽക്കാലത്ത് പ്രശസ്തിയിലേക്കുയർന്ന അരയ (ധീവര) സമുദായ നേതാവും ട്രേഡ് യൂണിയൻ നേതാവുമായി ഉയർന്ന പി കെ ഡീവർ ആലപ്പുഴയിൽ കെ സി രാമൻകുഞ്ഞിന്റെ സഹോദരിയായ കെ സി രുദ്രാണിയെ കീഴ്‌വഴക്കങ്ങൾ ലംഘിച്ചുകൊണ്ട് വിവാഹം ചെയ്തത് എതിർപ്പിനിരയായി. ഇതിൽ പ്രതിഷേധിച്ച് രുദ്രാണിയുടെ സഹോദരൻ തന്റെ സഹോദരി മരിച്ചതായി സങ്കൽപ്പിച്ചുകൊണ്ട് അടിയന്തരം നടത്തുകപോലും ചെയ്തെന്നു പറയുമ്പോൾ എതിർപ്പിന്റെ വ്യാപ്തി എത്രയുണ്ടെന്ന് ഊഹിക്കാം. അരയസമൂഹത്തിലെ ആചാര പരിഷ്കാരങ്ങൾക്ക് സൈദ്ധാന്തികമായി ഉണർവ് നൽകിയവരിൽ പണ്ഡിറ്റ് കറുപ്പന്റെ സഹോദരനും ബ്രഹ്മാനന്ദ ശിവയോഗിയുടെ ശിഷ്യനും ആയിരുന്ന ആനന്ദയോഗി പ്രത്യേക പരാമർശം അർഹിക്കുന്നു. സാധാരണ ആത്മീയ ഗുരുക്കന്മാരിൽനിന്നും വ്യത്യസ്തനായ ശിവയോഗിയുടെ വിപ്ലവാദർശങ്ങൾ അരയർക്കിടയിൽ പ്രചരിപ്പിക്കാൻ ആനന്ദയോഗി നടത്തിയ ശ്രമങ്ങൾ സാംസ്കാരിക ചലനങ്ങൾക്ക് വഴിമരുന്നിട്ടു.

ഒന്നാം ലോകമഹായുദ്ധത്തിനുശേഷവും തൊഴിലധിഷ്ഠിതമായ പ്രവർത്തനങ്ങളിലൂടെ അരയസമുദായ പരിഷ്കാര യത്നങ്ങൾ മുന്നോട്ടുപോയി. ഇത്രയൊക്കെ മുന്നോട്ടുപോയിട്ടും അരയസമുദായാംഗങ്ങൾക്ക് അഖിലകേരളാടിസ്ഥാനത്തിൽ നിരന്തരമായി പ്രവർത്തിക്കുന്ന ഒരു സംഘടനയില്ലെന്ന കുറവ് നേതാക്കളെ അലട്ടിക്കൊണ്ടിരുന്നു. 1918-ൽ ആലപ്പുഴ വച്ച് ഒരു അഖിലകേരള അരയസമ്മേളനം വിളിച്ചുചേർക്കാൻ പണ്ഡിറ്റ് കെ പി കറുപ്പനും ഡോ. വേലുക്കുട്ടി അരയനും ശ്രമിച്ചെങ്കിലും അത് നടക്കാതെപോയി. പിന്നീട് 1922-ലാണ് ഈ വഴിക്കുള്ള അടുത്ത ശ്രമം നടന്നത്. വേലായുധപ്പണിക്കരുടെ ശ്രമത്തിലും വേലുക്കുട്ടി അരയന്റെയും മറ്റും സഹകരണത്തോടെയും കരുനാഗപ്പള്ളിയിൽ 'അഖിലകേരള അരയമഹാസഭ' ആരംഭിച്ചു. പക്ഷേ, അധികം താമസിയാതെ വേലുക്കുട്ടി അരയനും മറ്റും അതിൽനിന്ന് വിട്ടുമാറിയതോടെ സംഘടന ദുർബലമായി.

ഈ വഴിക്കുള്ള അടുത്ത പരിശ്രമം 1927-ലാണ് നടന്നത്. മദിരാശി പ്രവിശ്യാ സർക്കാരിന്റെ കീഴിൽ ഫിഷറീസ് ഡയറക്ടറായി ദീർഘകാലം പ്രവർത്തിക്കുകയും അരയവിദ്യാർഥീവിദ്യാർഥിനികൾക്കായി ഫിഷറീസ് സ്കൂളുകളും ലേബർ സ്കൂളും സ്ഥാപിക്കാൻ നേതൃത്വം നൽകു

കയും ആധുനിക മത്സ്യബന്ധന സമ്പ്രദായങ്ങളിലേക്ക് മത്സ്യത്തൊഴി ലാളികളെ ആകർഷിക്കാൻ പല നടപടികൾ എടുക്കുകയും ചെയ്ത പ്രഗത്ഭമതിയായ റാവു ബഹദൂർ ഗോവിന്ദന്റെ അധ്യക്ഷതയിൽ ആലപ്പുഴയിൽവച്ച് ചേർന്ന യോഗം ചരിത്രപ്രധാനമാണ്. തമിഴ്നാട്ടിൽ നിന്നുള്ള മത്സ്യത്തൊഴിലാളി നേതാവും സമുദായാംഗവും ആയ ആർ ജ്ഞാനസംബന്ധം ആലപ്പുഴയിൽ വച്ചുചേർന്ന 'അരയവംശോദ്ധാരണി' സഭയുടെ ഉദ്ഘാടനം നിർവഹിച്ചു. ഗോവിന്ദനു പുറമെ, കാഞ്ഞങ്ങാട് കെ പി നാരായണദാസ്, കുഴിത്തറ കുമാരൻ, പണ്ഡിറ്റ് കറുപ്പൻ തുടങ്ങിയ പ്രമുഖരും സഭയുടെ നേതൃത്വത്തിലുണ്ടായിരുന്നു. കൊടുങ്ങല്ലൂരിലും ഏങ്ങണ്ടിയൂരും മറ്റും വച്ച് ചില സമ്മേളനങ്ങൾകൂടി നടന്നെങ്കിലും 1930-കളിലെ രാഷ്ട്രീയ സംഭവവികാസങ്ങൾ സമുദായ സംഘടന യിൽനിന്ന് ജനങ്ങളുടെ ശ്രദ്ധയെ രാഷ്ട്രീയത്തിലേക്കും വർഗ സംഘടനകളിലേക്കും തിരിച്ചുവിട്ടു. 1936-ലെ തിരുവിതാംകൂറിലെ ക്ഷേത്രപ്രവേശന വിളംബരവും 1938-ലെ സ്റ്റേറ്റ് കോൺഗ്രസ് പ്രക്ഷോ ഭണവും കൊച്ചിയിലെ കോൺഗ്രസ് പ്രവർത്തനവും 1937-ൽ മലബാർ ഉൾപ്പെടെയുള്ള മദിരാശി പ്രവിശ്യയിൽ അധികാരത്തിൽ എത്തിയ കോൺഗ്രസ് സർക്കാരും ഇടതുപക്ഷ മുന്നേറ്റങ്ങളും മറ്റുമാണ് രാഷ്ട്രീയ കാലാവസ്ഥയെ മാറ്റിത്തീർത്തത്. പിൽക്കാലത്ത് ട്രേഡ്യൂണിയൻ അടിസ്ഥാനത്തിലുള്ള സംഘടനകളിലേക്കാണ് മത്സ്യത്തൊഴിലാളികൾ ആകൃഷ്ടരായത്. ഈ ജനവിഭാഗത്തിന്റെ സാമുദായിക പരിഷ്കരണോ ന്മുഖവും തൊഴിൽപരവും ആയ ഐക്യത്തിന് പ്രതിബന്ധം സൃഷ്ടി ക്കുന്ന മറ്റൊരു ഘടകം മത വ്യത്യാസമാണ്. മത്സ്യത്തൊഴിലാളികളിൽ ഒരു ഗണ്യമായ ഭാഗത്തെ 16-ാം നൂറ്റാണ്ടിൽ ഇന്ത്യയിലെത്തിയ സെന്റ് സേവിയരുടെയും പിൻഗാമികളുടെയും പരിശ്രമഫലമായി ക്രിസ്തു മതാവലംബികളാക്കി. മലബാർ കടൽത്തീരത്തുള്ള ഒരു വലിയ വിഭാഗം മുസ്ലീങ്ങളുമായി. വിദ്യാഭ്യാസത്തിലും സാമ്പത്തിക സ്ഥിതി യിലും വളരെ താഴ്ന്ന പടിയിൽ ഇപ്പോഴും കഷ്ടപ്പെടുന്ന മുസ്ലീം-ഹൈന്ദവ -ക്രൈസ്തവ മത്സ്യത്തൊഴിലാളികളെ ഭിന്നിപ്പിച്ച് മുതലെടുക്കാൻ ശ്രമിക്കുന്ന സ്ഥാപിതതാൽപ്പര്യക്കാർ അവരെ വർഗീയ ലഹളകളി ലേക്കുതന്നെ തള്ളിവിടാറുണ്ട്. അടുത്തകാലത്തായി ട്രേഡ് യൂണി യൻ അടിസ്ഥാനത്തിൽ വിവിധ ജാതിമതസ്ഥരായ മത്സ്യത്തൊഴിലാളികളെ സംഘടിപ്പിക്കാനുള്ള ശ്രമത്തോടൊപ്പം മതാടിസ്ഥാനത്തിൽ സംഘടി പ്പിക്കാനും ശ്രമം നടക്കുന്നു. ഈ ജാതിമത ഭിന്നതകളും അവ്യവസ്ഥി തവും അരക്ഷിതവുമായ തൊഴിൽ സാഹചര്യങ്ങളും വർഗീയ കലഹ പ്രേരണകളും കേരളത്തിലെ മത്സ്യത്തൊഴിലാളി വിഭാഗത്തെ പൊതുവെ ദുർബലാവസ്ഥയിൽ ആക്കിയിരിക്കുകയാണ്.

ടി. കെ. മാധവൻ

13 വൈക്കം സത്യഗ്രഹം

കേരളത്തിൽ മാത്രമല്ല ഇന്ത്യയിലുടനീളം സമരാവേശത്തിന്റെ അലകളിളക്കിയ വൈക്കം സത്യഗ്രഹം (1924-25). 1930-32 ലെ ചരിത്ര പ്രസിദ്ധമായ ഉപ്പുസത്യഗ്രഹംപോലെ വൈക്കം സത്യഗ്രഹത്തിന്റെ ലക്ഷ്യവും അന്നിളക്കിവിട്ട ഉണർവിന്റെ അലകളുമായി താരതമ്യപ്പെടുത്തുമ്പോൾ നിസ്സാരമെന്നു തോന്നാം. വൈക്കം ക്ഷേത്രത്തിലോ മറ്റേതെങ്കിലും ക്ഷേത്രത്തിലോ അവർണർക്കു പ്രവേശനമനുവദിക്കണമെന്ന പരിമിതമായ (അയിത്തോച്ചാടനം എന്ന മഹാകാര്യവുമായി താരതമ്യപ്പെടുത്തുമ്പോൾ) ലക്ഷ്യത്തോളംപോലും വൈക്കം സത്യഗ്രഹികൾ പോയില്ല. വൈക്കം ശിവക്ഷേത്രത്തിന്റെ മതിൽക്കെട്ടിനു പുറത്തുള്ള വഴികളിലൂടെ അവർണർ നടന്നുകൂടാ എന്ന് തീണ്ടൽപലക വച്ച് നിരോധിച്ചിരുന്നത് അവസാനിപ്പിക്കണമെന്നേ സത്യഗ്രഹികൾ ആവശ്യപ്പെട്ടിരുന്നുള്ളൂ. എന്നിട്ടും 20 മാസത്തോളം നീണ്ട ത്യാഗോജ്വലമായ സമരം ഊതിത്തെളിച്ച ജ്വാലകളുടെ വ്യാപ്തിയും നീണ്ടകാല പ്രതികരണങ്ങളും അവിശ്വസനീയമാംവിധം മഹത്തരമായിരുന്നു.

ഒന്നാംലോക യുദ്ധാനന്തരകാലത്ത് വ്യാപിച്ചുവന്ന സ്വാതന്ത്ര്യസമരാവേശത്തിന്റെയും 1917 ലെ ഒക്ടോബർ സോഷ്യലിസ്റ്റ് വിപ്ലവം ഉണർത്തിവിട്ട പുത്തൻ പ്രത്യയശാസ്ത്രങ്ങളുടെയും ഉർജ്ജരേണുക്കൾ

സ്വാംശീകരിച്ചുകൊണ്ടാണ്. ഈ സാഹചര്യങ്ങളും സ്വാധീനങ്ങളും ഇന്ത്യയിലെല്ലായിടത്തും ഉണ്ടായെങ്കിലും അവയെല്ലാം ഒരു സമര സന്നാഹമായി മാറാൻ ഉതകിയത് കേരളത്തിലാണ്. അതിന്റെ കാരണം കേരളം മറ്റു സംസ്ഥാനങ്ങളുടേതിൽനിന്ന് വ്യത്യസ്തമായ ഒരു നവോത്ഥാന പ്രക്രിയയ്ക്ക്—ജാതിവ്യവസ്ഥയ്ക്കെതിരെയുള്ള പോരാട്ടം മറ്റുള്ളിടങ്ങളിൽ മുകളിൽനിന്നു താഴോട്ടേക്കായിരുന്നു, ഇവിടെ മറിച്ചും—രംഗമായി എന്നതാണ്. കോൺഗ്രസിന്റെ നേതൃത്വത്തിൽ ദേശീയ പ്രസ്ഥാനമാകെയും എൻ എസ് എസ് തുടങ്ങിയ സവർണസംഘടനകളുമെല്ലാം നിർണായക മാർഗങ്ങളുമായിരുന്നു. വൈക്കം സത്യഗ്രഹത്തിന്റെ അടിത്തറ ശ്രീനാരായണ പ്രസ്ഥാനവും എസ് എൻ ഡി പിയുമായിരുന്നു എന്നത് അവിതർക്കിതമത്രേ.

ഇങ്ങനെ വരണ്ടുണങ്ങി പാകത്തിനു കിടന്നിരുന്ന കാട്ടുപൊന്തയിലാണ് പരിമിതമായ ഈ വഴിനടപ്പവകാശം എന്ന തീപ്പൊരി കോൺഗ്രസ് നിക്ഷേപിച്ചത്. അതിനുമുമ്പ് കൽക്കത്തയിൽ നടന്ന അഖിലേന്ത്യാ കോൺഗ്രസ് സമ്മേളനത്തിൽ അയിത്തോച്ചാടനവും ക്ഷേത്രപ്രവേശനവും അവകാശങ്ങളായി പ്രഖ്യാപിക്കപ്പെട്ടിരുന്നു. കാക്കിനാദയിൽ സ്വദേശാഭിമാനി ടി കെ മാധവൻ തന്നെ ഹാജരായി ഇപ്രകാരം ഒരു തീരുമാനത്തിനു നേതൃത്വവും നൽകി. ഇരുപതാം നൂറ്റാണ്ടിലെ കേരളീയ ജനനേതാക്കളിൽ അപൂർവമായ വ്യക്തിത്വവും ഉൾക്കാഴ്ചയും സംഘടനാസാമർഥ്യവും വാഗ്മിത്വവുംകൊണ്ട് അനുഗ്രഹീതനായിരുന്നു ടി കെ. ചില നേതാക്കൾ ജാതി നിർമാർജനത്തിനു മുൻതൂക്കം നൽകി രാഷ്ട്രീയ സ്വാതന്ത്ര്യപ്രശ്നത്തെ അവഗണിച്ചു. മറ്റു ചിലർ നേരേ മറിച്ചും. ഇവ രണ്ടും സമന്വയിപ്പിച്ച് സ്വാതന്ത്ര്യത്തെയും സാമൂഹിക സമത്വത്തെയും ഒരേ മാനവിക വിമോചന പ്രക്രിയയുടെ രണ്ടു വശങ്ങളായി കാണാൻ കഴിഞ്ഞു എന്നതാണ് മാധവന്റെ മഹത്വത്തിന്റെ അടിസ്ഥാനം. വൈക്കം സത്യഗ്രഹ പ്രസ്ഥാനത്തിൽ കെ പി കേശവമേനോൻ, ജോർജ് ജോസഫ്, കെ കേളപ്പൻ, മന്നത്തു പത്മനാഭൻ, ചങ്ങനാശ്ശേരി പരമേശ്വരൻപിള്ള തുടങ്ങി അന്നത്തെ നേതാക്കളിലെ അതികായരെല്ലാം ഉണ്ടായിരുന്നു എങ്കിലും അവരുടെയെല്ലാം മധ്യത്തിൽ തോളും തലയും ഉയർത്തിനിൽക്കാൻ കഴിഞ്ഞത് മാധവനായിരുന്നു എന്നത് ചരിത്രസത്യം.

വൈക്കം സത്യഗ്രഹത്തിന്റെ സ്വാധീനശക്തി എങ്ങനെ ഗാന്ധിജിയെയും കോൺഗ്രസിനെയും എന്നപോലെ, ദേശീയപ്രസ്ഥാനം വൈക്കം സത്യഗ്രഹത്തിനു നൽകിയ നേതൃത്വം എങ്ങനെ കേരളത്തിലെ പിന്നോക്ക വിഭാഗങ്ങളെയും സ്വാധീനിച്ചു എന്നതും പഠനാർഹമാണ്. ശ്രീനാരായണഗുരുവുമായി ശിവഗിരിയിൽവച്ച് ഗാന്ധിജി നടത്തിയ സംഭാഷണവും വൈക്കം സത്യഗ്രഹത്തിന്റെ വിസ്മയകരമായ ജനപ്രീതിയും ഗാന്ധിജിയെയും ദേശീയപ്രസ്ഥാനത്തെയും ആഴത്തിൽ സ്വാധീനിച്ചു. തന്റെ *യംഗ് ഇന്ത്യ* എന്ന വാരികയുടെ പേര് *ഹരിജൻ* എന്നാക്കി മാറ്റുന്നതുൾപ്പെടെ ഹരിജനോദ്ധാരണവും അയിത്തോച്ചാടനവും ദേശീയ

പ്രസ്ഥാനത്തിന്റെ കർമപരിപാടിയിൽ മുഖ്യ ഇനമാക്കി മാറ്റാൻ ഗാന്ധിജിക്കു പ്രചോദനമായിത്തീർന്നത് ഗുരുവുമായുള്ള സംഭാഷണവും വൈക്കം സത്യഗ്രഹവുമാണ് എന്ന് സൂക്ഷ്മദൃക്കുകൾ അഭിപ്രായപ്പെട്ടിട്ടുണ്ട്. അതുപോലെതന്നെ പിന്നോക്ക വിഭാഗങ്ങൾക്കിടയിൽ ദേശീയ പ്രസ്ഥാനത്തെപ്പറ്റി മതിപ്പുളവാക്കാൻ വൈക്കം സത്യഗ്രഹത്തിന് കോൺഗ്രസ് നൽകിയ നേതൃത്വം ഉപകരിച്ചു. ദേശീയ സ്വാതന്ത്ര്യ പ്രസ്ഥാനത്തിലോ കോൺഗ്രസ് രാഷ്ട്രീയത്തിലോ പ്രകടമായ താൽപ്പര്യമൊന്നും മുമ്പ് എടുത്തിട്ടില്ലാത്ത ശ്രീനാരായണഗുരു വൈക്കം സത്യഗ്രഹത്തിന് പിരിവുനൽകാനും പിരിവെടുക്കാനും യത്നിച്ചുനടന്ന കാലത്ത് ഖദർ ധരിച്ചുവന്നിരുന്നതായി ചില ദൃക്സാക്ഷികൾ രേഖപ്പെടുത്തിയിട്ടുണ്ട്.

വൈക്കം സത്യഗ്രഹം കഴിഞ്ഞ് വളരെയേറെ ചെല്ലുന്നതിനു മുമ്പാണ് പിൽക്കാലത്ത് തിരുവിതാംകൂർ സ്റ്റേറ്റ് കോൺഗ്രസിന് ബീജാവാപം ചെയ്യുകയും വ്യാപകമായ അടിത്തറ പാകുകയും ചെയ്ത സംയുക്ത രാഷ്ട്രീയസഭയും നിവർത്തന പ്രക്ഷോഭണവും നടന്നത്. ഈ സഭയുടെയും പ്രക്ഷോഭണത്തിന്റേയും മുൻനിരയിൽ നിന്നത് ന്യൂനപക്ഷവിഭാഗങ്ങളായ മുസ്ലീങ്ങൾക്കും ക്രിസ്ത്യാനികൾക്കും പുറമെ ഈഴവരായ പിന്നോക്കക്കാർ ആയിരുന്നു എന്നത് ആകസ്മികമല്ല.

ദേശീയതലത്തിലും പ്രാദേശികതലത്തിലും (ചമ്പാരൻ, ബർദോളി, രാജകോട്ട് മുതലായ) ഗാന്ധിജി നടത്തിയ സമരങ്ങളിലെല്ലാമെന്നതുപോലെ ചില പിന്നോട്ടുവലികളും പരിമിതപ്പെടുത്തലുകളും അദ്ദേഹം വൈക്കത്തും പ്രയോഗിച്ചിരുന്നു. വൈക്കം സത്യഗ്രഹം ഹിന്ദുക്കളുടെ ഒരു സ്വകാര്യസമരം മാത്രമാക്കിത്തീർക്കാനുള്ള ഗാന്ധിജിയുടെ ശ്രമം അത്തരത്തിലുള്ളതായിരുന്നു. ബാരിസ്റ്റർ ജോർജ് ജോസഫ്, ഭജേഭാരതം മാത്തുണ്ണി മുതലായ കോൺഗ്രസ് നേതാക്കൾ സത്യഗ്രഹത്തിൽ പങ്കെടുക്കരുത് എന്ന ഗാന്ധിജിയുടെ വിലക്ക് കുപ്രസിദ്ധമാണ്. അതുപോലെതന്നെ പഞ്ചാബിൽനിന്നു വന്ന അകാലിപാർടിയിലുള്ള സിഖുകാർ കേരളീയരുടെ മാത്രമായ ഈ സമരത്തിൽ പങ്കെടുക്കേണ്ടതില്ലെന്ന ഗാന്ധിജിയുടെ നിരോധനം ഈ സങ്കുചിത വീക്ഷണത്തിന്റെ ഫലമാണ്. സമരക്കാരെ തടയാൻ കെട്ടിയ വേലി തൊട്ടുപോകരുതെന്നും തീണ്ടൽ പലക നീക്കിയാൽ അത് ഹിംസയാകുമെന്നും മറ്റുമുള്ള ഗാന്ധിയൻ നിർദേശങ്ങളും ഈ വകയിൽപ്പെടും. ഗവൺമെന്റിന്റെ ഗുണ്ടകൾ ശാരീരികമായി സത്യഗ്രഹികളെ പീഡിപ്പിക്കുകയും ചുണ്ണാമ്പ് എഴുതി കണ്ണു പൊട്ടിക്കുകയും മറ്റും ചെയ്തപ്പോഴും ഗാന്ധിജിയെപ്പോലും തോൽപ്പിക്കുന്ന സഹനസമരനിഷ്ഠ സത്യഗ്രഹികൾ പ്രകടിപ്പിച്ചത് ദേശവ്യാപകമായി അനുഭാവവും രോഷവും വളർത്തിയെങ്കിലും അതിനെല്ലാം നൽകേണ്ട വില കനത്തതായിരുന്നു.

അങ്ങനെ 1924 മാർച്ച് 30-ന് രാവിലെ കുഞ്ഞാപ്പി, ബാഹുലേയൻ, ഗോവിന്ദപ്പണിക്കർ എന്നീ മൂന്ന് പുലയ-ഈഴവ-നായർ യുവാക്കൾ

ആരംഭിച്ച ഐതിഹാസികമായ സത്യഗ്രഹസമരം അറസ്റ്റും മർദനവും പീഡനവും എല്ലാം നിറഞ്ഞ ഇരുപതുമാസങ്ങൾക്കുശേഷം 1925 നവംബർ 23-ന് ഗാന്ധിജിയുടെ നിർദേശപ്രകാരം പിൻവലിക്കപ്പെട്ടു. പ്രകടമായ വിജയം പരിമിതമെങ്കിലും നേരത്തെ വിവരിച്ചതുപോലെ ദേശവ്യാപകമായ അതിന്റെ പരിണതഫലങ്ങൾ അത്ഭുതകരവും അഭിമാനകരവുമായി. കേരളത്തിന്റെയും ഇന്ത്യയുടെയും ചരിത്രത്തിൽ ഒരു ഉജ്വല മുഹൂർത്തം കുറിച്ച ഇരുപതു മാസങ്ങൾ.

കെ. കേളപ്പൻ

14 ഗുരുവായൂർ സത്യഗ്രഹം

കേരള നവോത്ഥാനത്തിന്റെനും സ്വാതന്ത്ര്യസമരത്തിന്റെയും ചരിത്രത്തിൽ വളരെ പ്രാധാന്യം അർഹിക്കുന്ന ഒന്നാണ് 1931-ൽ അവർണർക്ക് ക്ഷേത്രപ്രവേശനം അനുവദിക്കണം എന്ന് ആവശ്യപ്പെട്ടുകൊണ്ട് ഗുരുവായൂർ ക്ഷേത്രനടയിൽ കോൺഗ്രസ് നേതാവ് കെ കേളപ്പന്റെ നേതൃത്വത്തിൽ നടന്ന സത്യഗ്രഹം. 1931 മേയ് മാസത്തിൽ വടകരയിൽ നടന്ന കേരള സംസ്ഥാന കോൺഗ്രസ് സമ്മേളനത്തിന്റെ തീരുമാന പ്രകാരം അവർണർക്ക് ക്ഷേത്രപ്രവേശനം അനുവദിക്കണം എന്ന് ആവശ്യപ്പെട്ടുകൊണ്ടുള്ള പ്രക്ഷോഭണം ശക്തിപ്പെടുത്താൻ തീരുമാനിച്ചതിനെത്തുടർന്നാണ് നവംബർ 1-ന് ഗുരുവായൂർ ക്ഷേത്രനടയിൽ സത്യഗ്രഹസമരം തുടങ്ങിയത്. ഗാന്ധിയന്മാർക്കും കോൺഗ്രസുകാർക്കും പുറമെ പിൽക്കാലത്ത് സോഷ്യലിസ്റ്റും കമ്യൂണിസ്റ്റുമായി മാറിയ പി കൃഷ്ണപിള്ള, എ കെ ഗോപാലൻ, സുബ്രഹ്മണ്യൻ തിരുമുമ്പ് മുതലായവരും സമരത്തിൽ സജീവമായി പങ്കെടുത്തിരുന്നു. സത്യഗ്രഹത്തിന് അനുകൂലമായി നാടുനീളെ പ്രചാരണം നടത്തിക്കൊണ്ട് ഒരു ജാഥ കണ്ണൂരിൽനിന്ന് എ കെ ജിയുടെ നേതൃത്വത്തിൽ പുറപ്പെട്ട് ഒക്ടോബർ 31-ന് ഗുരുവായൂരിൽ എത്തിച്ചേർന്നു. സത്യഗ്രഹത്തിൽ എ കെ ജിയും മറ്റുള്ളവരോടൊപ്പം പങ്കുചേർന്നു. ഡിസംബർ 26-ന് ചില സവർണ

തെമ്മാടികൾ എ കെ ജിയെ മർദിച്ചത് വലിയ ജനക്ഷോഭത്തിന് കാരണമായി. സത്യഗ്രഹത്തിന്റെ അനുകൂലികളിൽ ചിലർ ക്ഷേത്രത്തിന്റെ മുള്ളുവേലികൾ പൊളിച്ച് അകത്തേക്ക് തള്ളിക്കയറാൻ ശ്രമിച്ചതോടെ പരിഭ്രാന്തരായ അധികാരികൾ ക്ഷേത്രം അടച്ചുപൂട്ടി.

തൽക്കാലം സത്യഗ്രഹപരിപാടി നിറുത്തിവച്ചെങ്കിലും ഒരു മാസം കഴിഞ്ഞ് ക്ഷേത്രം വീണ്ടും തുറന്നപ്പോൾ സത്യഗ്രഹം പുനരാരംഭിക്കുകയും ചെയ്തു. ഇതിനകം ഗുരുവായൂർ സത്യഗ്രഹം കേരളത്തിന്റെ മാത്രമല്ല, ഇന്ത്യയുടെ ആകെ ശ്രദ്ധ പിടിച്ചുപറ്റി. തർക്കങ്ങളും കുതർക്കങ്ങളും കൊണ്ട് പത്രപംക്തികൾ മുഖരിതമായി. സത്യഗ്രഹികൾ മദിരാശിയിൽ രാജഗോപാലാചാരിയുമായും വാർധയിൽ മഹാത്മാ ഗാന്ധിയുമായും സമ്പർക്കം പുലർത്തുകയും ഉപദേശങ്ങൾ തേടുകയും ചെയ്തിരുന്നു. സത്യഗ്രഹം തികച്ചും അഹിംസാത്മകം ആയിരുന്നെങ്കിലും സംഘർഷാവസ്ഥ കൊടുമ്പിരിക്കൊള്ളുകയും പലപ്പോഴും ക്ഷേത്ര നടപടികൾ നടത്താൻ വിഘാതം നേരിടുകയും ചെയ്തു. അങ്ങനെ ഇടയ്ക്ക് പൂട്ടിയും പിന്നെ തുറന്നും പത്തുമാസത്തോളം അധികാരികൾ ഒരുവിധം തുടർന്നുപോയി. സത്യഗ്രഹവും അങ്ങനെ തന്നെ. അങ്ങനെ 10 മാസം കഴിഞ്ഞിട്ടും അവർണർക്ക് ക്ഷേത്രപ്രവേശനം അനുവദിക്കാത്തതിനാൽ സമരത്തെ കൂടുതൽ ശക്തിപ്പെടുത്താൻ 1932 സെപ്തംബർ 21 മുതൽ കേളപ്പൻ നിരാഹാരവ്രതം ആരംഭിച്ചു. വീണ്ടും അന്തരീക്ഷം പ്രക്ഷുബ്ധമായി.

പക്ഷേ ക്ഷേത്രപ്രവേശനത്തിന് ജനപിന്തുണയും സവർണരുടെ ആനുകൂല്യവും വർധിച്ചുവരികയാണെന്ന് ഇതിനിടെ ഗുരുവായൂർ ക്ഷേത്രം സ്ഥിതിചെയ്യുന്ന പൊന്നാനി താലൂക്കിൽ നടന്ന ഹിതപരിശോധന തെളിയിച്ചു. ഹിതം രേഖപ്പെടുത്തിയവരിൽ 77 ശതമാനം പേർ അവർണരുടെ ക്ഷേത്രപ്രവേശനത്തിന് അനുകൂലമാണെന്നു കണ്ടു. ഗാന്ധിയുടെ നിർദേശപ്രകാരം കോൺഗ്രസ് നേതാവ് സി രാജഗോപാലാചാരി മലബാറിൽ നടത്തിയ സർവെയിലും സവർണർ ക്ഷേത്രപ്രവേശനത്തിന് അനുകൂലമാണെന്ന് കണ്ടെത്തി.

ഇങ്ങനെ സമരമാകെ വ്യാപിക്കാൻ പോകുന്നു എന്ന് ഭയന്ന ഗുരുവായൂർ ക്ഷേത്രാധികാരി സാമൂതിരിപ്പാട് മഹാത്മാഗാന്ധിയെ അഭയം പ്രാപിച്ചു. ക്ഷേത്രപ്രവേശനത്തിന് സവർണരും ഭക്തജനങ്ങളും എതിരാണെന്നും അവരുടെ ഹിതം ധിക്കരിച്ചുകൊണ്ട് അവർണർക്ക് ക്ഷേത്രപ്രവേശനം അനുവദിക്കുന്നത് ഹിംസയായിരിക്കുമെന്നും അഹിംസയുടെ മഹാത്മാവ് ഇതിൽ ഇടപെട്ട് സമാധാനം ഉണ്ടാക്കിത്തരണമെന്നും സാമൂതിരിപ്പാട് ഗാന്ധിക്ക് കമ്പിയടിച്ചു. ഗാന്ധിജി ഇടപെട്ട് നിർദേശിച്ച പ്രകാരം കേളപ്പൻ 1932 ഒക്ടോബർ 2-ന് ഗാന്ധിജയന്തി ദിവസം നിരാഹാര സത്യഗ്രഹം അവസാനിപ്പിച്ചു. മൂന്നുമാസത്തിനകം ക്ഷേത്രം അവർണർക്ക് തുറന്നുകൊടുക്കാത്തപക്ഷം തന്റെ അനുവാദത്തോടുകൂടി സത്യഗ്രഹം പുനരാരംഭിക്കുന്നതാണെന്ന താക്കീത് സാമൂതിരിപ്പാടിനു

നൽകിയ മറുപടിയിൽ ഗാന്ധിജി കൊടുത്തിരുന്നെങ്കിലും സാമൂതിരിപ്പാട് അങ്ങനെ ചെയ്തില്ല. സത്യഗ്രഹം തുടർന്നുമില്ല. ഒടുവിൽ രണ്ടാം ലോകമഹായുദ്ധത്തിനുശേഷം സി രാജഗോപാലാചാരി മദിരാശി പ്രവിശ്യയിൽ കോൺഗ്രസ് മന്ത്രിസഭ രൂപീകരിച്ചതിനുശേഷം അംഗീകരിച്ച ക്ഷേത്രപ്രവേശന നിയമപ്രകാരമാണ് മദിരാശി പ്രവിശ്യയിൽപ്പെട്ടിരുന്ന മലബാർ ജില്ലയുടെ തെക്കെ അറ്റത്ത് സ്ഥിതിചെയ്യുന്ന ഗുരുവായൂർ ശ്രീകൃഷ്ണക്ഷേത്രത്തിൽ അവർണർക്ക് പ്രവേശനം ലഭിച്ചത്.

അങ്ങനെ വൈക്കം സത്യഗ്രഹം പോലെ ഗുരുവായൂർ സത്യഗ്രഹവും പ്രത്യക്ഷമായി പരാജയത്തിലാണ് കലാശിച്ചതെങ്കിലും അതിന് വേണ്ടിവന്ന പ്രക്ഷോഭവും അത് ഉണർത്തിവിട്ട ജനവികാരവും സത്യഗ്രഹലക്ഷ്യങ്ങളെ എന്നപോലെ ദേശീയ സ്വാതന്ത്ര്യസമര പ്രസ്ഥാനത്തെയും ഗണ്യമായി ശക്തിപ്പെടുത്തി. മാത്രമല്ല, ഗുരുവായൂർ സത്യഗ്രഹത്തിന്റെ രൂക്ഷമായ നിലവാരത്തിൽ അല്ലെങ്കിലും അവർണരുടെ പൗരാവകാശങ്ങൾക്കും ക്ഷേത്രപ്രവേശനത്തിനും വേണ്ടിയുള്ള സമരങ്ങൾ പല തട്ടുകളിൽ തുടരുകയും ചെയ്തു. ഉദാഹരണത്തിന് എ കെ ജി, തിരുമുമ്പ്, എസ് പി ദാമോദരൻ തുടങ്ങിയവരുടെ നേതൃത്വത്തിൽ മലബാറിലും ഇക്കണ്ടവാര്യരുടെ നേതൃത്വത്തിൽ കൊച്ചിയിലും മന്നത്തു പത്മനാഭൻ തുടങ്ങിയവരുടെ നേതൃത്വത്തിൽ തിരുവിതാംകൂറിലും അയിത്തോച്ചാടന പ്രവർത്തനങ്ങൾ തുടർന്ന് നടക്കുകയും ചെയ്തു.

കെ. വി. ജോൺ

15 കൽപ്പാത്തി മുതൽ ശുചീന്ദ്രം വരെ

ജാതികൃതമായ ഉച്ചനീചത്വം, അയിത്തം തുടങ്ങിയ വിവേചനങ്ങൾക്ക് എതിരെ നടന്ന പോരാട്ടങ്ങളിൽ ഏറ്റവും കൂടുതൽ ശ്രദ്ധിക്കപ്പെട്ടതും ചരിത്രത്തിൽ സ്ഥാനം പിടിച്ചുപറ്റിയതും 1924 ലെ വൈക്കം സത്യഗ്രഹവും 1931-32 ലെ ഗുരുവായൂർ സത്യഗ്രഹവും ആയിരുന്നു എങ്കിലും ഇവയോടൊപ്പവും ഇവയെത്തുടർന്നും കേരളത്തിന്റെ വിവിധ ഭാഗങ്ങളിൽ പല തരത്തിലുള്ള സമരങ്ങൾ നടക്കുകയുണ്ടായിട്ടുണ്ട്. അവ പലതും ഗവേഷകന്മാരുടെയും ചരിത്ര ശാസ്ത്രജ്ഞന്മാരുടെയും ശ്രദ്ധ പതിയുന്നതുംകാത്ത് ചരിത്രത്തിന്റെ ഇരുളടഞ്ഞ മേഖലകളിൽ അടങ്ങിക്കഴിയുകയാണ്.

ഈ സമരങ്ങളിൽ കുറെയെങ്കിലും പരാമർശം ലഭിച്ചിട്ടുള്ളത് പാലക്കാട് നഗരത്തിന്റെ ഭാഗമായ കൽപ്പാത്തിയിലെ ബ്രാഹ്മണ അഗ്രഹാര വീഥിയിൽ നടന്ന സമരവും തെക്കൻ തിരുവിതാംകൂറിലെ (ഇപ്പോൾ തമിഴ്നാട്ടിലെ കന്യാകുമാരി ജില്ല) ശുചീന്ദ്രത്തെ മഹാക്ഷേത്രത്തിൽ നടന്ന സമരവുമാണ്.

പാലക്കാട് മുനിസിപ്പൽ അതിർത്തിയിൽപ്പെടുന്ന കൽപ്പാത്തിയിലെ തമിഴ് ബ്രാഹ്മണരുടെ അഗ്രഹാരം ഭാരതപ്പുഴയുടെ പോഷകനദികളായ കോരയാറും മലമ്പുഴയും സംഗമിക്കുന്ന മനോഹരമായ ഭൂപ്രദേശത്ത്

സ്ഥിതിചെയ്യുന്നു. ഐതിഹ്യങ്ങളിലും ഇതിഹാസങ്ങളിലും പേർപെറ്റ പ്രാചീന ശിവക്ഷേത്രമാണ് അഗ്രഹാരത്തിന്റെ ഹൃദയം. എല്ലാ വർഷവും തുലാമാസത്തിൽ അവിടെ നടക്കുന്ന ഗംഭീരമായ രഥോത്സവം അളവില്ലാതെ ഭക്തജനങ്ങളെ ആകർഷിക്കുന്നു. എന്നാൽ ക്ഷേത്രത്തിലെ എന്നപോലെ ക്ഷേത്രപരിസരത്തിലുള്ള നിരത്തുകളിലും ഹിന്ദുമതത്തിലെ അവർണർക്ക് പ്രവേശിച്ചുകൂടായിരുന്നു. അതേസമയം ഹൈന്ദവർ അല്ലാത്ത ക്രിസ്ത്യൻ, മുസ്ലീം തുടങ്ങിയ മതക്കാർക്ക് ആവട്ടെ അവിടെ വഴിനടക്കാൻ യാതൊരു പ്രതിബന്ധവും ഇല്ലായിരുന്നുതാനും. ഗുരുവായൂർ സത്യഗ്രഹത്തിന്റെ പുരോഗതിയും ആഹ്വാനവും കൽപ്പാത്തിക്ക് ചുറ്റുപാടുമുള്ള അവർണ യുവാക്കളെ ആവേശഭരിതരാക്കി. അവർ കീഴ്വഴക്കങ്ങൾ ലംഘിച്ച് രഥോത്സവം കാണാൻ ക്ഷേത്രത്തിനു പുറത്തുള്ള വീഥിയിൽ പ്രവേശിച്ചത് സംഘർഷത്തിന് ഇടയാക്കി. സവർണ തെമ്മാടികൾ അവർണ യുവാക്കളെ ഭീകരമായി മർദിച്ചു. അവർണ യുവാക്കൾ, പ്രത്യേകിച്ചും തീയ സമുദായത്തിൽപ്പെട്ടവർ തിരിച്ചടിച്ചെങ്കിലും പിടിച്ചുനിൽക്കാൻ കഴിയാതെ ഓടിരക്ഷപ്പെട്ടു. ഈ സംഘർഷാവസ്ഥ തുടരുകയും പൊലീസ് ഇടപെടുകയും ചെയ്തതോടെ ചെറുത്തുനിൽപ്പ് അസാധ്യമായി. അവസാനം യാഥാസ്ഥിതിക ബ്രാഹ്മണരുടെ വഴിമുടക്കുകൾ തടയാൻ ഒരു മാർഗമേ അവശേഷിച്ചിരുന്നുള്ളൂ; മതം മാറി മുസ്ലീമോ ബൗദ്ധനോ ക്രിസ്ത്യാനിയോ ആവുക. അവർക്കെല്ലാം വഴിനടക്കാൻ അവകാശം ഉണ്ടല്ലോ.

അക്കാലത്തുതന്നെ ദേശീയ പ്രസ്ഥാനത്തിലും മറ്റും പ്രവർത്തിച്ചു തുടങ്ങിയിരുന്ന ഈ തീയ യുവാക്കൾ പലരും മതംമാറി ക്രിസ്ത്യൻ പേരുകളോടുകൂടി തല ഉയർത്തി നെഞ്ചുംവിരിച്ച് കൈവീശി കൽപ്പാത്തി ക്ഷേത്രവീഥിയിൽക്കൂടി നടന്നുനീങ്ങി. ബ്രാഹ്മണ യാഥാസ്ഥിതികരെയും സവർണ പ്രമാണിമാരെയും ഇത് ലജ്ജിപ്പിച്ചു എന്നതാണ് കൽപ്പാത്തി സമരത്തിന്റെ രത്നച്ചുരുക്കം. ഇങ്ങനെ മതവും പേരും മാറിയവർ പിൽക്കാലത്ത് കോൺഗ്രസിലും കമ്യൂണിസ്റ്റ് പാർടിയിലും കർഷക സംഘം മുതലായ ബഹുജന സംഘടനകളിലും സജീവമായി പങ്കെടുത്ത് ഉയർന്ന സ്ഥാനങ്ങളിൽ എത്തുകയുണ്ടായി. 1957-ലെ പ്രഥമ കേരള നിയമസഭയിൽ കമ്യൂണിസ്റ്റ് സ്വതന്ത്ര എം എൽ എയായി ജയിച്ചുവന്ന കെ വി ജോണിന് തീയരായ അച്ഛനമ്മമാർ ഇട്ട പേര് കിട്ട എന്നായിരുന്നു. സുപ്രസിദ്ധസാഹിത്യകാരനും ഹാസ്യചിത്രകാരനും ആയ ഒ വി വിജയന്റെ മുത്തച്ഛൻ വിളയഞ്ചാത്തങ്കർ ചാമി സമരത്തിൽ പങ്കെടുത്ത് മർദനമേറ്റതിനെത്തുടർന്ന് മതംമാറി തോമസ് എന്ന പേര് സ്വീകരിച്ചു. പിൽക്കാലത്ത് കർഷകസംഘത്തിന്റെ മുന്നണി നേതാവായ കെ ടി ഫിലിപ്പിന്റെ പഴയ പേര് മാധവൻ എന്നായിരുന്നു. ഫിലിപ്പിന്റെ ഭാര്യ കല്യാണി അലക്സാണ്ട്രിയ എന്ന പേര് സ്വീകരിച്ചു. എരിമയൂർ വടക്കുമ്പ്രം മുത്തു, ചാൾസ് എന്ന പേരാണ് സ്വീകരിച്ചത്. മുത്തുവിന്റെ അനുജൻ മധുസൂദനൻ അലക്സാണ്ടർ എന്ന പേര് സ്വീകരിച്ചു. സമരത്തിൽപ്പെട്ട

ഒരു കേശവൻ ഇസ്ലാമിലേക്കാണ് തിരിഞ്ഞത്.

ഇപ്രകാരം മതവും പേരും മാറ്റിയെങ്കിലും ഇവരിൽ പലരും നാട്ടിലും കുടുംബത്തിലും തീയരും ഹിന്ദുക്കളും ആയിത്തന്നെ കഴിഞ്ഞുപോന്നതായിട്ടാണ് അറിവ്. എന്നാൽ കൽപ്പാത്തി സമരവും അതിന്റെ പരിണതഫലവും കേരളത്തിൽ എന്നപോലെ കേരളത്തിനു പുറത്തും ശ്രദ്ധിക്കപ്പെട്ടു. അതുകേട്ട് പരിഭ്രാന്തരായവരിൽ ആര്യസമാജക്കാരും പെടുന്നു. 1890-കൾ മുതൽ ആര്യസമാജക്കാർ കോഴിക്കോട് കേന്ദ്രമായി ഡോ. അയ്യത്താൻ ഗോപാലന്റെയും മറ്റും ശ്രമഫലമായി പ്രവർത്തിച്ചുവന്നിരുന്നു. ആര്യസമാജക്കാർ പാലക്കാട്ടെത്തി തമ്പടിച്ച് അവർണരുടെ ന്യായമായ ആവശ്യങ്ങൾ അനുവദിപ്പിച്ചു കൊടുക്കാനും മതം മാറിപ്പോയവരെ തിരികെ ഹിന്ദുമതത്തിലേക്ക് കൊണ്ടുവരാനും ശ്രമങ്ങൾ നടത്തിയെങ്കിലും പെട്ടെന്നൊന്നും ഒരു ഫലവും ഉണ്ടായില്ല.

ഗുരുവായൂർ സത്യഗ്രഹത്തെ തുടർന്നാണ് കൽപ്പാത്തി സമരം ആരംഭിച്ചതെങ്കിൽ വൈക്കം സത്യഗ്രഹത്തിൽനിന്ന് പ്രചോദനം ഉൾക്കൊണ്ടാണ് ശുചീന്ദ്രം സത്യഗ്രഹം നടന്നത്. ശുചീന്ദ്രം ക്ഷേത്രത്തിനു ചുറ്റുമുള്ള വഴികളിലൂടെ നടക്കാൻ അവർണർക്ക് അനുവാദം കിട്ടുക എന്ന അടിയന്തര ആവശ്യവും ക്ഷേത്രപ്രവേശനം ലഭിക്കുക എന്ന അന്തിമ ആവശ്യവും മുൻനിർത്തി 1926-ൽ കോൺഗ്രസിലെ ഗാന്ധിയൻ നേതാവായ ഡോ. നായിഡുവിന്റെ നേതൃത്വത്തിൽ നടന്ന സത്യഗ്രഹം വിജയിച്ചില്ലെങ്കിലും, സത്യഗ്രഹം അക്കാലത്തെ പത്രപംക്തികളിൽ ശ്രദ്ധിക്കപ്പെട്ടിരുന്നു. മറ്റൊരു സത്യഗ്രഹ നേതാവായ രാമൻപിള്ളയ്ക്ക് ഗാന്ധി എന്ന വിശേഷണം പതിഞ്ഞുകിട്ടി. സമരം കുറെ നാൾക്കുശേഷം പിൻവലിക്കേണ്ടിവന്നു എങ്കിലും 1930-ൽ പുനരാരംഭിച്ചു. സത്യഗ്രഹ സമരത്തോടൊപ്പം പൗരാവകാശ നിഷേധത്തെ എതിർത്തുകൊണ്ട് ഹൈക്കോടതിയിൽ ഹർജി സമർപ്പിക്കപ്പെട്ടു. ഹർജി അനുകൂലമായി വിധിച്ചതിനെത്തുടർന്ന് അവിടത്തെ പൊതുനിരത്തുകൾ അവർണർക്ക് തുറന്നുകൊടുത്തു.

ക്ഷേത്രത്തിൽ പ്രവേശിക്കാനോ വഴിനടക്കാനോ മാത്രമല്ല അക്കാലത്ത് നിരോധനം ഉണ്ടായിരുന്നത്. കഥകളി തുടങ്ങിയ ക്ഷേത്രകലകൾ അവർണർ നടത്തുകയോ അതിൽ അഭിനയിക്കുകയോ പാടില്ലെന്നുകൂടി നിരോധനം ഉണ്ടായിരുന്നു. ഈ വക നിരോധനങ്ങളെ എതിർത്തുകൊണ്ട് മലബാർ പ്രദേശത്ത് അവർണർ കഥകളി പഠിച്ച് അരങ്ങേറിയ സമരചരിത്രം കമ്യൂണിസ്റ്റ് നേതാവും എം എൽ എയും ആയിരുന്ന ആലത്തൂർ ആർ കൃഷ്ണൻ തന്റെ ആത്മകഥയായ *വിഴുമലയുടെ താഴ്വരയിൽനിന്ന്* (ചിന്ത, 1993) എന്ന കൃതിയിൽ ഇപ്രകാരം വിവരിച്ചിരിക്കുന്നു:

> പാലക്കാട് കൊട്ടക്കാട് മുക്രങ്കാട് തറവാട്ടുകാർ ജാതിമേധാവിത്വത്തെ വെല്ലുവിളിച്ച് കഥകളി പഠിച്ച് അവ അരങ്ങേറി. അവരുടെ

സാമ്പത്തികശേഷിയും ഐക്യബോധവും ആണ് ഇതിന് സഹായകമായത്. ഏകദേശം എൺപതുവർഷം മുമ്പായിരുന്നു ചാമുവിന്റെ നേതൃത്വത്തിലുള്ള ഈ സംഘം കഥകളി അരങ്ങേറിയത് എന്നോർക്കണം. സംഘത്തിലെ 15 പേർ മുക്രങ്കാട്ടുകാരായിരുന്നു. രണ്ടുപേർ നായർ സമുദായക്കാരും. കളിക്കോപ്പുകൾ, ചെണ്ട മുതലായ എല്ലാ ഉപകരണങ്ങളും ഇവർക്ക് സ്വന്തമായുണ്ടായിരുന്നു. അവ കൈകാര്യം ചെയ്യാനറിവുള്ളവരും പാട്ടുകാരുമടങ്ങിയ കഥകളിസംഘം വളരെ പ്രശസ്തരായിരുന്നു. ധനികനായ ഒരു രാവുത്തർ കഥകളി കാണുവാൻ സ്റ്റേജിന്റെ മുൻവശത്തിരിക്കുമ്പോൾ കീചകന്റെ വരവുകണ്ട് പേടിച്ച് " ഈ ശെകുത്താനെ കാണാൻ വയ്യ" എന്ന് പറഞ്ഞ് എഴുന്നേറ്റ് പോവുകയും ആ രംഗം അവസാനിച്ചപ്പോൾ വീണ്ടും ചെന്നിരുന്ന് കളി കാണുകയും ചെയ്തതായി കേട്ടിട്ടുണ്ട്.

ഈ കഥകളി സംഘത്തെ കോഴിക്കോട്ടെ കുഞ്ഞിക്കോരു മൂപ്പൻ അവിടേക്ക് ക്ഷണിച്ചു. അവർ അവിടെ ചെന്നപ്പോൾ സാമൂതിരി രാജാവ് കളിക്കുന്നതിന് വിലക്കുകൽപ്പിച്ചു. കുഞ്ഞിക്കോരു മൂപ്പൻ തന്ത്രപൂർവം സാമൂതിരി രാജാവിന്റെ സമ്മതം നേടി 15 കഥകളി തുടർച്ചയായി കളിപ്പിച്ച് സംഘത്തെ തിരിച്ചയച്ചു. ഈഴവർക്ക് കഥകളി അരങ്ങേറാൻ സവർണർ അനുവദിക്കാത്ത കാലമായിരുന്നു അത്. അന്നത്തെ സ്ഥിതിക്ക് സവർണമേധാവിത്വത്തെ വെല്ലുവിളിക്കുന്ന നടപടിയായി ഇതിനെ കണക്കാക്കാം.

ജാതി വ്യത്യാസത്തിനും വിവേചനത്തിനും എതിരായി അക്കാലത്ത് തെക്കേ മലബാറിൽ നടന്നുവന്ന പ്രക്ഷോഭങ്ങളിൽ മിശ്രഭോജനങ്ങളും വലിയൊരു പങ്കുവഹിച്ചിരുന്നു. ആലത്തൂർ കൃഷ്ണൻ അതേക്കുറിച്ചും ഇപ്രകാരം രേഖപ്പെടുത്തുന്നു:

അയിത്തവിരുദ്ധ സമരത്തിൽനിന്ന് പ്രചോദനവും പ്രോത്സാഹനവും കിട്ടിയ ചിലർ ജാതിഭേദത്തെയും അയിത്തത്തെയും വെല്ലുവിളിച്ചുകൊണ്ട് നായാടി സദ്യ (മിശ്രഭോജനം) നടത്തി. നായാടിമാരെക്കൊണ്ട് വിളമ്പിക്കുകയും കൂടെ ഇരുത്തി ഊണു കഴിക്കുകയും ചെയ്തു. ഇപ്പോൾ കേൾക്കുന്നവർക്ക് ഇതിലെല്ലാം എന്തിരിക്കുന്നു എന്നു തോന്നാമെങ്കിലും ആ കാലത്ത് ഈഴവ സമുദായത്തിലാകെ കോളിളക്കം സൃഷ്ടിച്ച സംഭവങ്ങളായിരുന്നു ഇതെല്ലാം. ഇവരിൽ പലരും സാമൂഹ്യവിലക്കിന് ഇരയായി. കണ്ണമ്പ്ര ചൂർകുന്നുരക്കാണ്ടി വീട്ടുകാർ, കുഴൽമന്ദത്ത് നൊച്ചുള്ളിക്കാർ, മാത്തൂരിൽ തച്ചങ്കാട്ടുകാർ, കൊടുവായൂർ കറിപ്പോട്ടിൽ കണ്ണംകോട്ടുകാർ ഇവരെല്ലാം മിശ്രഭോജനം നടത്തിച്ചവരും മുൻനിന്ന് പ്രവർത്തിച്ചവരുമാണ്. സദ്യ നടത്തിച്ചവരെയും സദ്യയിൽ

പങ്കെടുത്തവരെയും നായാടി കക്ഷിക്കാർ എന്നാണ് ആ കാലത്ത് പറഞ്ഞിരുന്നത്. ഇതിനെ എതിർത്ത യാഥാസ്ഥിതികർ കല്യാണം കഴിച്ചുകൊടുത്ത പെൺമക്കളെ മടക്കിവിളിക്കുകയും വിവാഹബന്ധം വേർപെടുത്തുകപോലും ചെയ്യുകയുണ്ടായി.

എന്റെ സഹോദരി മാധവിയെ വിവാഹം ചെയ്തത് മഞ്ഞളൂർ വെട്ടുകാട്ടിൽ കെ കൃഷ്ണൻ. കൃഷ്ണൻ രജിസ്ട്രാപ്പീസിൽ ക്ലാർക്കായിരുന്നു. കൃഷ്ണന്റെ ജ്യേഷ്ഠൻ പഴനിയപ്പൻ മജിസ്ട്രേറ്റ് കോടതിയിൽ ക്ലാർക്കും. ഇവർ മിശ്രഭോജനത്തിന് പങ്കെടുത്തത് ഇഷ്ടപ്പെടാതിരുന്ന എന്റെ അപ്പൻ മാധവിയെ കൃഷ്ണന്റെ കൂടെ പോകാനനുവദിക്കാതെ വീട്ടിൽ നിർബന്ധിച്ചിരുത്തി. അപ്പന്റെ ഈ തീരുമാനത്തെ ചോദ്യംചെയ്ത ഞാൻ വീടുവിട്ടിറങ്ങിപ്പോയി. രണ്ടു മാസം കഴിഞ്ഞാണ് തിരിച്ചുവന്നത്. അപ്പോഴേക്കും മാധവി ഭർത്താവിന്റെ വീട്ടിലേക്ക് പോകുകയും ചെയ്തിരുന്നു.

സി. കേശവൻ

16 സംയുക്ത രാഷ്ട്രീയസഭയും നിവർത്തന പ്രക്ഷോഭവും

ഈ പുസ്തകത്തിൽ ചർച്ചചെയ്യപ്പെടുന്ന നവോത്ഥാന പ്രസ്ഥാനത്തിൽ ഒരു ഘട്ടം 1928-ൽ ശ്രീനാരായണഗുരുവിന്റെ സമാധിയോടുകൂടി സമാപിക്കുകയാണ്. പക്ഷേ നവോത്ഥാനപ്രസ്ഥാനം പോലുള്ള സർവാംഗീണമായ പരിവർത്തന പ്രക്രിയയുടെ തുടക്കവും ഒടുക്കവും ആണ്ടു മാസംതീയതികളായി തിട്ടപ്പെടുത്താൻ ആവുകയില്ല. അതുകൊണ്ട് ശ്രീനാരായണഗുരുവിന്റെ സമാധിയോടുകൂടി നവോത്ഥാനപ്രസ്ഥാനത്തിന്റെ ഒരു ഘട്ടം സമാപിച്ചു എന്നും വിലയിരുത്തുന്നതിന് ന്യായീകരണങ്ങൾ പറയാനുണ്ടെങ്കിലും ആ പ്രസ്ഥാനം അടുത്ത പതിറ്റാണ്ടിലേക്കുകൂടി ചില രംഗങ്ങളിൽ തുടർന്നു എന്നത് വിസ്മരിക്കാനാവില്ല.

1931 ഒക്ടോബറിൽ കെ കേളപ്പന്റെ നേതൃത്വത്തിൽ ആരംഭിച്ച ഗുരുവായൂർ ക്ഷേത്രപ്രവേശന സത്യഗ്രഹവും നമ്പൂതിരിമാർക്കിടയിലെ അനാചാരങ്ങൾക്കെതിരെ യോഗക്ഷേമസഭ നടത്തിയ പ്രക്ഷോഭങ്ങളും നവോത്ഥാനത്തിന്റെ തുടർച്ച തന്നെയായിരുന്നു. അതുപോലെ, 1930-കളിൽ കേരളത്തെ പൊതുവെയും തിരുവിതാംകൂറിനെ പ്രത്യേകിച്ചും ഇളക്കിമറിക്കുകയും കേരള ചരിത്രത്തിൽ ദൂരവ്യാപകമായ പ്രതികരണങ്ങൾ ഉളവാക്കുകയും ചെയ്ത സംയുക്ത രാഷ്ട്രീയസഭയുടെ രൂപീകരണവും അതിന്റെ നേതൃത്വത്തിൽ നടന്ന നിവർത്തന പ്രക്ഷോഭങ്ങളും

അടിസ്ഥാനപരമായി രാഷ്ട്രീയമായിരുന്നു എങ്കിലും അതിൽ സവർണ മേധാവിത്വത്തിനെതിരെയുള്ള പ്രബല ഘടകങ്ങൾ ഉണ്ടായിരുന്നതിനാൽ അതിനെ നവോത്ഥാന പ്രസ്ഥാനത്തിന്റെ തുടർച്ചയായിത്തന്നെ പരിഗണിക്കേണ്ടിയിരിക്കുന്നു.

1924-ൽ ശ്രീ മൂലംതിരുനാൾ മഹാരാജാവ് അന്തരിച്ചപ്പോൾ അടുത്ത കിരീടാവകാശിയായിരുന്ന ശ്രീ ചിത്തിരതിരുനാൾ ബാലരാമവർമയ്ക്ക് പ്രായപൂർത്തി വന്നിട്ടില്ല. 1931-ൽ പ്രായം തികഞ്ഞ് അദ്ദേഹം അധികാരം ഏറ്റെടുക്കുമ്പോൾ ഹബീബുള്ള ആയിരുന്നു ദിവാനെങ്കിലും മഹാരാജാവിന്റെ ഉപദേഷ്ടാവായി ചുമതലയേറ്റ സർ സി പി രാമസ്വാമി അയ്യരായിരുന്നു യഥാർഥ ഭരണാധികാരി. പുതിയ രാജകുമാരന്റെ അധികാരപ്രാപ്തി ആഘോഷിക്കാനായി 1932-ൽ നിയമസഭാ മണ്ഡലങ്ങൾ പരിഷ്കരിച്ചുകൊണ്ടുള്ള വിളംബരം പുറപ്പെടുവിച്ചു. ഇതിൻപ്രകാരം ശ്രീമൂലം പ്രജാസഭ എന്ന ജനകീയ മണ്ഡലവും ശ്രീചിത്രാ സ്റ്റേറ്റ് കൗൺസിൽ എന്ന ഉപരിമണ്ഡലവും നിലവിൽവന്നു. ഈ സഭകളിലേക്കുള്ള സമ്മതിദാന അവകാശം ഭൂനികുതിയുടെ തോതനുസരിച്ച് പരിമിതമാക്കിയിരുന്നു. സഭകളുടെ അവകാശാധികാരങ്ങളും വളരെ പരിമിതമായിരുന്നു. എങ്കിലും ജനാധിപത്യക്രമത്തിലേക്കുള്ള ചുവടുവയ്പ്പുകൾ എന്ന നിലയിൽ ഒരു വലിയ വിഭാഗം ജനങ്ങളിൽ പ്രതീക്ഷകൾ ഉണർത്തി. എന്നാൽ ന്യൂനപക്ഷങ്ങളായ മുസ്ലീങ്ങൾക്കും ക്രിസ്ത്യാനികൾക്കും പിന്നോക്ക വിഭാഗക്കാരായ ഈഴവർക്കും ഈ പുതിയ സംവിധാനത്തിലും അർഹമായ പ്രാതിനിധ്യം ലഭിക്കാൻ ഇടയില്ല എന്ന പരാതി ഉയർന്നു. നായന്മാർക്കും മറ്റ് സവർണ വിഭാഗങ്ങൾക്കുമായിരിക്കും ജനസംഖ്യാനുപാതികമായ അർഹതയിൽക്കവിഞ്ഞ പ്രാതിനിധ്യം ലഭിക്കുക. സർക്കാർ ഉദ്യോഗ നിയമനങ്ങളിൽ ഈ പക്ഷപാതം പണ്ടേ അനുഭവപ്പെട്ടുതുടങ്ങിയതിന്റെ കൈപ്പേറിയ സ്മരണകൂടി ചേർന്നപ്പോൾ നിയമസഭാ പ്രാതിനിധ്യം ഒരു വമ്പിച്ച പ്രക്ഷോഭ വിഷയമായി.

ഈ പ്രക്ഷോഭത്തിന് നേതൃത്വം നൽകാൻ സംയുക്ത രാഷ്ട്രീയ സഭ (സമിതി എന്നും ചിലയിടങ്ങളിൽ പ്രതിപാദിച്ചുകാണുന്നു) രൂപംകൊണ്ടു. പരാതികൾ ഉന്നയിച്ചുകൊണ്ട് മഹാരാജാവിനും മറ്റും നൽകിയ നിവേദനങ്ങൾ നിഷ്ഫലമായതിനെത്തുടർന്ന് പുതിയ നിയമനിർമാണ സഭകളിലേക്കു നടന്ന തിരഞ്ഞെടുപ്പുകൾ ബഹിഷ്കരിക്കാൻ സംയുക്ത സഭ തീരുമാനിച്ചു. അന്നത്തെ ഭാഷയിൽ “നിവർത്തിക്കുക” അഥവാ “പിൻവാങ്ങുക” എന്ന പദമാണ് തിരഞ്ഞെടുപ്പ് ബഹിഷ്കരണത്തിന് ഉപയോഗിച്ചിരുന്നത്. അതുകൊണ്ട് അതിന് നിവർത്തന പ്രക്ഷോഭണം എന്ന് പേരു പതിഞ്ഞു. മൂന്ന് വൻ ജനവിഭാഗങ്ങൾ തിരഞ്ഞെടുപ്പ് ബഹിഷ്കരിച്ചതിനെത്തുടർന്ന് സർക്കാർപക്ഷക്കാരായ സവർണ പ്രമാണിമാരും ഒറ്റയ്ക്കും തെറ്റയ്ക്കും സ്വസമുദായത്തെ ഒറ്റിക്കൊടുത്ത് മറുഭാഗം ചേർന്നവരും അനായാസം ജയിച്ചുവെങ്കിലും ഈ നിയമസഭകൾ യഥാർഥ ജനകീയ അംഗീകാരം ഇല്ലാതെ കഴമ്പില്ലാത്ത പുറം

തോടുപോലെ പരിഹാസപാത്രമായി. തുടർന്ന് തിരഞ്ഞെടുപ്പ് ബഹിഷ്കരണത്തിന് ലഭിച്ച വൻവിജയം നിവർത്തന പ്രക്ഷോഭത്തെ കൂടുതൽ ഊർജസ്വലവും വ്യാപകവുമാക്കി. സി കേശവൻ, ടി എം വർഗീസ്, പി കെ കുഞ്ഞ് തുടങ്ങിയവർ അത്ര പരസ്യമല്ലാതെയും ഈ പ്രക്ഷോഭത്തെ അനുകൂലിച്ചിരുന്നു എന്നത് പ്രസ്താവ്യമാണ്. എം വി ജോസഫ് തുടങ്ങിയ ഒരു പ്രഗത്ഭ നേതൃനിര ഈ പ്രക്ഷോഭത്തിലൂടെ ഉയർന്നുവന്നു. സ്വാഭാവികമായും എൻ.എസ്.എസ് തുടങ്ങിയ സവർണ സംഘടനകളും സവർണ നേതാക്കളും നിവർത്തന പ്രക്ഷോഭത്തിന് എതിരായിരുന്നുവെങ്കിലും അന്നത്തെ പുരോഗമനവാദികളും ഇടതുപക്ഷ ചിന്താഗതിക്കാരുമായിരുന്ന ഇ എം എസ് നമ്പൂതിരിപ്പാട്, എ കെ ഗോപാലൻ, കേസരി ബാലകൃഷ്ണപിള്ള തുടങ്ങിയ കൈവിരലിലെണ്ണാവുന്ന ചുരുക്കംപേർ പരസ്യമായും ഇ വി കൃഷ്ണപിള്ള, ചങ്ങനാശ്ശേരി പരമേശ്വരൻപിള്ള തുടങ്ങിയവർ അത്ര പരസ്യമല്ലാതെയും ഈ പ്രക്ഷോഭത്തെ അനുകൂലിച്ചിരുന്നു എന്നത് പ്രസ്താവ്യമാണ്.

1935-ൽ കോഴഞ്ചേരിയിൽവെച്ച് സി കേശവൻ നടത്തിയ പ്രസംഗം രാജ്യദ്രോഹക്കുറ്റം അടങ്ങുന്നതാണ് എന്ന് ആരോപിച്ചുകൊണ്ട് അദ്ദേഹത്തെ അറസ്റ്റ് ചെയ്യുകയും തടവുശിക്ഷയ്ക്ക് വിധിക്കുകയും ചെയ്തു. അപ്പോൾ അദ്ദേഹം എസ്.എൻ.ഡി.പിയുടെ ജനറൽ സെക്രട്ടറിയും സംയുക്ത രാഷ്ട്രീയസഭയുടെ ഉന്നതസ്ഥാനീയനും ആയിരുന്നു. പിൽക്കാലത്ത് പ്രചുരപ്രചാരമായിത്തീർന്ന അറസ്റ്റും തടവുശിക്ഷയും മറ്റും അന്ന് സാധാരണമല്ലാതിരുന്നതിനാൽ കേശവന്റെ അറസ്റ്റും ശിക്ഷയും ജനങ്ങൾക്കിടയിൽ വമ്പിച്ച ചലനം സൃഷ്ടിച്ചു.

1936-ൽ സർ സി പി രാമസ്വാമിഅയ്യർ ഔപചാരികമായിത്തന്നെ ദിവാനായി നിയമിക്കപ്പെട്ടു. പ്രക്ഷോഭകാരികൾക്ക് ദിവാനോടും ദിവാന് പ്രക്ഷോഭകാരികളോടുമുള്ള കടുത്ത വൈരം 1947-ൽ ഒരു ആക്രമണത്തിൽ മുറിവേറ്റ് അദ്ദേഹം തിരുവിതാംകൂർ വിട്ടൊഴിയുന്നതുവരെ തുടർന്നു. എങ്കിലും നിവർത്തന പ്രക്ഷോഭത്തെയും അതിന് ആധാരമായ കാരണങ്ങളെയും അവഗണിച്ചുകൊണ്ട് അടിച്ചമർത്താമെന്ന് വ്യാമോഹിച്ചുകൊണ്ട് തുടരാനാവില്ലെന്ന് അദ്ദേഹത്തിനു ബോധ്യമായി. 1936-ൽ സർ സി പിയുടെ ഉപദേശപ്രകാരം മഹാരാജാവ് നടത്തിയ ക്ഷേത്രപ്രവേശന വിളംബരം നവോത്ഥാനത്തിന്റെ ഒരു ലക്ഷ്യ സാക്ഷാത്ക്കാരവും പുരോഗമനപരവും ആയിരുന്നെങ്കിലും അതിന്റെ പുറകിൽ സംയുക്ത രാഷ്ട്രീയ സഭയിൽ പിളർപ്പുണ്ടാക്കി ഹിന്ദുവിഭാഗത്തെ ഭരണപക്ഷത്താക്കുകയും ക്രിസ്ത്യൻ വിഭാഗത്തെ ഒറ്റപ്പെടുത്തുകയും ചെയ്യുക എന്ന ഗൂഢലക്ഷ്യംകൂടി ഉണ്ടായിരുന്നു എന്ന് സൂക്ഷ്മദിക്കുകളായ നിരീക്ഷകർ വിലയിരുത്തിയിട്ടുണ്ട്.

ഇതിനു മുമ്പുതന്നെ വിവിധ ജാതിമത വിഭാഗങ്ങൾക്ക് ജനസംഖ്യാനുപാതികമായ പ്രാതിനിധ്യം ലഭിക്കത്തക്ക വിധത്തിൽ ഉദ്യോഗനിയമനം നടത്താനുള്ള വ്യവസ്ഥയോടുകൂടി ഒരു പബ്ലിക് സർവീസ് കമീഷനെയും

നിയമിച്ചത് ആ കാര്യത്തിലുള്ള സംയുക്ത സഭയുടെ പരാതിക്ക് പരിഹാരമായി. കൂടാതെ 1932-ലെ നിയമസഭാ ഘടനകളും വോട്ടെടുപ്പ് സമ്പ്രദായവും പരിഷ്കരിച്ച് 1937-ൽ പുതിയ ശ്രീമൂലം പ്രജാസഭയും സ്റ്റേറ്റ് കൗൺസിലും നിലവിൽവന്നപ്പോൾ സംയുക്ത രാഷ്ട്രീയസഭയിലെ സമുദായങ്ങൾക്ക് കുറെക്കൂടി നീതിപൂർവകമായ പ്രാതിനിധ്യം നേടാൻ അവസരവും ലഭിച്ചു. അതനുസരിച്ച് നടന്ന തിരഞ്ഞെടുപ്പിൽ സംയുക്ത സമുദായങ്ങൾ പങ്കെടുക്കുകയും തിരഞ്ഞെടുക്കപ്പെട്ട സ്ഥാനങ്ങളിൽ ഭൂരിപക്ഷം കരസ്ഥമാക്കുകയും ചെയ്തു. പ്രജാസഭ ചേർന്ന് സംയുക്ത രാഷ്ട്രീയസഭാ പ്രതിനിധികളുടെ നേതാവായ ടി എം വർഗീസിനെ സഭയുടെ ഉപാധ്യക്ഷനായി തിരഞ്ഞെടുത്തതോടെ സംയുക്തസഭയുടെ പദവി ഉച്ചസ്ഥാനത്ത് എത്തി. (ഇന്നത്തെ സ്പീക്കറുടെ പദവി വഹിക്കുന്ന അധ്യക്ഷൻ ദിവാനാകയാൽ ഉപാധ്യക്ഷ സ്ഥാനത്ത് അന്നത്തെ തിരുവിതാംകൂറിൽ ലഭിക്കാവുന്ന ഏറ്റവും ഉയർന്ന തിരഞ്ഞെടുക്കപ്പെട്ട സ്ഥാനം.) ഇതിനകം ജയിൽമോചിതനായ സി കേശവന് ഏറ്റവും ഉയർന്ന ജനപ്രാതിനിധ്യസ്ഥാനം വഹിക്കുന്ന ആളെന്ന നിലയിൽ തിരുവിതാംകൂറിലെ 51 ലക്ഷം ജനങ്ങളുടെ മുഴുവൻ പേരിൽ ടി എം വർഗീസ് സ്വാഗതം അരുളിയത് സർ സി പിയെ കണക്കില്ലാതെ രോഷം കൊള്ളിച്ചു. രണ്ടു വർഷം മുമ്പ് ആലപ്പുഴ വച്ച് അറസ്റ്റ് ചെയ്യപ്പെട്ട സി കേശവന് ആലപ്പുഴ കിടങ്ങാമ്പുറത്ത് മൈതാനത്തുവച്ച് വമ്പിച്ച ജനാവലിയുടെ സ്വീകരണമാണ് നൽകപ്പെട്ടത്. അതേത്തുടർന്ന് ആനയും അമ്പാരിയും മുത്തുക്കുടയും വെടിക്കെട്ടുമെല്ലാമായും രാജ്യത്തുടനീളം അദ്ദേഹത്തിനു ലഭിച്ച സ്വീകരണ പരമ്പരകളെ ആക്ഷേപിച്ചുകൊണ്ടും അവയ്ക്ക് മുൻകൈ എടുക്കുന്നവരെ ശിക്ഷിക്കുമെന്ന് ഭീഷണിപ്പെടുത്തിക്കൊണ്ടും സർക്കാർ വിജ്ഞാപനംതന്നെ ഇറക്കി. ഈ യോഗങ്ങളിലൊക്കെ ഉയർന്നുകേട്ടതും സി കേശവനും അദ്ദേഹത്തെത്തുടർന്ന് മറ്റ് നേതാക്കളും ആവർത്തിച്ച കാര്യവും സി പിയെ പരിഭ്രാന്തനാക്കി. സംയുക്ത രാഷ്ട്രീയ സഭയുടെ പരിമിതവും ന്യായമെങ്കിലും വിഭാഗീയവുമായ ആവശ്യങ്ങൾ കുറെയെല്ലാം നേടിക്കഴിഞ്ഞ നിലയ്ക്ക് ഇനി ജാതിമത ഭേദമന്യേ സർവരും യോജിച്ചുകൊണ്ട് പ്രായപൂർത്തി വോട്ടവകാശത്തെ അടിസ്ഥാനപ്പെടുത്തിയുള്ള വോട്ടവകാശത്തിനുവേണ്ടിയാണ് പരിശ്രമിക്കേണ്ടത് എന്നായിരുന്നു ഈ പുതിയ ആഹ്വാനം. സി പി ഈ നീക്കത്തെ സർവശക്തിയും ഉപയോഗിച്ച് പ്രതിരോധിക്കാൻ ആരംഭിച്ചു. അതിലെ ആദ്യത്തെ നടപടിയായിരുന്നു നിയമസഭയുടെ ഡെപ്യൂട്ടി പ്രസിഡന്റ് സ്ഥാനത്തുനിന്നും ടി എം വർഗീസിനെ പുറത്താക്കുക എന്നത്. രാജ്യദ്രോഹത്തിന് ശിക്ഷിക്കപ്പെട്ട ഒരാൾക്ക് രാജ്യത്തിന്റെ മുഴുവൻ പേരിൽ സ്വാഗതം ചെയ്യുക എന്നതും രാജ്യദ്രോഹത്തിന് സമാനമാണ് എന്ന് ആരോപിച്ചു. ഡെപ്യൂട്ടി പ്രസിഡന്റ് ടി എം വർഗീസിനെതിരെ ദിവാൻപ്രസിഡന്റ് തന്നെ മുൻകൈയെടുത്ത് ഒരു അവിശ്വാസപ്രമേയം അവതരിപ്പിച്ച് പാസ്സാക്കിയാണ് അത് ചെയ്തത്. കിടങ്ങാമ്പുറത്ത് സ്വീകരണയോഗത്തിൽ

അധ്യക്ഷത വഹിച്ച *മലയാള മനോരമ* പത്രാധിപർ കെ സി മാമൻ മാപ്പിളയോട് സർ സി പി പകരംവീട്ടിയത് കുറെക്കൂടി നിഷ്ഠുരമായ രീതിയിലായിരുന്നു എന്നത് മറ്റൊരു കഥ.

പുതിയ നിയമസഭാ തിരഞ്ഞെടുപ്പിന്റെയും സി കേശവന് ലഭിച്ച വമ്പിച്ച സ്വീകരണങ്ങളുടെയും പ്രതികാരരുദ്രനായ സി പിയുടെ നടപടികളുടെയും പശ്ചാത്തലത്തിലും അഖിലേന്ത്യാ തലത്തിൽ പല പ്രവിശ്യകളിലും 1935-ലെ നിയമപ്രകാരം നിലവിൽവന്ന കോൺഗ്രസ് മന്ത്രിസഭകൾ ഉണർത്തിയ പ്രതീക്ഷകളുടെയും പശ്ചാത്തലത്തിൽ തിരുവിതാംകൂറിലും പുതിയൊരു രാഷ്ട്രീയ അന്തരീക്ഷം വളർന്നുവരികയായിരുന്നു. ഈ അന്തരീക്ഷത്തിലാണ് ഉത്തരവാദഭരണം നേടിയെടുക്കുന്നതിനായി നാനാ ജാതിമതസ്ഥർ അടങ്ങിയ സ്റ്റേറ്റ് കോൺഗ്രസ് 1938-ൽ രൂപംകൊണ്ടത്. അതിന് സംയുക്ത രാഷ്ട്രീയസഭ പ്രചോദനം നൽകുകയും സഭതന്നെ അതിൽ ലയിക്കുകയും സഭയുടെ നേതാക്കളായ ടി എം വർഗീസും സി കേശവനും മറ്റും സ്റ്റേറ്റ് കോൺഗ്രസ് പ്രസിഡന്റ് പട്ടം താണുപിള്ളയോടൊപ്പം നേതൃത്വം ഏറ്റെടുക്കുകയും ചെയ്തതോടെ, സംയുക്ത രാഷ്ട്രീയസഭയും നിവർത്തന പ്രക്ഷോഭണവും ചരിത്രത്തിലെ വിജയകരമായ ഒരു ഉജ്വല അധ്യായമായി അവശേഷിക്കുകയും ചെയ്തു.

മതനവീകരണപർവം

നാഗർകോവിലിനു സമീപം സ്വാമിത്തോപ്പിലെ അയ്യാ വൈകുണ്ഠ കോവിൽ

17 അയ്യാ വൈകുണ്ഠർ നവോത്ഥാനത്തിന്റെ ആദ്യ പഥികൻ

ആയിരത്തി എണ്ണൂറ്റി ഒമ്പതാം ആണ്ട് കേരളത്തിന്റെ ചരിത്രത്തിൽ പൊതുവെയും പഴയ തിരുവിതാംകൂർ ചരിത്രത്തിൽ പ്രത്യേകിച്ചും ഒരു വഴിത്തിരിവിനെ കുറിച്ചു. ബ്രിട്ടീഷ് മേൽക്കോയ്മക്കെതിരെ തെക്കൻ കേരളത്തിലെ ജനങ്ങളെ അണിനിരത്തി കലാപത്തിന് നേതൃത്വം നൽകിയ വേലുത്തമ്പി ദളവ പരാജയപ്പെട്ട് ആത്മഹത്യ ചെയ്തത് 1809ൽ ആണ്. പിൽക്കാലത്ത് തെക്കൻ തിരുവിതാംകൂറിൽ രാഷ്ട്രീയവും സാമൂഹ്യവും ആയ വലിയ ശക്തിയായി ഉയർന്നുവന്ന ലണ്ടൻ മിഷൻ സൊസൈറ്റിയുടെ (എൽ എം എസ്) ആദ്യത്തെ ക്രിസ്ത്യൻ പള്ളി മൈലാടി എന്ന സ്ഥലത്ത് എൽ എം എസ് മിഷനറി റവറന്റ് ഡബ്ലിയു ടി റിംഗിൾടോബ് സ്ഥാപിച്ചത് ആ വർഷം തന്നെയാണ്. 1809 ജനുവരിയിലാണ് നാഗർകോവിലിൽ നിന്ന് അൽപ്പം തെക്കു-കിഴക്കുമാറി സ്ഥിതി ചെയ്യുന്ന ശാസ്താംകോയിൽവിളയിലെ ഒരു സാധാരണ ചാന്നാർ കുടുംബത്തിൽ, പിൽക്കാലത്ത് അയ്യാ വൈകുണ്ഠ സ്വാമികൾ (1809 - 1851) എന്ന പേരിൽ പ്രസിദ്ധനായ നവോത്ഥാന നായകൻ പിറന്നത്. മാതാപിതാക്കൾ കുട്ടിക്ക് ഇട്ട പേര് മുടിചൂടും പെരുമാൾ എന്നായിരുന്നെങ്കിലും സ്ഥലത്തെ ധനികരും സവർണരുമായ പ്രമാണികളുടെ എതിർപ്പുമൂലം മുത്തുക്കുട്ടി എന്നാക്കിമാറ്റി.

വൈഷ്ണവ പാരമ്പര്യമുള്ള കുടുംബത്തിലെ മുത്തുക്കുട്ടി പരമ്പരാഗത രീതിയിലുള്ള തമിഴ് പഠനത്തിലും വൈഷ്ണവ ഭക്തിയിലും അതീവ തൽപ്പരനായിരുന്നു. ഹൈന്ദവ സമൂഹത്തിലെ അയിത്തം, ജാതിവ്യവസ്ഥ തുടങ്ങിയ അനാചാരങ്ങൾക്കെതിരെ അധഃസ്ഥിത വിഭാഗങ്ങളുടെ വിദ്യാഭ്യാസത്തിനും സമത്വത്തിനും വേണ്ടി ജനങ്ങളെ അണിനിരത്തി സമരം ചെയ്യുകയും മേൽജാതിക്കാരുടെയും അധികാരി വർഗത്തിന്റെയും പീഡനങ്ങൾക്കിരയായി ജയിൽവാസം അനുഭവിക്കുകയും ചെയ്ത മുത്തുക്കുട്ടി എന്ന സ്വാമിക്കുട്ടി എന്ന അയ്യാ വൈകുണ്ഠർ കേരളത്തിലെ നവോത്ഥാനത്തിന്റെ ആദ്യ പഥികനാണ്. മിക്കവാറും തമിഴ് സംസാരിക്കുന്നവരുടെ ഇടയിലാണ് വൈകുണ്ഠർ പ്രവർത്തിച്ചു വന്നിരുന്നതെങ്കിലും അദ്ദേഹത്തിന്റെ പ്രവർത്തനങ്ങളും ആശയങ്ങളും കന്യാകുമാരി ജില്ലയുടെ കിഴക്ക് തിരുനൽവേലി ജില്ലയിലേക്കും വടക്ക് തിരുവനന്തപുരം മുതലായ ജില്ലകളിലേക്കും വ്യാപിച്ചിരുന്നു. ഇപ്പോഴും ഈ പ്രദേശങ്ങളിൽ എല്ലാം വൈകുണ്ഠ സ്വാമികളുടെ ആരാധകരും അനുയായികളും ധാരാളം ഉണ്ട്.

ശ്രീനാരായണഗുരു ജനിക്കുന്നതിന് അഞ്ചുവർഷം മുമ്പ് നിര്യാതനായ വൈകുണ്ഠ സ്വാമികളുടെ പല ആദർശങ്ങളും മാതൃകകളും ശ്രീനാരായണനെ സ്വാധീനിച്ചു എന്നതിൽ സംശയമില്ല. ഗുരുവിന്റെ തമിഴക പര്യടനങ്ങളിലും തമിഴ് സാഹിത്യ പഠനങ്ങളിലും നിന്നും വൈകുണ്ഠ പാരമ്പര്യത്തിൽനിന്ന് പലതും അദ്ദേഹം ഉൾക്കൊണ്ടിരിക്കാൻ ഇടയുണ്ടെന്ന് കരുതുന്നതിൽ തെറ്റില്ല. ഉദാഹരണത്തിന് ആരാധകരിൽ ആത്മാഭിമാനം വളർത്താനായി ശ്രീനാരായണൻ കളവംകോട് മുതലായ സ്ഥലങ്ങളിൽ കണ്ണാടി പ്രതിഷ്ഠിച്ചത് ചരിത്ര പ്രസിദ്ധമാണ്. എന്നാൽ അയ്യാ വൈകുണ്ഠരാണ് ദക്ഷിണേന്ത്യയിൽ ആദ്യമായി കണ്ണാടി പ്രതിഷ്ഠിക്കുക എന്ന വിപ്ലവകരമായ കർമം നിർവഹിച്ചത്. വൈകുണ്ഠരുടെയും നാരായണ ഗുരുവിന്റെയും പല ആപ്തവാക്യങ്ങളും സമാനങ്ങളാണെന്നതും ശ്രദ്ധേയമാണ്. ഈ കാരണങ്ങൾ കൊണ്ട് അയ്യാ വൈകുണ്ഠരുടെ ഇപ്പോഴത്തെ അനുയായികളിൽ ഒരു വലിയ പങ്ക് തമിഴ്നാട്ടിൽ ആണെങ്കിലും കേരളത്തിലെ നവോത്ഥാന നായകരുടെ പട്ടികയിൽ അദ്ദേഹത്തിനും ഒരു പ്രധാന സ്ഥാനം കൽപ്പിക്കുന്നത് ചരിത്ര നീതിയാണ്.

ചാന്നാർ – നാടാർ സമുദായം

വൈകുണ്ഠർ പിറന്നത് ചാന്നാർ സമുദായത്തിലാണെന്ന് പറഞ്ഞുവല്ലോ. കേരളത്തിലെ ഈഴവർക്ക് ഹൈന്ദവ സമുദായത്തിലുള്ള പദവിയാണ് ചാന്നാർമാർക്കും ഉള്ളത്. കേരളത്തിലെ ഈഴവരിൽ ചില പ്രാമാണികർ ചാന്നാർമാർ ആയിട്ടാണ് അറിയപ്പെടുന്നത്. ഉദാഹരണത്തിന് പ്രശസ്ത ദേശീയ സ്വാതന്ത്ര്യസമര സേനാനിയും എഴുത്തുകാരനും ആയിരുന്ന എ പി ഉദയഭാനുവിന്റെ ഹരിപ്പാട് അടുത്തുള്ള

തറവാട്ടുകാരെ ആലുംമൂട്ടിൽ ചാന്നാർമാർ എന്നാണ് ആദരപൂർവം അഭിസംബോധന ചെയ്തു വന്നത്. എന്നാൽ തെക്കൻ തിരുവിതാംകൂറിലും തമിഴകത്തും ഇതിൽ അൽപ്പം വ്യത്യാസം കാണും. സാമ്പത്തികമായും സാമൂഹ്യമായും അൽപ്പം മേലേക്കിടയിലുള്ള ചാന്നാർമാരെ നാടാർമാർ എന്നാണ് വിളിച്ചുവരുന്നത്. പട്ടിക ജാതിയിലും പട്ടിക വർഗത്തിലും പെട്ട അധഃസ്ഥിതർ ഉൾപ്പെടെ ഹൈന്ദവ സമൂഹത്തിലെ അവശത അനുഭവിക്കുന്ന കീഴ്ജാതിക്കാർക്ക് എല്ലാം വേണ്ടിയാണ് ശ്രീനാരായണനെപ്പോലെ ശ്രീവൈകുണ്ഠരും സേവനം അനുഷ്ഠിച്ചതെങ്കിലും അദ്ദേഹത്തിന്റെ സന്ദേശങ്ങളും പ്രവർത്തനങ്ങളും ഏറ്റവും കൂടുതൽ സ്വാധീനിച്ചത് ചാന്നാർമാരെ ആയിരുന്നു. ഇപ്പോഴും ചാന്നാർമാരുടെയും നാടാർമാരുടെയും സാമൂഹ്യ പദവിയും സാമ്പത്തിക നിലയും വളരെ മെച്ചപ്പെട്ടു എന്നൊന്നും അവകാശപ്പെടാനാവില്ലെങ്കിലും അയ്യാ വൈകുണ്ഠരുടെ കാലത്ത് അവരുടെ സ്ഥിതി ഇന്നത്തേക്കാളും എത്രയോ അധികം കഷ്ടത്തിലായിരുന്നു. നാടാർമാരുടെ ഇടയിലെ സാമൂഹ്യ പരിവർത്തനത്തെക്കുറിച്ച് റോബർട്ട് എൽ ഹാർഡ്ഗ്രേവ് ജൂനിയർ എഴുതിയ പ്രസിദ്ധമായ ഗ്രന്ഥത്തിൽ നിന്ന് ഉദ്ധരിക്കട്ടെ:

> നമ്പൂതിരിമാരിൽ നിന്നും മുപ്പത്തിയാറ് അടിയും നായൻമാരിൽ നിന്നും പന്ത്രണ്ട് അടിയും ദൂരെ മാറി നിൽക്കണമായിരുന്നു നാടാൻമാർ. കീഴാള ജാതിക്കാരായതിനാൽ കുട, ചെരുപ്പ്, സ്വർണാഭരണങ്ങൾ എന്നിവ ഉപയോഗിക്കുവാൻ അവർക്ക് അവകാശമുണ്ടായിരുന്നില്ല. അവരുടെ വീടുകൾക്ക് ഒരുനില മാത്രമേ പാടുള്ളൂ. അവർ പശുവിനെ കറക്കാൻ പാടില്ല. മേൽ ജാതിക്കാർ ചെയ്യുന്നതു പോലെ ഇടുപ്പിൽ വെള്ളം ചുമന്നുകൊണ്ട് പോകാൻ നാടാർസ്ത്രീകളെ അനുവദിച്ചിരുന്നില്ല, അവർ അരയ്ക്കുമേൽ ശരീരം മറയ്ക്കാനും പാടില്ല. കനത്ത നികുതിയാണ് അവരിൽനിന്നും ഈടാക്കിയിരുന്നത്. പറയരെപ്പോലെ അടിമകളായിരുന്നില്ലെങ്കിലും അവരെക്കൊണ്ട് സർക്കാരിനു വേണ്ടി നിർബന്ധിതമായി വേല (ഊഴിയം) ചെയ്യിച്ചിരുന്നു.

തെക്കൻ തിരുവിതാംകൂറിലെ കൃഷിഭൂമിയിൽ സിംഹഭാഗവും തിരുവിതാംകൂർ രാജകുടുംബത്തിന്റെയും ഭരണസംവിധാനവുമായി ബന്ധപ്പെട്ട നായർ പ്രഭുക്കളുടെ വകയായിരുന്നു. അധികാരത്തിലുള്ള പിടിപാടും ജാതിശ്രേണിയിലെ ഔന്നത്യവും ഉപയോഗിച്ച് അവർ കർഷകരും കർഷകത്തൊഴിലാളികളും കള്ളുചെത്തുകാരും മറ്റുമായ ചാന്നാർമാരെ കണക്കറ്റ് പീഡിപ്പിച്ചിരുന്നു. സാമ്പത്തികവും സാമൂഹ്യവും ആയ ഈ പീഡനങ്ങൾക്കെതിരെ അസംഘടിതവും ചിലപ്പോൾ സായുധവുമായ ലഹളകൾ ചാന്നാർമാർ നടത്തിയിട്ടുള്ളതും അവയുടെ രൂക്ഷമായ അടിച്ചമർത്തലുകളും തെക്കൻ തിരുവിതാംകൂർ ചരിത്രത്തിലെ അവിസ്മരണീയമായ അധ്യായങ്ങളാണ്. ഈ അടിച്ചമർത്തൽ പരിപാടിക്ക്

ഭരണയന്ത്രം സുലഭമായി ഉപയോഗിക്കുന്നതോടൊപ്പം നായൻമാരും മറ്റും 'പിടാക' സംഘങ്ങളിലൂടെ നിയമബാഹ്യഭരണവും നടത്തിവന്നു.

തിരുവിതാംകൂറിൽ വേലുത്തമ്പിയുടെ കലാപം അടിച്ചമർത്തപ്പെട്ടതോടെ മേൽക്കോയ്മയായിത്തീർന്ന ബ്രിട്ടിഷുകാരുടെ പ്രോത്സാഹനത്തോടെ എൽ എം എസ് മതപരിവർത്തനത്തിലൂടെ ചാന്നാർമാരെ സ്വതന്ത്രർ ആക്കാമെന്ന് വാഗ്ദാനം ചെയ്തു രംഗത്തുവരാൻ തുടങ്ങിയിരിന്നു. ഒരുഭാഗത്ത് എൽ എം എസുകാരുടെ മതപരിവർത്തന ശ്രമങ്ങളെയും മറുഭാഗത്ത് നായരാദി സവർണ്ണ മേധാവികളുടെ ചൂഷക വാഴ്ചയേയും എതിർത്തുകൊണ്ടാണ് വൈകുണ്ഠസ്വാമി തന്റെ സമത്വ സന്ദേശം പ്രചരിപ്പിച്ചത്. എൽ എം എസിന് ബ്രിട്ടീഷ് സംരക്ഷണവും നായർ പ്രഭു വാഴ്ചയ്ക്ക് രാജകീയ രക്ഷാകർതൃത്വവും ഉണ്ടായിരുന്നതിനാൽ ഇരു ഭരണസംവിധാനങ്ങളും വൈകുണ്ഠർക്ക് എതിരായിരുന്നു. അങ്ങനെയാണ് എൽ എം എസിന്റെയും മദ്രാസിലെ ബ്രിട്ടീഷ് ഗവർണർമാരുടെയും പ്രേരണപ്രകാരം തിരുവിതാംകൂർ രാജാധികാരം വൈകുണ്ഠരെ അറസ്റ്റ് ചെയ്ത് കിഴക്കേകോട്ടയ്ക്ക് എതിരെ ശിങ്കാരത്തോപ്പിൽ ഇപ്പോഴും നിലവിലുള്ള സബ് ജയിലിൽ അടച്ച് ശിക്ഷിച്ചത്.

ദൗത്യനിർവഹണം

ശ്രീനാരായണഗുരുവിനെ ഒരു ശൈവ യോഗിയായി കരുതാമെങ്കിൽ വൈകുണ്ഠ സ്വാമിയെ ഒരു വൈഷ്ണവ യോഗിയായി കരുതാം. തമിഴകത്തെ പാരമ്പര്യപ്രകാരമുള്ള ശൈവ-വൈഷ്ണവ വൈരം ഇരുവർക്കും ഉണ്ടായിരുന്നില്ല. ഗുരു വൈഷ്ണവ ദേവതകളെയും ചിലപ്പോൾ പ്രതിഷ്ഠിക്കാറുള്ളതുപോലെ വൈകുണ്ഠരുടെ കീർത്തനങ്ങളിൽ ശൈവ നാമങ്ങളും പ്രത്യക്ഷപ്പെടാറുണ്ട്.

അവർ തമ്മിലുള്ള ഏറ്റവും പ്രധാനപ്പെട്ട വ്യത്യാസം ഗുരു ഒരിക്കലും സന്യാസത്തിനും യോഗിചര്യക്കും അപ്പുറം ദൈവികത്വം അവകാശപ്പെട്ടിരുന്നില്ല എന്നതാണ്. എന്നാൽ വൈകുണ്ഠർ ആകട്ടെ ഒരു ഘട്ടം കഴിഞ്ഞപ്പോൾ താൻ വിഷ്ണുവിന്റെ അവതാരമാണെന്ന് അവകാശപ്പെട്ടു. അങ്ങനെയാണ് വൈകുണ്ഠർ എന്ന പേർ അദ്ദേഹം സ്വീകരിക്കാനിടവന്നതും. ഒരുപക്ഷേ അക്കാലത്ത് അത്തരം ചില അവകാശവാദങ്ങൾ തന്റെ ദൗത്യനിർവഹണത്തിനും ജനസാമാന്യത്തിന്റെ വിശ്വാസത്തിനും ആവശ്യമാണെന്ന് അദ്ദേഹം കരുതിയിരിക്കാം. അതുപോലെതന്നെ, അദ്ദേഹം അവകാശപ്പെട്ടതാണോ അനുയായികൾ അദ്ദേഹത്തിൽ ആരോപിച്ചതാണോ എന്ന് അറിയില്ല, പല അമാനുഷങ്ങളായ അത്ഭുത കൃത്യങ്ങളും വെളിപാടുകളും അനുഭവങ്ങളും വൈകുണ്ഠരെ ചുറ്റിപ്പറ്റി പ്രചരിച്ചുപോരുന്നു. ഒരു ശാസ്ത്രീയ ചരിത്രകാരന് ഇടപെടാവുന്ന മേഖലകളല്ലല്ലോ ഇവ. ഇവയെ മുൻനിറുത്തി വൈകുണ്ഠരുടെ ജനനായകത്വത്തെയും സാമൂഹ്യപരിഷ്കരണ യത്നങ്ങളെയും താഴ്ത്താനും അദ്ദേഹത്തിന്റെ ആത്മീയ പ്രഭാവത്തെ മുഖ്യമായി ഉയർത്തിക്കാട്ടാനും

നടത്തുന്ന ശ്രമങ്ങളെ ഏതായാലും അംഗീകരിക്കാനാവില്ല. ചരിത്രത്തിലെ മറ്റു പല പരിഷ്കർത്താക്കൾക്കും പ്രവാചകർക്കും സംഭവിച്ചതുപോലെ വൈകുണ്ഠരെയും ഒരു പൂജാവിഗ്രഹമായി പ്രതിഷ്ഠിച്ച് അദ്ദേഹം പഠിപ്പിച്ചതൊക്കെ മറക്കുക എന്ന വിപര്യവും സംഭവിച്ചിരിക്കുന്നു—കേരളത്തിൽ ശ്രീനാരായണഗുരുവിനും പൊയ്കയിൽ കുമാരഗുരുദേവനും മറ്റും സംഭവിച്ചതുപോലെ.

താൻ കണ്ടെത്തിയ ആത്മീയ പാഠങ്ങൾ പ്രചരിപ്പിക്കാനും പുതിയ ആരാധനാരീതികൾ നടപ്പിലാക്കാനും വേണ്ടി അദ്ദേഹം പലയിടത്തും സ്ഥാപിച്ച കുടിലുകൾ ക്ഷേത്രങ്ങളായും സാമൂഹ്യപരിഷ്കരണ കേന്ദ്രങ്ങളായും പ്രവർത്തിച്ചുവരുന്നു. ഈ ക്ഷേത്രങ്ങളിൽ പൂജയ്ക്കും ആരാധനയ്ക്കും അനുവാദവും, ജാതിവ്യത്യാസം മറന്ന് ഏവർക്കും പ്രവേശനവും ഉണ്ടായിരുന്നു. അക്കാലത്ത് സവർണർ ഉപയോഗിച്ചിരുന്ന കിണറുകളിൽനിന്ന് ചാന്നാർമാർ ഉൾപ്പെടെയുള്ള കീഴ്ജാതിക്കാർക്ക് വെള്ളം കോരാൻ അവകാശം ഉണ്ടായിരുന്നില്ല. അതുകൊണ്ട് അതിനായി സർവ ജാതിമതസ്ഥർക്കും ഉപയോഗിക്കാവുന്ന കിണറുകൾ കുഴിക്കുക എന്നത് അദ്ദേഹത്തിന്റെ ഒരു പ്രവർത്തന പരിപാടിയായിരുന്നു. ഇപ്പോൾ അയ്യാ വൈകുണ്ഠപ്രസ്ഥാനത്തിന്റെ ഏറ്റവും പ്രധാനപ്പെട്ട കേന്ദ്രമായ സ്വാമിത്തോപ്പിലെ വൈകുണ്ഠ ക്ഷേത്രത്തിന് സമീപം ഉള്ള സർവാണി കിണറിന് പേര് 'മുന്തിരിക്കിണർ' എന്നാണ്. അതിലെ വെള്ളം ആർക്കും കോരാം എന്നതിനു പുറമേ വൈകുണ്ഠരുടെ അനുഗ്രഹത്താൽ അതിലെ വെള്ളത്തിന് ഔഷധഗുണങ്ങളുള്ളതായി പലരും വിശ്വസിക്കുകയും ചെയ്യുന്നു. ഈ കിണറിന്റെ പരിസരത്താണ് വൈകുണ്ഠർ നാനാജാതി മതസ്ഥരെ ഒരുമിച്ചു ചേർത്ത് നിരന്തരമായ പന്തിഭോജനം നടത്തി അയിത്ത വ്യവസ്ഥയെ വെല്ലുവിളിച്ചത്. ഈ പതിവ് ഇപ്പോഴും തുടരുകയും വൈകുണ്ഠക്ഷേത്രത്തിൽ എല്ലാനേരവും വന്നെത്തുന്നവർക്കൊക്കെ ഭക്ഷണം നൽകുകയും പതിവായിരിക്കുന്നു.

ക്ഷേത്രപ്രവേശനത്തിനും ഭജനയ്ക്കും പ്രഭാഷണത്തിനും ചെല്ലുമ്പോഴും എല്ലാവരും തലയിൽ മുണ്ടുകെട്ടിക്കൊള്ളണം എന്നത് ഇപ്പോഴും നിർബന്ധമാണ്. മേലാളന്മാരെ കാണുമ്പോൾ ഓച്ഛാനിച്ച് തലയിൽ കെട്ടും രണ്ടാംമുണ്ടും അരയിൽ കെട്ടുന്ന അടിമ മനോഭാവത്തെ ചെറുക്കാനാണ് സ്വാമി ഈ തലപ്പാവ് വ്യവസ്ഥ ശുപാർശ ചെയ്തതെന്ന് കരുതപ്പെടുന്നു. *തിരുക്കുറൽ* തുടങ്ങിയ അതിപ്രാചീന തമിഴ് ധർമ സംഹിതകളിൽ പാണ്ഡിത്യം നേടിയിരുന്ന വൈകുണ്ഠർ അവയുടെ ചുവടുപിടിച്ച് ആധുനിക ജീവിതത്തിന് ഉചിതമായ ആചാരമര്യാദകളും പ്രാർഥനാസമ്പ്രദായങ്ങളും ആരാധനാക്രമങ്ങളും ഏർപ്പെടുത്തിയിട്ടുണ്ട്. അദ്ദേഹത്തിന്റെ ഉപദേശങ്ങൾ അടങ്ങിയ *ഉച്ചിപഠിപ്പ് (ഉന്നത ജ്ഞാനം), തിരുഅരുൾ നൂൽ (വിശുദ്ധവചന ഗ്രന്ഥം)* തുടങ്ങിയ കൃതികൾ സാമൂഹ്യ സമത്വ ആദർശങ്ങളെയും അഭിനവ ആത്മീയ സിദ്ധാന്തങ്ങളെയും സമന്വയിപ്പിച്ച കൃതികളാണ്.

പ്രാചീനകാലത്തെ ബുദ്ധഭിക്ഷുക്കളെയും പിൽക്കാലത്തെ ശ്രീനാരായണഗുരുവിന്റെ ധർമസംഘത്തെയും മറ്റും അനുസ്മരിപ്പിക്കുന്ന വിധം തെരഞ്ഞെടുത്ത സംഘാടകരെയും വിശ്വാസികളെയും ചേർത്ത് പ്രവർത്തനം മുന്നോട്ടു കൊണ്ടുപോകാൻ ഒരു സംവിധാനം വൈകുണ്ഠർ ഏർപ്പെടുത്തിയിരുന്നു.

ജന്മിമാരുടെ നിർബന്ധിത അടിമവേലയ്ക്കെതിരെ 'വേല ചെയ്താൽ കൂലികിട്ടണം' എന്ന മുദ്രാവാക്യവും അക്രമ പിരിവുകൾക്കെതിരെ മിതമായ നികുതിസമ്പ്രദായം നടപ്പിലാക്കണമെന്നും അക്രമ പാട്ടത്തിനെതിരെ മര്യാദപ്പാട്ടം നടപ്പിലാക്കണം എന്നും ഉള്ള സേവന വേതന അവകാശങ്ങൾക്കുവേണ്ടിയും അധഃസ്ഥിതരെ തട്ടിയുണർത്തിയ വൈകുണ്ഠർ ഭൗതിക പ്രശ്നങ്ങളെ ഒരിക്കലും അവഗണിച്ചിരുന്നില്ല.

പഞ്ചപാണ്ഡവരുടെ ഗുരുവും ഉപദേഷ്ടാവും ബന്ധുവും ആണെന്ന സങ്കൽപ്പത്തോടെ വൈകുണ്ഠർ തെരഞ്ഞെടുത്ത അഞ്ച് പ്രമുഖ ശിഷ്യർക്ക് പാണ്ഡവന്മാരുടെ പേരുതന്നെ നൽകി–ധർമ്മ സിദ്ധൻ, ഭീമ സിദ്ധൻ, അർജുന സിദ്ധൻ, നകുല സിദ്ധൻ, സഹദേവ സിദ്ധൻ. പ്രസ്ഥാനത്തിന്റെ അത്യുന്നത നേതൃത്വം വൈകുണ്ഠരുടെ കുടുംബാംഗങ്ങൾ തന്നെ ഏറ്റെടുത്തു. ഇപ്പോൾ സ്വാമിത്തോപ്പിലെ വൈകുണ്ഠക്ഷേത്രത്തിന്റെയും മറ്റു സ്ഥാപനങ്ങളുടെയും അധിപതി വൈകുണ്ഠരുടെ അഞ്ചാമത്തെ തലമുറയിൽപ്പെട്ട ചെറുമകനാണ്.

വൈകുണ്ഠസ്വാമിയെ സാത്താന്റെ അവതാരമായി കണക്കാക്കിയ എൽ എം എസുകാരും അപകടകാരിയായ കലാപകാരിയായി കരുതിയിരുന്ന സവർണരും ഇപ്പോൾ അതൊക്കെ മറന്ന് അവരുടെ പൂജകളിലും ഉത്സവങ്ങളിലും വഴിപാടുകളിലും പങ്കെടുക്കുന്നു. അതോടുകൂടി പ്രസ്ഥാനത്തിന്റെ സാമൂഹ്യപരിഷ്കരണ വായ്ത്തല അത്രത്തോളം മടങ്ങിപ്പോയിട്ടുമുണ്ടാകും.

18 ശ്രീനാരായണ ഗുരു: കേരള നവോത്ഥാനത്തിന്റെ രാജശിൽപ്പി

കേരള ചരിത്രത്തിലെ നിർണായകമായ പല സംഭവങ്ങളും മഹത് വ്യക്തികളും ഇപ്പോഴും വിവാദ വിഷയമാണ്. പരമ്പരാഗതമായി കേട്ടു കേൾപ്പിച്ചുപോരുന്ന ചേരമാൻ പെരുമാളിന്റെ മതപരിവർത്തന കഥയും മെക്കാ തീർഥാടനവും ചരിത്ര വസ്തുതകളാണോ? അതിന് ആയിരം വർഷം മുമ്പ് കേരളത്തിൽ വന്നതായി പറയപ്പെടുന്ന മാർത്തോമാ ശ്ലീഹ യുടെ കഥ വിശ്വാസ്യമാണോ? തിരുവിതാംകൂർ സംസ്ഥാനത്തിന്റെ സ്ഥാപകനായി കരുതപ്പെടുന്ന മാർത്താണ്ഡവർമ മഹാരാജാവ് അദ്ദേ ഹത്തിൽ ആരോപിക്കപ്പെടുന്ന മഹത്വത്തിന് യഥാർഥത്തിൽ അർഹ നായിരുന്നുവോ? ഹൈദരാലിയുടെയും ടിപ്പുസുൽത്താന്റെയും ഉത്തര കേരള വാഴ്ച മതഭ്രാന്തിന്റെ താണ്ഡവമായിരുന്നോ? അതോ അത് മതസഹിഷ്ണുതയുടെയും സമഭാവനയുടെയും നിദർശനമായിരുന്നോ?

ഇങ്ങനെ വിവാദ വിഷയമായിക്കൊണ്ടിരുന്ന സംഗതികളും വില യിരുത്തലുകളും കേരള ചരിത്രത്തിൽ ധാരാളം ഉണ്ടെങ്കിലും ഒരു കാര്യത്തിൽ നമ്മുടെ ചരിത്ര ശാസ്ത്രജ്ഞർ മിക്കവാറും ഒരേ സ്വരത്തിൽ സമ്മതിക്കുന്ന ഒരു കാര്യമുണ്ട്: ശ്രീനാരായണ ഗുരു (1856-1928) കേരള നവോത്ഥാനത്തിന്റെ പിതാവ് അഥവാ അധിനായകനായിരുന്നു എന്ന വസ്തുതയാണത്. തികച്ചും ശരിയും മിക്കവാറും ഏകകണ്ഠവും

ആയതിനാലാവാം ഈ വിലയിരുത്തൽ ചില വീക്ഷണ വൈകല്യങ്ങളിലേക്കും അർധസത്യങ്ങളിലേക്കും ആധുനികരെ വഴിതെറ്റിച്ചു പോന്നിട്ടുള്ളത്. രാഷ്ട്രീയവും സാമൂഹ്യവും സാംസ്കാരികവും ആശയാധിഷ്ഠിതവും ആയ മഹാപ്രസ്ഥാനങ്ങളുടെ വിശ്വചരിത്രാവലോകനത്തിൽ ഈ മഹാപ്രസ്ഥാനങ്ങൾ ഓരോന്നിന്റെയും നടുനായകനായി ഒരു മഹാവ്യക്തി പ്രവർത്തിച്ചതായി കാണാം. പരിവർത്തനങ്ങളിൽ സാമാന്യജനങ്ങളുടെയും സാമൂഹ്യ വികാസ നിയമങ്ങളുടെയും പങ്ക് വേണ്ടത്ര അംഗീകരിക്കാത്ത പഴയ ചരിത്രരചനാ സമ്പ്രദായത്തിൽ ഇത്തരം യുഗപ്രഭാവരായ വ്യക്തികൾക്കുള്ള പങ്കിനെക്കുറിച്ചുള്ള അതിരുകടന്ന അവകാശവാദങ്ങൾ അശാസ്ത്രീയതയോളം എത്തിനിൽക്കുന്നതായി കാണാം. അവ ചിലപ്പോൾ അസത്യത്തെക്കാൾ ആപൽക്കരമായ അർധസത്യമായി അവശേഷിക്കുകയും ചെയ്യും.

നേരത്തെ നാം പറഞ്ഞുവച്ചതുപോലെ കേരള നവോത്ഥാനത്തിന്റെ അധിനായകസ്ഥാനം ഗുരുദേവന് കൽപ്പിക്കുമ്പോഴും അദ്ദേഹത്തിന്റെ ദൗത്യനിർവഹണത്തിന് കളമൊരുക്കിയ രാഷ്ട്രീയ, സാമൂഹ്യ കാലാവസ്ഥയെയും അദ്ദേഹത്തിനു മുമ്പും പിമ്പും നവോത്ഥാനമാകുന്ന മഹാനദിയിലേക്ക് പോഷകനദികളായി ഒഴുകിച്ചേർന്ന വ്യക്തിപ്രതിഭകളെയും ചരിത്ര പ്രവണതകളെയും പലപ്പോഴും നാം അവഗണിക്കുന്നു. എന്നിട്ട് ഈ വമ്പിച്ച കോളിളക്കത്തെയും പരിവർത്തന സംരംഭങ്ങളെയും ഒരു മഹത്‌വ്യക്തിയുടെ തോളിൽ മാത്രമായി ചാർത്താൻ പലരും ശ്രമിക്കുന്നു.

ഈ തെറ്റായ പ്രവണതയുടെ ഫലമായി കേരള നവോത്ഥാനം എന്നു പറഞ്ഞാൽ അത് ഹൈന്ദവ സമൂഹത്തിലെ ജാതീകൃതമായ ഉച്ചനീചത്വങ്ങൾക്കെതിരെ നടന്ന ഒരു പ്രക്ഷോഭ സമരമായി മാത്രം വിവരിക്കപ്പെടുന്നു. കേരളത്തിലെ ഭൂരിപക്ഷമായ ഹൈന്ദവ സമൂഹത്തിലെ ഭൂരിപക്ഷമായ അയിത്തക്കാരും അധഃസ്ഥിതരും ആയ ജനവിഭാഗങ്ങളുടെ സമത്വത്തിനും അധികാരസന്ധാനത്തിനും വേണ്ടിയുള്ള സമരം തീർച്ചയായും കേരളീയ നവോത്ഥാനത്തിന്റെ അഗ്രഗണ്യ ഘടകം തന്നെ. എന്നാൽ ഹൈന്ദവ സമൂഹത്തിൽത്തന്നെ ശ്രീ നാരായണ ധർമ പരിപാലന സംഘം (എസ് എൻ ഡി പി) പ്രതിനിധീകരിച്ച പിന്നോക്ക വിഭാഗങ്ങളെക്കാൾ കീഴ്ത്തട്ടിൽ ഉള്ളവരും അതിനെക്കാൾ മേൽത്തട്ടിലാണെങ്കിലും കൂട്ടുകുടുംബ കാരണവന്മാരുടെ അനിഷേധ്യാധിപത്യവും സ്ത്രീജനങ്ങളുടെ അസമത്വവും പീഡാനുഭവങ്ങളും എന്നിങ്ങനെ നവോത്ഥാനത്തിന്റെ ദീപശിഖ കൊണ്ടുമാത്രം വെളിച്ചം പകരേണ്ട ഇരുണ്ട മൂലകൾ ഉണ്ടായിരുന്നു. ശ്രീനാരായണ ഗുരുവിന്റെ വ്യക്തിപ്രഭാവത്തിൽനിന്ന് ആവേശം കൈക്കൊണ്ടും എസ് എൻ ഡി പിയുടെ പ്രവർത്തനം മാതൃകയായി സ്വീകരിച്ചുകൊണ്ടും ഈ കീഴ്ത്തട്ടുകാരും മേൽത്തട്ടുകാരും നവോത്ഥാനത്തിന്റെ ചൂടും വെളിച്ചവും സ്വാംശീകരിച്ചത് പൊതുവെ നവോത്ഥാന ചരിത്രത്തിന്റെ ഭാഗമായി അംഗീകരിച്ചു

തുടങ്ങിയിട്ടുണ്ട്. അങ്ങനെ അയ്യൻകാളിയുടെ (1863-1941) സാധുജന പരിപാലന സംഘവും, നായർ സർവീസ് സൊസൈറ്റിയും, "നമ്പൂതിരിയെ മനുഷ്യനാക്കാൻ" സമരം ചെയ്ത യോഗക്ഷേമ സഭയും മറ്റും ശ്രീനാരായണ പ്രഭാവ പ്രസരത്തിൽനിന്ന് വെളിച്ചം നേടിയവയാണ്.

ഹൈന്ദവ സമൂഹത്തിലെ ഈദൃശ പ്രസ്ഥാനങ്ങൾ കേരള നവോത്ഥാനത്തിന്റെ ഘടകങ്ങളായിരുന്നു. ഈയിടെ ചരിത്രത്തിൽ സ്ഥാനം പിടിച്ചു തുടങ്ങിയിട്ടുണ്ടെങ്കിലും ഇനിയും അവഗണിക്കപ്പെട്ടുപോരുന്ന ഘടകങ്ങളാണ് മുസ്ലീങ്ങളുടെയും ക്രിസ്ത്യാനികളുടെയും സമൂഹങ്ങളിൽ സംഭവിച്ച നവോത്ഥാന പ്രവാഹങ്ങൾ. ക്രിസ്ത്യാനികളുടെയും മുസ്ലീങ്ങളുടെയും പ്രത്യേക ചരിത്രങ്ങൾ എഴുതുന്നവർ ഇക്കാര്യങ്ങളിൽ ശ്രദ്ധ പതിപ്പിക്കുന്നുണ്ടെങ്കിലും ആധുനിക കേരളത്തിന്റെ സമഗ്ര ചരിത്രം രചിക്കുന്നവർ ഇതെല്ലാം അവഗണിക്കുകയാണ് പതിവ്. വ്യക്തി പ്രഭാവ സിദ്ധാന്തത്തിൽ ഊന്നിയ ചരിത്ര രചനയുടെ പരിമിതിയാണ് ഇവിടെ നാം കാണുന്നത്.

ഹൈന്ദവ സമൂഹത്തിൽ പ്രകടമായ ശൈലിയിലോ സമ്പ്രദായത്തിലോ അല്ല ക്രിസ്ത്യാനികളുടെയും മുസ്ലീങ്ങളുടെയും സമൂഹങ്ങളിൽ സംഭവിച്ച നവോത്ഥാന സമരങ്ങൾ, അതുപോലെതന്നെ ക്രിസ്ത്യാനികളുടെയും മുസ്ലീങ്ങളുടെയും നവോത്ഥാന സമ്പ്രദായങ്ങൾ വ്യത്യസ്തങ്ങളായിരുന്നു. നിലവിലുള്ള അനാചാരങ്ങൾക്കും അന്ധവിശ്വാസങ്ങൾക്കും എതിരായി ക്രിസ്ത്യൻ സമൂഹത്തിൽ നടന്ന പരിഷ്കരണ യത്നങ്ങൾ പലപ്പോഴും പുതിയ ക്രിസ്തീയ സഭകൾ സ്ഥാപിക്കുന്നതിലേക്കും വിദേശത്തുനിന്നു വന്ന പുതിയ സഭകളിൽ ചിലതിനോട് ആഭിമുഖ്യം പ്രകടിപ്പിക്കുന്നതിലേക്കും ആണ് നയിച്ചത്. എന്നാൽ മുസ്ലീം പരിഷ്കരണ യത്നങ്ങളിൽ പരിഷ്കർത്താക്കളും പരിഷ്കാര വിരോധികളും നേർക്കുനേരേ വാഗ്വാദങ്ങളിലും സംഘട്ടനങ്ങളിലും ഏർപ്പെടാറുണ്ടെങ്കിലും ക്രിസ്ത്യാനികളുടെ ഇടയിൽ എന്നപോലെ സമുദായ പിളർപ്പിലേക്കും പുതുസഭകളുടെ രൂപീകരണത്തിലേക്കും ചെന്നെത്താറില്ല.

നവോത്ഥാന ചിന്തയുടെ വിവിധ ധാരകൾ

ഇത്തരം വ്യത്യസ്തങ്ങളും വിപരീതങ്ങളുമായ പ്രവർത്തന ശൈലികൾക്കു പുറമേ നവോത്ഥാന ചിന്താതരംഗങ്ങളിലും ഏറെ വൈവിധ്യങ്ങൾ ഉണ്ടായിരുന്നു. ശ്രീനാരായണഗുരു ആസ്തികനും വേദാന്തിയുമായ ഒരു യോഗി ആയിരുന്നെങ്കിൽ അദ്ദേഹത്തിന്റെ ശിഷ്യന്മാരിലും പ്രസ്ഥാന നായകരിലും നാസ്തികർ കുറവായിരുന്നില്ല. സഹോദരൻ അയ്യപ്പൻ, എം സി ജോസഫ്, കുറ്റിപ്പുഴ കൃഷ്ണപിള്ള, സ്വതന്ത്രസമുദായം മാധവൻ തുടങ്ങിയവർ ശ്രീനാരായണന്റെ ശിഷ്യത്വം അംഗീകരിച്ചുകൊണ്ടുതന്നെ അദ്ദേഹത്തിന്റെ ആസ്തിക വിശ്വാസങ്ങളെ തിരസ്കരിച്ച നാസ്തികരാണ്. "ഒരു ജാതി, ഒരു മതം, ഒരു ദൈവം മനുഷ്യന്" എന്ന പ്രസിദ്ധമായ ഗുരുവാക്യത്തിന് "ജാതി വേണ്ട, മതം വേണ്ട, ദൈവം

വേണ്ട മനുഷ്യന്" എന്ന ഭേദഗതി ഗുരുസന്നിധിയിൽ തന്നെ അയ്യപ്പൻ നിർദേശിച്ചപ്പോൾ "അങ്ങനെ ആകുന്നതിലും വിരോധമില്ല" എന്നാണ് ഗുരു പ്രതികരിച്ചത് എന്ന് പരക്കെ പറയപ്പെടുന്നു. ഇവരിൽ അയ്യപ്പനും ജോസഫും മറ്റു ജനാധിപത്യത്തിന്റെയും യുക്തിവാദത്തിന്റെയും സീമകൾക്കകത്ത് വിഹരിച്ചപ്പോൾ കുറ്റിപ്പുഴയും മറ്റും ഒരുപടി കൂടെ മുമ്പോട്ടു പോയി സോഷ്യലിസത്തിലും മാർക്സിസത്തിലും ചെന്നെത്തി. അയ്യപ്പനും മാധവനും മറ്റും മാർക്സിസം വിശ്വാസപ്രമാണമായി സ്വീകരിച്ചില്ലെങ്കിലും സോവിയറ്റ് സോഷ്യലിസ്റ്റ് പരീക്ഷണത്തിന്റെ ആരാധകരായിരുന്നു എന്നത് പ്രസിദ്ധമാണ്.

കേരള നവോത്ഥാനത്തിന്റെ നായകരായി പ്രവർത്തിക്കുകയും നാരായണ ഗുരുവിനെപ്പോലെതന്നെ സന്യാസം സ്വീകരിക്കുകയും ചെയ്തവരിലും വ്യത്യസ്ത ചിന്താധാരകൾ കണ്ടെത്താൻ കഴിയും. ഉദാഹരണത്തിന് തിരുവനന്തപുരത്തുകാരനായ ചട്ടമ്പിസ്വാമിയും പാലക്കാട്ടുകാരനായ ബ്രഹ്മാനന്ദ ശിവയോഗിയും നാരായണഗുരുവിന്റെ സമകാലികർ ആയിരുന്നെങ്കിലും സൈദ്ധാന്തികമായി വ്യത്യസ്ത നിലപാടുകളാണ് സ്വീകരിച്ചത്. അദ്വൈതിയും വേദാന്തിയുമായിരുന്ന ശ്രീനാരായണഗുരുവിന്റെ നിലപാടുകൾ വർണാശ്രമധർമത്തെ അനുകൂലിച്ചിരുന്ന ശ്രീശങ്കരന്റെ അഭിപ്രായങ്ങളുമായി പൊരുത്തപ്പെടുന്നതല്ല. ശ്രീശങ്കരനാകട്ടെ അദ്വൈത വേദാന്തത്തിന്റെ മികവുറ്റ ആവിഷ്കർത്താവും സൈദ്ധാന്തികനും ആണ്. അതേ വേദാന്തത്തെയും അദ്വൈതത്തെയും എല്ലാം ഏകവും പരബ്രഹ്മവുമാണ് എന്ന വ്യാഖ്യാനത്തോടെ ജാതിമതഭേദ ചിന്തകൾക്ക് വിരുദ്ധമാണ് എന്ന് ഗുരു സിദ്ധാന്തിക്കുന്നു. പക്ഷേ ശങ്കരാചാര്യരെക്കുറിച്ച് മൗനം പാലിച്ചുകൊണ്ടാണ് ഈ വ്യത്യസ്ത വ്യാഖ്യാനത്തിൽ എത്തിയത്. എന്നാൽ ചട്ടമ്പിസ്വാമികളാകട്ടെ, ശങ്കരാചാര്യരുടെ കൃതികളിലെ സവർണപക്ഷപാതത്തെ–പ്രത്യേകിച്ചും ശൂദ്രന് വേദപഠനം നിഷിദ്ധമാണെന്ന് വിധിക്കുന്ന 'അപശൂദ്രാധികരണത്തെ'–രൂക്ഷമായി കടന്നാക്രമിക്കാൻ മടിച്ചില്ല.

ബ്രഹ്മാനന്ദ ശിവയോഗി ആകട്ടെ ഈശ്വരസങ്കൽപ്പംതന്നെ ഉപേക്ഷിച്ച് 'ആനന്ദമതം' എന്ന ഒരു നിരീശ്വരമതമാണ് പ്രചരിപ്പിച്ചത്. ഇത്തരം വൈവിധ്യങ്ങൾ എല്ലാം ഉണ്ടെങ്കിലും ഇവയെല്ലാം സമഞ്ജസമായി സമ്മേളിക്കുന്നതാണ് നവോത്ഥാന ചിന്ത എന്ന സങ്കീർണ പ്രപഞ്ചം എന്ന വസ്തുത വ്യക്തിപ്രഭാവത്തിന്റെ പിൻപറ്റി വിസ്മരിച്ചുകൂടാ.

ഇതിനൊക്കെ പുറമേയാണ് സാഹിത്യത്തിലും രാഷ്ട്രീയത്തിലും നവോത്ഥാന പ്രസ്ഥാനം തൊടുത്തുവിട്ട പരിവർത്തനത്തിന്റെ അലകൾ. ഇരുപതാം നൂറ്റാണ്ടിന്റെ അന്ത്യപാദത്തിൽ നവ ക്ലാസിസത്തിന്റെ ചുവടുപിടിച്ച് മലയാള കവിതാരംഗത്ത് തുടങ്ങിയ പരിവർത്തനം ഇരുപതാം നൂറ്റാണ്ടിൽ, കൃത്യമായി പറഞ്ഞാൽ 1907-ൽ പ്രസിദ്ധീകരിക്കപ്പെട്ട മഹാകവി കുമാരനാശാന്റെ *വീണപൂവി*നോടുകൂടി ആധുനിക മലയാള സാഹിത്യത്തിലെ വിപ്ലവമായി പടർന്നുകയറി. പത്ര മാസികകളുടെ പ്രചാരവും

ആഖ്യായികകളിലൂടെയും നിരൂപണങ്ങളിലൂടെയും ഗദ്യസാഹിത്യത്തിന് കൈവന്ന പുതിയ പദവിയും നവോത്ഥാന ചിന്ത പ്രതിനിധീഭവിച്ച ജനകീയ മുന്നേറ്റത്തിന്റെ സാഹിത്യരംഗത്തുള്ള മാറ്റൊലികളായിരുന്നു.

മലയാളി മെമ്മോറിയൽ, ഈഴവ മെമ്മോറിയൽ തുടങ്ങിയവയുമായി ബന്ധപ്പെട്ട പ്രക്ഷോഭങ്ങളും പൊതുകാര്യങ്ങളെക്കുറിച്ച് ജനകീയ സംവാദങ്ങൾ നടത്താനുതകുന്ന പത്രമാസികകളും യൂർഗൻ ഹെബർ മാസിന്റെ ഭാഷയിൽ കേരളത്തിലെ 'പബ്ലിക് സ്ഫിയറി'ന് (പൊതു മണ്ഡലം) വഴിവച്ചു. ഈ പൊതുമണ്ഡല രൂപീകരണം നവോത്ഥാന ത്തിനും പൊതു മണ്ഡല രൂപീകരണത്തിലും പരസ്പരം പ്രോത്സാഹ ജനകങ്ങളായി. ഈ പൊതുമണ്ഡല വ്യവഹാരങ്ങളിലൂടെയാണ് കണ്ടത്തിൽ വർഗീസ് മാപ്പിള, കേരളവർമ വലിയകോയിതമ്പുരാൻ, ഡോ. പൽപ്പു, ബാരിസ്റ്റർ ജി പി പിള്ള, സ്വദേശാഭിമാനി രാമകൃഷ്ണപിള്ള, കുഞ്ഞുരാമമേനോൻ, നിധീരി വക്കീൽ, കുമാരനാശാൻ തുടങ്ങി പുതിയ ജനാധിപത്യ യുഗത്തിന് ഉതകിയ പുതിയ ശൈലിയിലുള്ള ജനനേതാക്കൾ ഉയർന്നുവന്നത്. നവോത്ഥാനമെല്ലാം ഒരു സംഘടനയിലോ ഒരു വ്യക്തിയിലോ ഒന്നോ രണ്ടോ മുദ്രാവാക്യങ്ങളിലോ ഒതുക്കാൻ ശ്രമിക്കുന്നവർ അതിന്റെ ഈ വ്യാപ്തിയും ഗഹനതയും വിസ്മരിച്ചുപോവാൻ ഇടയുണ്ട്.

1888-ലെ വഴിത്തിരിവ്

നവോത്ഥാനത്തിന്റെ ഈ വ്യാപ്തിയെയും ഗഹനതയെയും കുറിച്ച് വിശദമായി ഗുരുദേവൻ കൃതികളൊന്നും രചിച്ചിട്ടില്ലെങ്കിലും അദ്ദേഹത്തിന്റെ ബഹുമുഖമായ പ്രവർത്തനങ്ങളും സന്ദർഭവശാലുള്ള പരാമർശങ്ങളും തെളിയിക്കുന്നത് അദ്ദേഹം പ്രതിനിധീഭവിച്ചത് ഇവയെല്ലാം ചേർന്ന സമഗ്രമായ പരിവർത്തനത്തെയാണ് എന്നത്രെ. ഉദാഹരണത്തിന്, ഇപ്പോഴത്തെ എറണാകുളം ജില്ലയിലെ ചെറായിയിലുള്ള "വിജ്ഞാന വർധിനി" ഗ്രന്ഥശാലയിൽവച്ച് ഗുരുവിനു നൽകിയ സ്വീകരണത്തിന് മറുപടിയായി അദ്ദേഹം ചെയ്ത പ്രസംഗത്തെ *വിവേകോദയം* മാസിക ഇപ്രകാരം സംഗ്രഹിച്ച് പ്രസിദ്ധീകരിച്ചിരിക്കുന്നു:

1. നമ്മുടെ സമുദായത്തിൽ ഉയർന്നതരം വിദ്യാഭ്യാസമുള്ളവർ വളരെ ചുരുക്കംപേർ മാത്രമേയുള്ളൂ. ഇപ്പോൾ ഏതാനും കൊല്ലങ്ങളായി നമ്മുടെ സമുദായാംഗങ്ങൾക്ക് വിദ്യാഭ്യാസത്തിൽ അഭിരുചി ജനിച്ചു കാണുന്നുണ്ട്. ഇത് സന്തോഷകരം തന്നെ. വിദ്യാഭ്യാസം ഏതു സമുദായത്തെയും ഉന്നത മാർഗങ്ങളിലേക്ക് അയയ്ക്കുന്ന ഒന്നാകയാൽ നാം സമുദായാഭിവൃദ്ധിയെ കാംക്ഷിക്കുന്നുണ്ടെങ്കിൽ വിദ്യാഭ്യാസത്തിന് നമ്മുടെ ഇടയിൽ ധാരാളം പ്രചാരമുണ്ടാക്കുവാൻ ശ്രമിക്കണം. ഉയർന്നതരം പരീക്ഷകൾ ജയിക്കുന്നതിന് എല്ലാവർക്കും സാധ്യമായി

എന്നു വരികയില്ല. അതിനാൽ ഒരു വിധം ധനമുള്ളവർ സാധുക്കളും വിദ്യാതൽപ്പരരുമായ വിദ്യാർഥികളെ കഴിയുന്നത്ര സഹായിച്ച് ഇതര ദേശങ്ങളിലയച്ച് വിദ്യ അഭ്യസിപ്പിക്കുവാൻ ഉത്സാഹിക്കണം. ഇത് നമ്മുടെ സമുദായത്തിന് പല വിധത്തിലും ഗുണകരമായ ഒരു സംഗതിയായിരിക്കും. സംസ്കൃത വിദ്യാഭ്യാസത്തിന്റെ പ്രാധാന്യം കുറഞ്ഞുകുറഞ്ഞാണ് കാണപ്പെടുന്നത്. ഇപ്പോൾ പ്രധാനമായി പ്രചാരത്തിലിരിക്കുന്ന ഭാഷ ഇംഗ്ലീഷാണ്. അതിനാൽ അതിലേക്കാണ് നാം നമ്മുടെ ശ്രദ്ധയെ പതിപ്പിക്കേണ്ടത്. സമുദായത്തിൽ പുരുഷന്മാർക്ക് മാത്രമല്ല സ്ത്രീകൾക്കും വിദ്യാഭ്യാസമുണ്ടായിരിക്കണം. അവരെ ഇപ്രകാരമുള്ള കാര്യങ്ങളിൽ പിന്നോട്ട് തള്ളിവിടരുത്.

2. വിദ്യാഭ്യാസം കഴിഞ്ഞാൽ സമുദായാഭിവൃദ്ധിക്ക് അത്യാവശ്യമായിട്ടുള്ളത് വ്യവസായമാണ്. നമ്മുടെ സമുദായത്തിലെ ധനസ്ഥിതി വളരെ മോശമാണ്. വ്യവസായം കൊണ്ടല്ലാതെ ധനാഭിവൃദ്ധിയുണ്ടാകുവാൻ സാധിക്കുന്നതല്ല. ഇക്കാര്യത്തിലും ധനവാന്മാരുടെ ശ്രദ്ധയാണ് പതിയേണ്ടത്. പലമാതിരി യന്ത്രങ്ങൾ മുതലായവയെ വരുത്തി കൈപ്പണികൾ നടത്തിക്കുന്നതിനും ഒരാളെക്കൊണ്ട് അഥവാ സാധിക്കാതെ വരുന്നപക്ഷം പലർകൂടി കമ്പനി ഏർപ്പെടുത്തി ഇപ്രകാരമുള്ള കാര്യങ്ങളിൽ സധൈര്യം വേണ്ടുന്നവ പ്രവർത്തിക്കേണ്ടതാണ്. അഭിവൃദ്ധി മാർഗങ്ങൾ നേരെ കിടക്കുന്നുണ്ടെങ്കിലും അതിലേക്ക് കാലു വയ്ക്കാൻ നമ്മുടെ സമുദായാംഗങ്ങൾ ധൈര്യപ്പെടുന്നില്ല. ഈ രാജ്യത്ത് ധാരാളമായുണ്ടാകുന്ന കൊപ്ര, ചകിരി മുതലായവ അന്യദേശങ്ങളിൽ അയച്ച് അവിടെനിന്നും അവർ രൂപാന്തരപ്പെടുത്തുന്നതിന് വളരെ കൂടുതൽ വില കൊടുത്ത് നാം വാങ്ങിച്ച് ഉപയോഗിക്കുന്നു. ഇപ്രകാരം ചെയ്യേണ്ടിവരുന്നത് അതുകളെ രൂപാന്തരപ്പെടുത്തേണ്ട മാതിരി നമുക്ക് അറിവാൻ പാടില്ലാഞ്ഞിട്ടാണ്. ഇതിന്റെ നിവാരണത്തിനുവേണ്ടി നമ്മുടെ കുട്ടികളെ വ്യവസായശാലകളിൽ അയച്ച് പഠിപ്പിക്കണം. ഇതും ധനവാന്മാരുടെ മുറയാണ്. ഇതുകൂടാതെ പ്രാഥമിക വിദ്യാഭ്യാസമെങ്കിലും എല്ലാവർക്കും ഉണ്ടായിരിക്കണം. നമ്മുടെ സമുദായത്തിന്റെ ധനസ്ഥിതികൊണ്ട് ഒന്നാമത്തെ സ്ഥാനത്തിന് അർഹന്മാരായിട്ടുള്ളവർ കാർത്തികപ്പള്ളി താലൂക്കുകാരാണ്.

3. സാഹിത്യസംഘങ്ങളും വായനശാലകളും ഓരോ ദേശങ്ങളിലും പ്രത്യേകം പ്രത്യേകം ഉണ്ടായിരിക്കേണ്ടതും അതുകൾമൂലം വിദ്യാഭ്യാസവിഷയത്തിൽ സമുദായത്തിന് വളരെ അഭിവൃദ്ധിയുണ്ടാകുവാൻ ഇടയുള്ളതുമാണ്. സാഹിത്യസം

ഘങ്ങളും വായനശാലകളും പ്രബലപ്പെടുത്തുന്നതിന് സമുദായാംഗങ്ങൾ ഓരോരുത്തരും യഥായോഗ്യം യത്നിക്കേണ്ടതാണ്. ഇങ്ങനെയുള്ള കാര്യങ്ങളിൽ ധനവാന്മാർ മൗനാവലംബികളായിരിക്കുന്നത് തീരെ പോരാത്തതാണ്.

4. കൊച്ചിയിലെ ഈഴവർക്ക് ധാരാളം സ്വാതന്ത്ര്യം ഇപ്പോഴത്തെ മഹാരാജാവ് തിരുമനസ്സിൽനിന്നും ദത്തമായിട്ടുണ്ട്. ആ സ്വാതന്ത്ര്യത്തെ ശരിയായി വിനിയോഗിക്കേണ്ടത് നമ്മുടെ കടമയാണ്. താഴ്ന്ന ജാതിക്കാരോട് അവിടത്തേക്ക് അതിയായ വാത്സല്യമുണ്ടെന്ന് അവിടത്തെ പ്രവൃത്തികൾകൊണ്ട് തെളിയിക്കുന്നുണ്ട്. (*വിവേകോദയം*, പു. 8, നമ്പർ 10, 11, 12/1087 മകരം, കുംഭം, മീനം. പുറം 255-56)

ചുരുക്കിയാണ് എങ്കിലും ഗുരുവിന്റെ നവോത്ഥാന സങ്കൽപ്പത്തിന്റെ വ്യാപ്തി ഇതിൽനിന്ന് വ്യക്തമാകുന്നു. ദീർഘനാളത്തെ പഠന മനനങ്ങൾക്കും ധ്യാനാദികൾക്കും ശേഷം 1888 ൽ 32-ാം വയസ്സിലാണ് ഗുരുദേവൻ അദ്ദേഹത്തിന്റെ മഹാദൗത്യം ഔപചാരികമായി അരുവിപ്പുറത്തെ ശിവപ്രതിഷ്ഠയോടെ വിളംബരം ചെയ്തത്. ആ വർഷവും അതിന് തൊട്ടുമുമ്പും പിമ്പുമുള്ള രണ്ടുമൂന്ന് വർഷങ്ങളും കേരളത്തിന്റെ ചരിത്രത്തിലെ സുപ്രധാന വഴിത്തിരിവിനെയാണ് കുറിക്കുന്നത്. 1885 ലാണ് ഇന്ത്യൻ നാഷണൽ കോൺഗ്രസ് ബോംബെയിലെ ഗോവാലിയാ ടാങ്ക് മൈതാനത്തിനു സമീപമുള്ള ഒരു യോഗശാലയിൽവച്ച് രൂപംകൊണ്ടത് എന്നുകൂടി ഓർക്കുമ്പോൾ ഇന്ത്യയുടെ ചരിത്രത്തിലും ഈ വർഷങ്ങൾ ഒരു വഴിത്തിരിവിന്റെയായിരുന്നു എന്നു കാണാം. അടുത്ത വഴിത്തിരിവ് എസ് എൻ ഡി പി യോഗത്തിന്റെ സ്ഥാപനം നടന്ന 1903 ൽ ആയിരുന്നു എന്നു പറയാം—എസ് എൻ ഡി പിയുടെ സ്ഥാപനത്തോടൊപ്പം നടന്ന മറ്റു പല പ്രധാന ചരിത്രസംഭവങ്ങൾക്കും 20-ാം നൂറ്റാണ്ടിന്റെ ഈ ദശകം സാക്ഷ്യംവഹിച്ചു. ഇവയിൽ ചിലത് ആകസ്മികമായ സംഭവപൊരുത്തങ്ങളായിരുന്നിരിക്കാമെങ്കിലും അവയെല്ലാം ചേർത്താൽ "ഭാവിശ്രേയഃ പിശുന ശകുനങ്ങളാ"യിരുന്നു എന്ന് ചരിത്രത്തിലേക്ക് തിരിഞ്ഞുനോക്കുമ്പോൾ നമുക്ക് ബോധ്യമാവുന്നു.

എന്തൊക്കെയായിരുന്നു ഈ "ശകുന"ങ്ങൾ? 1888 ൽ തെക്കൻ കേരളത്തിൽ അരുവിപ്പുറത്ത് ഒരു എളിയ ക്ഷേത്രം സ്ഥാപിച്ച് അവിടെ ഒരു പരുക്കൻ ശില പുഴയിൽനിന്ന് എടുത്തുകൊണ്ടുവന്ന് ശിവലിംഗമായി പ്രതിഷ്ഠിച്ചുകൊണ്ടാണല്ലോ കേരളത്തിലെ ക്ഷേത്രാരാധനാസമ്പ്രദായത്തിലും ജീവിതത്തിലാകെയും നിലനിന്ന സവർണാധിപത്യത്തെ പ്രതീകാത്മകമായി ഗുരുദേവൻ വെല്ലുവിളിച്ചത്. ക്ഷേത്രപ്രതിഷ്ഠയ്ക്കെന്നല്ല, പ്രവേശനത്തിനും ആരാധനയ്ക്കു പോലും അനർഹനായ ഒരസ്പൃശ്യൻ ക്ഷേത്രപ്രതിഷ്ഠ നടത്തുന്നു, ആരാധന നടത്തുന്നു; "ജാതിഭേദം മതദ്വേഷം ഏതുമില്ലാതെ സർവരും സോദരത്വേന വാഴുന്ന

മാതൃകാ സ്ഥാനമാണിത്" എന്നെഴുതി പ്രദർശിപ്പിക്കുകയും ഹിന്ദുമത ത്തിന്റെ "ഓം"കാരം, ക്രിസ്തുമതത്തിന്റെ "കുരിശ്", ഇസ്ലാം മതത്തിന്റെ "ചന്ദ്രിക" എന്നിവ വരച്ചുവയ്ക്കുകയും ചെയ്യുന്നു. ഹിമവൽശൃംഗങ്ങ ളിലെ ഗംഗോത്രി എന്ന കൊച്ചരുവിയിൽനിന്ന് ബംഗാൾ ഉൾക്കടലിലെ ത്തിയ ഗംഗയാറെന്ന മഹാപ്രവാഹം പോലെ അരുവിപ്പുറത്തുനിന്നും കേരളത്തിലെ സാമൂഹ്യ പ്രകമ്പനം ആരംഭിച്ചു.

1888-ലാണ് കേരളത്തിന്റെ തെക്കേ പകുതിയായ അന്നത്തെ തിരു വിതാംകൂറിൽ നാമമാത്രമായെങ്കിലും ഒരു നിയമസഭ നിലവിൽവന്നത്. ഈ സഭയുടെ വികാസഗതികളും അതിൽ ന്യായമായ പ്രാതിനിധ്യം ലഭിക്കാൻ പിന്നോക്ക വിഭാഗക്കാർ ശ്രീനാരായണീയ പ്രസ്ഥാനത്തിന്റെ പുറകിൽ അണിനിരന്ന് സമരം ചെയ്തതും സംയുക്ത രാഷ്ട്രീയ കക്ഷിയും നിവർത്തന സമരമുറകളുമെല്ലാം നവോത്ഥാന ചരിത്രത്തിലെ തിളങ്ങുന്ന അധ്യായങ്ങളാണ്. പിന്നീട് രൂപംകൊണ്ട സ്റ്റേറ്റ് കോൺ ഗ്രസിനും തദ്വാര ഉത്തരവാദഭരണത്തിനും സ്വാതന്ത്ര്യത്തിനും ഒക്കെ 1888-ലെ തുടക്കം ചൂണ്ടുപലകയായി.

മുതലാളിത്തത്തെയും വ്യവസായത്തെയും അടിസ്ഥാനപ്പെടുത്തി യുള്ള ആധുനിക സമൂഹസൃഷ്ടിയിൽ ക്ലിപ്ത ബാധ്യതയോടുകൂടി ഓഹരികൾ പിരിച്ചെടുത്ത് ജോയിന്റ് സ്റ്റോക്ക് കമ്പനികൾ ഉണ്ടാക്കു ന്നതിന്റെ നിർണായക പ്രാധാന്യം പറയേണ്ടതില്ലല്ലോ. ഇതിന് മേലു ദ്ധരിച്ച "വിജ്ഞാനവർധിനി" സഭായോഗത്തിലെ പ്രസംഗത്തിൽ ഗുരു ദേവൻ വ്യവസായത്തെയും കമ്പനികളെയും കുറിച്ച് പറഞ്ഞിട്ടുള്ളത് ശ്രദ്ധിക്കുക. പിൽക്കാലത്ത് അദ്ദേഹത്തിന്റെ ഉപദേശപ്രകാരം ഒരു വ്യാവ സായിക പ്രദർശനംതന്നെ നടത്തിയതും ചരിത്രകൃതികൾ ശ്രദ്ധിച്ചിട്ടു ണ്ട്. കേരളത്തിലെ ഒന്നാമത്തെ "ജോയിന്റ് സ്റ്റോക്ക് കമ്പനി (*മലയാള മനോരമ*) രൂപംകൊണ്ടത് 1888-ൽ തന്നെ. ആധുനികതയുടെയും പൊതു മണ്ഡലത്തിന്റെയും അവിഭാജ്യഘടകമായ സംവേദന മാധ്യമങ്ങളിൽ ഇന്ന് നിറഞ്ഞുനിൽക്കുന്ന *മലയാള മനോരമ* കണ്ടത്തിൽ വറുഗീസ് മാപ്പിളയുടെ പത്രാധിപത്യത്തിൽ ആരംഭിച്ചത് 1890-ലാണ്. ഇന്നും നിലവിലുള്ള *ദീപിക* അന്ന് *നസ്രാണി ദീപിക* എന്ന പേരിൽ പ്രസിദ്ധീ കരിച്ചു തുടങ്ങിയതും 1888-ൽ തന്നെ.

ജനകീയ നവോത്ഥാനത്തിന്റെ മറ്റൊരു പ്രധാന ഘടകമാണ് സാധാ രണക്കാർ സംസാരിക്കുന്ന ഗദ്യത്തിന് സാഹിത്യത്തിലും സമൂഹ വ്യവഹാരത്തിലും പ്രാമുഖ്യം നൽകുക എന്നത്. പത്രമാസികകൾ 1847-ൽ അതിന് തുടക്കം കുറിച്ചു എങ്കിലും 1880 കളോടെയാണ് ഈ മാധ്യമ വിപ്ലവം ശക്തിയാർജിക്കുന്നത്. അതോടൊപ്പംതന്നെ ഗദ്യ സാഹിത്യകൃതികളും പ്രത്യക്ഷപ്പെടാൻ തുടങ്ങി. അപ്പു നെടുങ്ങാടിയുടെ *കുന്ദലത* തുടങ്ങിയ ചില കാൽപ്പനിക കഥകൾ ഗദ്യത്തിൽ വന്നു തുടങ്ങിയിരുന്നു എങ്കിലും മലയാളത്തിലെ ലക്ഷണമൊത്ത ആദ്യത്തെ ഗദ്യസാഹിത്യകൃതിയായ ചന്തുമേനോന്റെ *ഇന്ദുലേഖ* 1889-ലാണ്

പ്രസിദ്ധീകരിച്ചത്. ആ വർഷം തന്നെയാണ് മലയാള നിരൂപണ സാഹിത്യത്തിന്റെ പിതാവായി പ്രകീർത്തിക്കപ്പെടുന്ന സി പി അച്ചുത മേനോന്റെ സാഹിത്യനിരൂപണ പ്രധാനമായ *രസികരഞ്ജിനി* പ്രസിദ്ധീകരണമാരംഭിച്ചത്. സാഹിത്യനിരൂപണ പ്രസ്ഥാനത്തിന്റെ രാഷ്ട്രീയ മാനങ്ങളെക്കുറിച്ച് ടെറി ഈഗിൾടണും മറ്റും (ഫംഗ്ഷൻ ഓഫ് ക്രിട്ടിസിസം) സവിസ്തരം ഉപന്യസിച്ചിട്ടുണ്ട്. രാഷ്ട്രീയരംഗത്ത് അധികാരി വൃന്ദത്തെ വിമർശിക്കാൻ തുടങ്ങുന്നതോടൊപ്പം അതിന് പ്രേരകമായി സാഹിത്യ സാംസ്കാരിക വിമർശനവും ആരംഭിക്കുന്നു എന്ന് ഹസ്‌ലിറ്റ്, അഡിസൻ, ലാംബ് തുടങ്ങിയവരെ ഉദാഹരിച്ച് ഈഗിൾടൺ സമർഥിക്കുന്നു. അതുകൊണ്ട് സി പിയുടെ *രസികരഞ്ജിനി*യുടെ പ്രാധാന്യം ഒരു "കാലിക" പിറന്നു എന്നതിനപ്പുറം നവോത്ഥാനവുമായി ബന്ധപ്പെടുത്തി കാണേണ്ടിയിരിക്കുന്നു. പിന്നീടങ്ങോട്ട് *മാർത്താണ്ഡവർമ* പോലുള്ള ആഖ്യായികകളുടെയും *ഭാഷാപോഷിണി* പോലുള്ള സാഹിത്യ മാസികകളുടെയും ഒരു പ്രവാഹം തന്നെ ആയിരുന്നു.

ഈ ഘട്ടത്തിലെ മറ്റൊരു ചരിത്ര സംഭവമാണ് മലയാളി മെമ്മോറിയൽ പ്രക്ഷോഭം. അക്കാലത്ത് തിരുവിതാംകൂറിൽ തദ്ദേശീയരായ അഭ്യസ്തവിദ്യരെ അവഗണിച്ച് ഉയർന്ന ഉദ്യോഗങ്ങളിലേക്ക് തമിഴ്നാട്ടിൽനിന്നും മഹാരാഷ്ട്രത്തിൽനിന്നും മറ്റും റാവുമാരെയും അയ്യങ്കാർമാരെയും മറ്റും ഇറക്കുമതി ചെയ്യുകയായിരുന്നു പതിവ്. ഈ പതിവ് നിറുത്തി മലയാളികളെത്തന്നെ അർഹമായ സ്ഥാനങ്ങളിൽ നിയമിക്കണമെന്നായിരുന്നു തിരുവിതാംകൂർ രാജാവിന് ജനങ്ങൾ സമർപ്പിച്ച മെമ്മോറിയൽ അഥവാ നിവേദനം ആവശ്യപ്പെട്ടത്. ഈ ആവശ്യത്തെ മുൻനിറുത്തി യോഗം ചേരുകയും ഭീമഹരജിയിൽ ഒപ്പുശേഖരിക്കുകയും പ്രസംഗം ചെയ്യുകയും പ്രമേയം പാസാക്കുകയും മറ്റും അക്കാലത്ത് വലിയ പുതുമയായിരുന്നു. ഈ പ്രസ്ഥാനമാണ് കേരളത്തിലെ ആദ്യത്തെ ആധുനിക ശൈലിയിലുള്ള ജനകീയ പ്രക്ഷോഭം. പിന്നീട് മലയാളി മെമ്മോറിയലിലെ ചില പരിമിതികളെയും പക്ഷപാതങ്ങളെയും കുറിച്ച് വിമർശനങ്ങൾ ഉണ്ടാവുകയും തിരുത്താനും എതിർ മെമ്മോറിയലുകൾ സമർപ്പിക്കാനും പരിശ്രമം നടന്നുവെങ്കിലും കേരളത്തിന്റെ ആധുനിക വികാസചരിത്രത്തിൽ പിന്നീട് ഇന്ത്യൻ നാഷണൽ കോൺഗ്രസ് നേതാവും പത്രാധിപരും മറ്റുമായി ഉയർന്ന ബാരിസ്റ്റർ ജി പി പിള്ള, സി വി രാമൻപിള്ള, ഡോ. പൽപ്പു, കുഞ്ഞിരാമമേനോൻ തുടങ്ങി പ്രഗത്ഭമതികളുടെ നേതൃത്വത്തിൽ നടന്ന ഈ മഹാപ്രക്ഷോഭം കെട്ടഴിച്ചുവിട്ട ജനകീയ പ്രവണതകൾ നിർണായകമാണ്.

ഈ ഘട്ടത്തിൽത്തന്നെ കൊച്ചിയിലും കോഴിക്കോട്ടും മലബാർ ഉൾപ്പെടെയുള്ള മദിരാശി പ്രവിശ്യയുടെ തലസ്ഥാനത്തും മറ്റും നടന്ന പ്രധാന സംഭവങ്ങൾ വിസ്തര ഭയത്താൽ വിട്ടുകളയുന്നു. സമൂഹത്തിന്റെ നോക്കും പോക്കും കാലഘട്ടത്തിന്റെ ചരിത്ര പ്രാധാന്യവും തെളിയിക്കാൻ ചില ഉദാഹരണങ്ങൾ നിരത്തിയെന്നേ കരുതേണ്ടൂ.

ആരാധന മതി; ഇനി അഭ്യസനം

അരുവിപ്പുറം പ്രതിഷ്ഠ മറ്റനേകം പ്രതിഷ്ഠകളുടെ മുന്നോടിയായി. കേരളത്തിന്റെ തെക്കേ അറ്റത്തെ അരുവിപ്പുറം മുതൽ വടക്ക് തലശ്ശേരി വരെ പല ദേവ വിഗ്രഹങ്ങളും പ്രതിഷ്ഠിച്ച് മടുത്തപ്പോൾ ഗുരുദേവൻ ആരാധകർക്ക് ആത്മാഭിമാനം വർധിപ്പിക്കാൻ കണ്ണാടി പ്രതിഷ്ഠയും വിവേകം ജനിക്കാൻ മുദ്രാവാക്യങ്ങൾ എഴുതിയ ഫലകങ്ങളും പ്രതിഷ്ഠിക്കാൻ തുടങ്ങി. അതും മടുത്തപ്പോൾ അദ്ദേഹം ഈ ക്ഷേത്ര പ്രതിഷ്ഠകൾ മതിയാക്കി വിദ്യാലയങ്ങളും വായനശാലകളും സ്ഥാപിക്കാൻ കാലമായി എന്ന് പ്രഖ്യാപിച്ച് കൈകഴുകി: ക്ഷേത്രപ്രതിഷ്ഠയ്ക്കുതന്നെ പ്രതീകാത്മക പ്രാധാന്യമേ അദ്ദേഹം കൽപ്പിച്ചിരുന്നുള്ളൂ. ക്രിസ്ത്യാനികളോ മുഹമ്മദീയരോ ആവശ്യപ്പെട്ടാൽ അവർക്കുവേണ്ടിയും താൻ ആരാധനാലയങ്ങൾ സ്ഥാപിച്ചുകൊടുക്കാൻ സന്നദ്ധനാണ് എന്ന അദ്ദേഹത്തിന്റെ പ്രസ്താവന പ്രസിദ്ധമാണല്ലോ.

ക്ഷേത്ര പ്രതിഷ്ഠയുടെ മതപരിവേഷത്തിൽനിന്നും വിമുക്തിനേടി മതനിരപേക്ഷമായ (സെക്കുലർ) സംഘടനാപ്രവർത്തനത്തിലൂടെ മാത്രമേ അധഃസ്ഥിത മോചനം സാധ്യമാകൂ എന്ന് ബോധ്യമായ ഗുരുദേവൻ തിരുവനന്തപുരത്തുകാരനെങ്കിലും ജാതി വിവേചനം മൂലം മൈസൂറിൽ പഠിച്ച തൊഴിൽ ചെയ്യാൻ പോയ ഡോ. പൽപ്പുവിന്റെയും മറ്റും സഹായത്തോടെ 1903-ൽ എസ് എൻ ഡി പി സ്ഥാപിച്ചതും പിന്നീട് മഹാകവിയായി ഉയർന്ന കുമാരനാശാനെ അതിന്റെ സെക്രട്ടറിയായി നിയോഗിച്ചതും പരക്കെ അറിവുള്ള കാര്യമാണ്. 20-ാം നൂറ്റാണ്ടിന്റെ പ്രഥമ പതിറ്റാണ്ടുകൾ കേരളത്തിന്റെ സാമൂഹ്യവും സാംസ്കാരികവും രാഷ്ട്രീയവുമായ ചരിത്രത്തിൽ വലിയ ഭൂകമ്പങ്ങൾക്കും പരിവർത്തനങ്ങൾക്കും സാക്ഷ്യംവഹിച്ചെങ്കിൽ അവയിൽ എസ് എൻ ഡി പിയും ശ്രീനാരായണനും ഉള്ള പങ്ക് വളരെ വലുതായിരുന്നു. പക്ഷേ ഒന്ന് ഒന്നര പതിറ്റാണ്ടുകാലത്തെ വ്യാപനം ചില തെറ്റായ പ്രവണതകൾ സംഘടനയിൽ കടന്നുകൂടാൻ ഇടവരുത്തുകയും ചെയ്തു. അങ്ങനെ എസ് എൻ ഡി പിയുടെ സ്ഥാപക പ്രസിഡന്റായ ശ്രീനാരായണഗുരുവും തുടർന്ന് ശിഷ്യനും സ്ഥാപക ജനറൽ സെക്രട്ടറിയുമായിരുന്ന കുമാരനാശാനും സംഘടനയോട് വിടപറഞ്ഞു. ഈ വസ്തുതകൾ അത്ര രഹസ്യമല്ലെങ്കിലും അടുത്തകാലത്തായി അതെല്ലാം മറച്ചുവയ്ക്കാൻ സ്ഥാപിത താൽപ്പര്യക്കാർ ശ്രമം തുടങ്ങിയിട്ടുള്ളതിനാൽ ഗുരുദേവന്റെ രാജിക്കത്ത് അപ്പാടെ ഇവിടെ ഉദ്ധരിക്കുന്നത് ഉചിതമായിരിക്കാം. എസ് എൻ ഡി പി സ്ഥാപനത്തിനുശേഷം 13 വർഷം കഴിഞ്ഞപ്പോൾ ഗുരുദേവൻ ഡോക്ടർ പൽപ്പുവിന് ഇങ്ങനെ എഴുതി:

അദ്വൈതാശ്രമം
ആലുവ
1916 മെയ് 22

നമ്പർ 7

എന്റെ ഡോക്ടർ അവർകൾക്ക്,

യോഗത്തിന്റെ നിശ്ചയങ്ങൾ എല്ലാം നാം അറിയാതെ പാസ്സാക്കുന്നതുകൊണ്ടും യോഗത്തിന്റെ ആനുകൂല്യം ഒന്നും നമ്മെ സംബന്ധിച്ച കാര്യത്തിൽ ഇല്ലാത്തതുകൊണ്ടും യോഗത്തിന് ജാത്യഭിമാനം വർദ്ധിച്ചുവരുന്നതുകൊണ്ടും മുമ്പേ തന്നെ മനസിൽനിന്നും വിട്ടിരുന്നതുപോലെ ഇപ്പോൾ വാക്കിൽനിന്നും പ്രവൃത്തിയിൽനിന്നും യോഗത്തെ വിട്ടിരിക്കുന്നു.

എന്ന്,
നാരായണ ഗുരു
(ഒപ്പ്)

ജാതിനിർമാർജനം ജീവിതദൗത്യമായി സ്വീകരിച്ച ഗുരുവിന്റെ നേതൃത്വത്തിൽ ജാതിവികാരം വളർത്തുന്നത് സഹിക്കാൻ അദ്ദേഹത്തിന് കഴിഞ്ഞില്ല എന്ന് വ്യക്തം. ഇതേത്തുടർന്നാണ് തന്റെ ആദർശങ്ങൾ പ്രചരിപ്പിക്കാനായി സന്യാസിമാരുടെ ഒരു ധർമസംഘത്തിനും ശിവഗിരിയിലെ ആശ്രമത്തിനും മറ്റും ഗുരുദേവൻ ജന്മം നൽകിയത്. അവയും കാലക്രമേണ ഗുരുദർശനങ്ങളിൽനിന്ന് വ്യതിചലിച്ചുവോ എന്ന പ്രശ്നം മറ്റൊരു പ്രബന്ധംകൊണ്ടേ വിവരിക്കാൻ കഴിയൂ.

ഗുരുദേവനെ വേദനിപ്പിച്ച ഈ അപചയത്തിൽനിന്ന് എസ് എൻ ഡി പി പൂർണമായി വിമുക്തി നേടിയില്ലെങ്കിലും 1920-കളിലും 1930-കളുടെ ആദ്യവും സ്വദേശാഭിമാനി ടി കെ മാധവൻ, സി കേശവൻ മുതൽപേരുടെ പൗരാവകാശ പ്രവർത്തനങ്ങൾകൊണ്ട് എസ് എൻ ഡി പിക്ക് പുതുജീവനും പുതുപ്രസക്തിയും കൈവന്നു. അങ്ങനെയാണ് പിന്നീട് ദേശീയ സ്വാതന്ത്ര്യത്തിനും ഉത്തരവാദഭരണത്തിനും വഴിവച്ച പ്രസ്ഥാനങ്ങൾക്ക് ജന്മം നൽകിയ സംയുക്ത രാഷ്ട്രീയസഭയും നിവർത്തന പ്രക്ഷോഭവും മറ്റും കേരളത്തിൽ കോളിളക്കം സൃഷ്ടിച്ചത്.

എങ്കിലും ഗുരുദേവനെ ദുഃഖിപ്പിച്ച സംഭവങ്ങൾ ഇപ്പോൾ പലമടങ്ങ് ശക്തിയോടെ തുടരുന്നു. സുകുമാർ അഴിക്കോട് ആ ദുഃഖത്തിൽ ഇങ്ങനെ പങ്കുചേരുന്നു:

> ജാതിയെപ്പറ്റിയും മതത്തെപ്പറ്റിയും മദ്യപാനം തുടങ്ങിയ സമൂഹദോഷങ്ങളെപ്പറ്റിയും ഗുരു പ്രസ്താവിച്ചതും ഗുരുദേവന്റെ വേദാന്തചിന്തകളും ഒരുപോലെ ഉദ്ഗ്രഥിച്ചു ചിന്താപ്രചാരണം നടത്താൻപോന്ന ധൈഷണിക മഹത്വവും ശീലശുദ്ധിയും ഉള്ള ആളുകൾ ആദ്യകാലത്തെ ശിഷ്യപ്രവർത്തകർക്കുശേഷം നഷ്ടപ്പെട്ടുപോകുകയും സ്ഥാനമോഹികളും അയോഗ്യരുമായ "പെരുച്ചാഴികൾ" നേതാക്കളായി വരുകയും ചെയ്തതാണ് പൊതുവെ പറഞ്ഞാൽ ശ്രീനാരായണ പ്രസ്ഥാനങ്ങളിൽ പ്രമുഖങ്ങളായ യോഗത്തിന്റെയും സംഘത്തിന്റെയും ദുരന്തം. ചില വ്യക്തികൾ

> ഒഴിവായുണ്ടാകാം. അതുകൊണ്ടു ഫലമില്ല. തന്റെ കൈകൊണ്ട് ജന്മം കൊടുത്ത സ്ഥാപനത്തെ ശപിച്ചൊഴിയുക, പുതിയ സംഘത്തിൽനിന്ന് ഓടി അകലേണ്ടിവരിക, നാടുവിട്ടുപോകുകയാണ് നല്ലതെന്നു തോന്നുക—ഈ മഹാസങ്കടങ്ങളുടെ കയത്തിൽഒരു യതിവര്യൻ എത്തിച്ചേരണമെങ്കിൽ ആ വിശുദ്ധഹൃദയത്തെ മുക്കിക്കളഞ്ഞ സാത്വികദുഃഖത്തിന്റെ ആഴങ്ങൾ എന്തായിരിക്കണം? ഇത് സാധാരണക്കാരുടെ ചപലദുഃഖമല്ല. ഈ ദുഃഖം പരമാർഥ വിചാരത്താൽ വിശുദ്ധവും ആത്മോൽക്കർഷപ്രദവുമായ ദുഃഖമാണ്. ഗുരുവിന്റെ അവസാനത്തെ യോഗസാധന ഈ ദുഃഖത്തിലൂടെയുള്ള നിഷ്ക്രമണമാകാം. ഗുരുവിനെ ഒടുക്കം ബാധിച്ച മഹാരോഗം പോലും ഈ മനോദുഃഖത്തോളം വേദനാകരമാണോ എന്ന് നാം സംശയിച്ചുപോകും. (*ഗുരുവിന്റെ ദുഃഖം*, പേജ് 137)

ചുരുക്കത്തിൽ രാഷ്ട്രീയം, സാമൂഹ്യം, സാംസ്കാരികം, സാഹിത്യം തുടങ്ങിയ വിവിധ മേഖലകളിൽ 20-ാം നൂറ്റാണ്ടിൽ കേരളം കൈവരിച്ച നേട്ടങ്ങളുടെ വേരുകൾ ശ്രീനാരായണഗുരുവിൽ ചെന്നെത്തുന്നു. നേരത്തെ വിവരിച്ച പ്രകാരം അദ്ദേഹത്തിന്റെ മുൻ-പിൻഗാമികളെയും സമകാലികരെയും വിസ്മരിക്കാതെ അവർ നൽകിയ സംഭാവനകൾകൂടി കണക്കിലെടുത്ത് ധൈര്യമായി പറയാം—ശ്രീനാരായണ ഗുരുദേവൻ കേരളത്തിലെ നവോത്ഥാനത്തിന്റെ രാജശിൽപ്പിയായിരുന്നു എന്ന്. ആ പ്രഭാവം ഇന്നും നമുക്ക് ഉത്തേജനം നൽകുന്നു. ആ പ്രകാശം ഇന്നും നമുക്ക് ലക്ഷ്യബോധം നൽകുന്നു. ഗുരുദേവന്റെ ആദർശങ്ങൾ വെല്ലുവിളിക്കപ്പെടുകയും നവോത്ഥാനമൂല്യങ്ങൾ വിസ്മൃതിയിലേക്ക് വിലയം പ്രാപിക്കുകയും കടകവിരുദ്ധമായ പരികൽപ്പനകളും പരിപ്രേക്ഷ്യങ്ങളും കടന്നുകയറുകയും ചെയ്യുമ്പോൾ ഇരുളിലെ ദീപസ്തംഭമായി ശ്രീനാരായണൻ വഴികാട്ടുന്നു.

19 ചട്ടമ്പിസ്വാമികൾ
വിദ്യാധിരാജനായ വിവാദ നായകൻ

കേരള നവോത്ഥാനത്തിന് പ്രചോദനം നൽകിയ മഹാനുഭാവന്മാരിൽ ചട്ടമ്പിസ്വാമികൾക്ക് (1853-1924) സുപ്രധാനമായ സ്ഥാനമാണുള്ളത്. കേരള നവോത്ഥാനത്തിന്റെ പിതാവെന്നും രാജശിൽപ്പിയെന്നും വിശേഷിപ്പിക്കപ്പെടുന്ന ശ്രീനാരായണഗുരുവിന്റെ സമകാലീനനും സുഹൃത്തും സഹകാരിയും ആയിരുന്നു ചട്ടമ്പിസ്വാമികൾ. ശ്രീനാരായണ ഗുരുവിനെക്കാൾ രണ്ടോ മൂന്നോ വയസ് കൂടുതലുണ്ടായിരുന്ന ചട്ടമ്പി സ്വാമിയെ ഒരു ജ്യേഷ്ഠസഹോദരനെപ്പോലെ അദ്ദേഹം ആദരിച്ചിരുന്നതിനാലായിരിക്കാം ചട്ടമ്പിസ്വാമിയുടെ ശിഷ്യനാണ് ശ്രീനാരായണൻ എന്ന് ചിലർ പറഞ്ഞുവരുന്നത്. എന്നാൽ സഹകാരിയും സഹോദരനും എന്നല്ലാതെ അവർ തമ്മിൽ ഗുരു-ശിഷ്യബന്ധം ഉണ്ടായിരുന്നു എന്നതിന് വിശ്വാസ്യമായ തെളിവുകളില്ല. ഇരുവരും ഉച്ചനീചത്വ ശ്രേണിയിൽപ്പെട്ട രണ്ട് ജാതികളിലാണ് പിറന്നതെങ്കിലും അവർ സഹോദരന്മാരെപ്പോലെ ഇടപഴകുകയും ഒന്നിച്ചിരുന്ന് ആഹാരം കഴിക്കുകയും സാമൂഹ്യ പരിഷ്കരണങ്ങളെയും വേദാന്തത്തെയുംകുറിച്ച് കൂടെക്കൂടെ സംവാദം നടത്തുകയും പതിവായിരുന്നു.

ചട്ടമ്പിസ്വാമികളുടെ ജീവചരിത്രം ഇപ്രകാരം സംഗ്രഹിക്കാം: തിരുവനന്തപുരം നഗരത്തിൽ കണ്ണൻമൂലയിൽ ഉള്ളൂർക്കോട്ട് എന്ന നായർ

ഭവനത്തിൽ ആണ് 1853 ആഗസ്റ്റ് 25 ന് സ്വാമി ജനിച്ചത്. ക്ഷേത്രത്തിലെ പൂജാരിയായിരുന്ന വാസുദേവശർമ്മ അച്ഛനും നങ്ങ അമ്മയും ആയിരുന്നു. സാമ്പത്തികമായി വളരെ ക്ഷീണിച്ച കുടുംബമായിരുന്നു അത്. അച്ഛനമ്മമാർ ഇട്ടപേര് അയ്യപ്പൻ എന്നായിരുന്നു. പക്ഷേ കുഞ്ഞൻ എന്ന ഓമനപ്പേരിലാണ് കുട്ടിക്കാലംമുതൽ അദ്ദേഹം അറിയപ്പെട്ടിരുന്നത്.

കുടുംബത്തിലെ പരാധീനതകൾ കാരണം ക്രമീകൃതമായ വിദ്യാഭ്യാസമൊന്നും കുഞ്ഞന് ലഭിച്ചില്ല. പലപ്പോഴും മറ്റു കുട്ടികളുടെ ഓലയും മറ്റും വാങ്ങി വായിച്ച് സ്വയം അക്ഷരാഭ്യാസം നടത്തുകയായിരുന്നു പതിവ്. സ്ഥലത്തെ കുടിപ്പള്ളിക്കൂടം ആശാനായിരുന്ന വടിവീശ്വരം വേലുപ്പിള്ള കുഞ്ഞന്റെ താൽപ്പര്യം മനസ്സിലാക്കി തന്റെ ശിഷ്യഗണത്തിൽപ്പെടുത്തുകയും കണക്കും വായനയും മറ്റും പഠിപ്പിക്കുകയും ചെയ്തു. സ്ഥലത്തെ ബ്രാഹ്മണ ജന്മി കുടുംബമായ കൊല്ലൂർ മഠത്തിലെ കുട്ടികളുടെ ആശാനായിരുന്ന ശാസ്ത്രികൾക്കും കുഞ്ഞന്റെ ബുദ്ധിശക്തിയിലും വിദ്യാതാൽപ്പര്യത്തിലും മതിപ്പുതോന്നി. ശാസ്ത്രികൾ കുഞ്ഞനെ സംസ്കൃതത്തിന്റെ ആദ്യപാഠങ്ങൾ പറഞ്ഞുകൊടുത്ത് പഠിപ്പിച്ചു.

കുറെക്കൂടി ഉയർന്നതലത്തിൽ ചിട്ടയായ വിദ്യാഭ്യാസം കുഞ്ഞനു ലഭിച്ചത് അക്കാലത്തെ പ്രശസ്തനായ ഗുരുകുലാധ്യാപകനും പണ്ഡിതനും ആയിരുന്ന പേട്ടയിൽ രാമൻപിള്ള ആശാന്റെ മുഖത്തുനിന്നാണ്. രാമൻപിള്ള ആശാന്റെ ഗുരുകുലത്തിൽ എത്തുമ്പോഴേക്കും സഹപാഠികളെക്കാൾ പ്രായവും തടിമിടുക്കും കുഞ്ഞന് കൂടിയിരുന്നു. അതോടൊപ്പം ബുദ്ധിശക്തിയും പരിശ്രമശീലവും കൂടിയായപ്പോൾ കുഞ്ഞൻ കുട്ടികളുടെ സ്വാഭാവിക നേതാവായിത്തീർന്നു. ഗുരുകുലത്തിന്റെ നടത്തിപ്പിനും കുട്ടികളുടെ നിയന്ത്രണത്തിനും ആശാൻ കുഞ്ഞനെ നിയോഗിച്ചു. ഇക്കാലത്ത് മോണിട്ടർ എന്നു പറയുന്ന പദവിയെ അക്കാലത്ത് ചട്ടങ്ങൾ നടപ്പിലാക്കാനുള്ള ചുമതലക്കാരൻ എന്ന നിലയിൽ 'ചട്ടമ്പി' എന്നാണ് പറഞ്ഞിരുന്നത്. തടിമിടുക്കും പ്രമാണിത്വവും മൂലം ചട്ടമ്പി എന്ന പദത്തിന് ആക്ഷേപകരമായ അർഥം കൈവന്നത് പിൽക്കാലത്താണ്. അങ്ങനെയാണ് അയ്യപ്പൻ എന്ന കുഞ്ഞൻപിള്ള 'ചട്ടമ്പി'യായിത്തീർന്നതും സന്യാസിയായപ്പോഴേക്കും ആ പഴയ പേര് പിന്തുടർന്ന് ചട്ടമ്പിസ്വാമികളായതും.

രാമൻപിള്ളയാശാന്റെ ശിഷ്യത്വത്തിൽ കുഞ്ഞൻ പഠിച്ച വിഷയങ്ങൾ പലതാണ്. സംഗീതം, ചിത്രമെഴുത്ത്, കണക്ക്, തമിഴ്, കിളിപ്പാട്ട് വായന മുതലായവയെല്ലാം അതിൽപ്പെടുന്നു. രാമൻപിള്ളയാശാൻ സ്ഥാപിച്ച് നടത്തിവന്ന 'വിജ്ഞാനപ്രജാഗരം' എന്ന സാംസ്കാരിക സംഘടനയിൽ നടന്നുവന്ന വിവാദങ്ങളും സാംസ്കാരിക പ്രവർത്തനങ്ങളും കുഞ്ഞന്റെ വിവിധ വിജ്ഞാന മേഖലകളെ വിപുലമാക്കാനും ആവിഷ്കാര സാമർഥ്യം പൂർണമാക്കാനും കുറച്ചൊന്നുമല്ല സഹായിച്ചത്. അക്കാലത്തെ പ്രസിദ്ധനായ ഹഠയോഗിയും പണ്ഡിതനുമായിരുന്ന തൈക്കാട് അയ്യാ സ്വാമികൾ, *മനോന്മണീയം* രചനയിലൂടെ തമിഴ് ഭാഷാചരിത്രത്തിലെ

പ്രഥമ നാടകകൃത്തായി പ്രകീർത്തിക്കപ്പെടുന്ന പ്രൊഫ. സുന്ദരംപിള്ള തുടങ്ങി തലസ്ഥാന നഗരിയിലെ പല പണ്ഡിതന്മാരും വിവാദങ്ങൾക്കായി ഒത്തുചേരാറുള്ള രംഗമാണ് 'ജ്ഞാനപ്രജാഗരം' എന്നു പറയുമ്പോൾ അതിന്റെ ഉയർന്ന നിലവാരം ഊഹിക്കാവുന്നതേയുള്ളൂ.

കുഞ്ഞൻപിള്ളയുടെ മറ്റൊരു ഗുരുനാഥൻ കോട്ടയ്ക്കകത്ത് താമസിച്ചിരുന്ന സ്വാമിനാഥദേശികൻ എന്നൊരു പണ്ഡിതനായിരുന്നു. അദ്ദേഹത്തിൽനിന്ന് ഭാരതീയ ദർശനങ്ങളുടെ ഭണ്ഡാകാരത്തിലേക്ക് പ്രവേശിക്കാൻ കുഞ്ഞൻപിള്ളയ്ക്ക് സാധിച്ചു. ഒരു നവരാത്രി മഹോത്സവ കാലത്ത് വിദ്വൽസദസ്സിൽ സംബന്ധിക്കാനെത്തിയ സുബ്ബാജടാപാഠികൾ എന്ന പണ്ഡിതനുമായി കുഞ്ഞൻപിള്ള പരിചയപ്പെട്ടു. അദ്ദേഹത്തിന് ഈ യുവാവിന്റെ വിദ്യാതാൽപ്പര്യവും ഈശ്വരഭക്തിയും വളരെ ബോധ്യപ്പെട്ടു. ജടാപാഠികൾ തമിഴ്നാട്ടിൽ സ്വദേശമായ കല്ലടൈകുറിച്ചിയിലേക്ക് തിരിച്ചുപോയപ്പോൾ കുഞ്ഞൻപിള്ളയെയും കൊണ്ടുപോയി. അദ്ദേഹത്തിൽനിന്നും അദ്ദേഹത്തിന്റെ ഗ്രന്ഥശേഖരത്തിൽനിന്നും തമിഴിലും സംസ്കൃതത്തിലും ഉള്ള ഗ്രന്ഥങ്ങൾ പഠിക്കാൻ കുഞ്ഞന് അവസരം ലഭിച്ചു. ജടാപാഠികളുടെ കൂടെ കുറെനാൾ കഴിച്ചശേഷം കുഞ്ഞൻപിള്ള ദക്ഷിണേന്ത്യയിൽ പലയിടത്തും വിദ്യാസമ്പാദനവും തീർഥാടനവുമായി സഞ്ചരിച്ചു. ദക്ഷിണേന്ത്യ വിട്ട് മധ്യഭാരതത്തിലും ഉത്തരഭാരതത്തിലും സഞ്ചരിച്ചതായി ചില ജീവചരിത്രകാരന്മാർ രേഖപ്പെടുത്തിയിട്ടുണ്ട്. ഇതിനിടയിൽ അമ്മയുടെ സുഖക്കേട് വിവരമറിഞ്ഞ് നാട്ടിലെത്തിയ കുഞ്ഞൻപിള്ള അവരുടെ മരണംവരെ ശുശ്രൂഷിക്കുകയും മരണാനന്തര ചടങ്ങുകൾ വിധിപോലെ നടത്തുകയും ചെയ്തു. അതോടുകൂടി അദ്ദേഹത്തിന് സ്വന്തം വീടുമായി ഉണ്ടായിരുന്ന ബന്ധം അവസാനിച്ചു. പിന്നീടും തീർഥാടനവും ജ്ഞാനാന്വേഷണവുമായി യാത്ര തുടർന്നു.

അങ്ങനെയുള്ള യാത്രയ്ക്കിടയിൽ വടിവീശ്വരം എന്ന സ്ഥലത്തുവച്ച് കാഴ്ചയിൽ പ്രാകൃതനെങ്കിലും ദിവ്യപരിവേഷത്തോടുകൂടിയ ഒരു അവധൂതനെ കണ്ടുമുട്ടുകയും ആ വ്യക്തിപ്രഭാവത്തിൽ ആകൃഷ്ടനായ കുഞ്ഞൻപിള്ള അദ്ദേഹത്തിന് ശിഷ്യപ്പെടുകയും സന്യാസം സ്വീകരിക്കുകയും ചെയ്തു എന്നാണ് ഐതീഹ്യം. ഈ ഗുരുഭൂതന്റെ പേരോ മറ്റു വിവരങ്ങളോ ശിഷ്യന് അറിയാൻ കഴിഞ്ഞില്ലെന്നും അറിഞ്ഞിരുന്നെങ്കിൽത്തന്നെ ആരോടും അതൊന്നും പറഞ്ഞുകൊടുത്തിട്ടില്ലെന്നും ആണ് ജീവചരിത്രങ്ങളിൽനിന്ന് അറിയുന്നത്. ഗുരുവിൽനിന്ന് ഷണ്മുഖദാസൻ എന്ന സന്യാസനാമവും സ്വീകരിച്ചിരുന്നത്രേ. എങ്കിലും ആ പേരിൽ അദ്ദേഹം സാധാരണ അറിയപ്പെടാറില്ല. ചുരുക്കമായി ചട്ടമ്പിസ്വാമികൾ എന്ന പേര് തന്നെയാണ് അദ്ദേഹത്തിന് രൂഢിയായി ലഭിച്ചത്. എന്നാൽ ആരാധകരും ശിഷ്യരും ധാരാളം വിശേഷണപദങ്ങൾ ചേർത്ത് അദ്ദേഹത്തെ "പരമഹംസ പ്രവിവ്രാജകാചാര്യ ശ്രീവിദ്യാധിരാജ പരമഭട്ടാരക ശ്രീ ചട്ടമ്പിസ്വാമി തിരുവടികൾ" എന്ന് ആദരപൂർവം വിളിച്ചുവരുന്നു.

ഇതിനുശേഷം 1924-ൽ (1099 മേടം 23) കരുനാഗപ്പള്ളിക്കു സമീപമുള്ള പന്മന ആശ്രമത്തിൽ പ്രശസ്ത ദേശീയ സ്വാതന്ത്ര്യസമരസേനാനി കുമ്പളത്ത് ശങ്കുപ്പിള്ളയുടെയും മറ്റ് ശിഷ്യഗണങ്ങളുടെയും പരിചരണം ഏറ്റ് സമാധി ആകുന്നതുവരെ സ്വാമികൾ നിരന്തരമായ സഞ്ചാരത്തിലും ഗ്രന്ഥരചനയിലും തപസ്യയിലും ആരാധകർക്കും ശിഷ്യർക്കും ജനങ്ങൾക്ക് പൊതുവെ ഉപദേശ നിർദേശങ്ങൾ നൽകുന്നതിലും ചെലവഴിച്ചു.

സന്യാസിമാരും അതിലേറെ ഗ്രഹസ്ഥാശ്രമികളും ആയി ധാരാളം ശിഷ്യഗണങ്ങൾ സ്വാമിക്കുണ്ടായിരുന്നെങ്കിലും തന്റെ ആദർശങ്ങളും സിദ്ധാന്തങ്ങളും പ്രചരിപ്പിക്കാൻ ആശ്രമങ്ങൾ സ്ഥാപിക്കുന്നതിലോ സന്യാസി സംഘങ്ങളെ ഏർപ്പെടുത്തുന്നതിലോ ചട്ടമ്പിസ്വാമികൾക്ക് താൽപ്പര്യമുണ്ടായിരുന്നില്ല. സന്യാസിമാരുടെ കാഷായവസ്ത്രങ്ങളോ ഔദ്യോഗിക പേരോ കമണ്ഡലു മുതലായ അടയാള സാമഗ്രികളോ അദ്ദേഹത്തിനില്ലായിരുന്നു. തേജസാർന്ന മുഖഭാവവും ശിരസ്സിലേക്കു കയറിയ ഉന്നത ലലാടവും തല ഉയർത്തിയുള്ള ശരീരവടിവും വെള്ളിക്കമ്പികൾ പോലെ മാറ് മുഴുവൻ മറയ്ക്കാൻ പോന്ന താടിമീശയും അരയിൽ ചുറ്റിയ വെള്ളവസ്ത്രവുമായി നീണ്ട കാൽവയ്പ്പുകളോടെ നടന്നുപോകുന്ന സ്വാമികളുടെ രൂപം അനേകായിരങ്ങളെ അക്കാലത്ത് ആകർഷിച്ചിരുന്നതായി പഴമക്കാർ പറയുന്നു.

II

ചട്ടമ്പിസ്വാമിയുടെ അച്ഛൻ വാസുദേവശർമ കണ്ണമ്മൂലയ്ക്കടുത്തുള്ള കൊല്ലൂർ ക്ഷേത്രത്തിലെ പൂജാരിയായിരുന്നു. കൊല്ലൂർ ക്ഷേത്രത്തിന്റെ ഊരായ്മസ്ഥാനം ഉണ്ടായിരുന്ന കൊല്ലൂർ മഠത്തിലെയും ക്ഷേത്രത്തിലെയും ഒരു കീഴ്ജീവനക്കാരിയായിരുന്നു അമ്മ. അക്കാലത്ത് നായന്മാരുടെ ഇടയിൽ മുറപ്രകാരമുള്ള നിയമവിധേയ വിവാഹത്തിനുപകരം അയഞ്ഞ മട്ടിലുള്ള സംബന്ധമാണ് നിലവിലിരുന്നത്. പ്രത്യേകിച്ചും പാവപ്പെട്ടവരുടെ ഇടയിൽ. ശർമയുമായുള്ള നങ്ങയുടെ ബന്ധത്തിനും അത്രയ്ക്കുള്ള കെട്ടുറപ്പേ ഉണ്ടായിരുന്നുള്ളൂ. അതുകൊണ്ട് സ്വാമികൾക്ക് രക്ഷകർത്താവായി ഉണ്ടായിരുന്നത് അമ്മ മാത്രമായിരുന്നു എന്നു പറയാം. തെറ്റില്ല. അമ്മയുടെ നിര്യാണശേഷം ആ ബന്ധവും അറ്റുപോയി.

ചെറുപ്പത്തിൽത്തന്നെ വിദ്യാദാഹത്തോടൊപ്പം ധ്യാനതൽപ്പരതയും ഈശ്വരഭക്തിയും ചട്ടമ്പിക്ക് സഹജഗുണങ്ങൾപോലെ ഉണ്ടായിരുന്നു. അതോടൊപ്പം സ്വന്തം ജീവിത സാഹചര്യങ്ങളിൽനിന്നുതന്നെ സാമ്പത്തികവും ജാതികൃതവുമായ ഉച്ചനീചത്വങ്ങളോടുള്ള അമർഷവും അദ്ദേഹത്തിൽ വേരൂന്നിയിരുന്നു. ഉറച്ച ക്ഷേത്രബന്ധങ്ങളൊക്കെ ഉണ്ടായിരുന്നിട്ടും അയിത്തം തുടങ്ങിയ അനാചാരങ്ങളോട് ചെറുപ്പം തൊട്ടേ

സ്വാമിക്ക് കടുത്ത വെറുപ്പായിരുന്നു എന്ന് പല ബാല്യകാല സുഹൃത്തുക്കളും പിൽക്കാലത്ത് സാക്ഷ്യപ്പെടുത്തിയിട്ടുണ്ട്. ശ്രീനാരായണഗുരുവുമായുള്ള അടുപ്പത്തിനു പുറമെ ആത്മാനന്ദസ്വാമി എന്ന ഒരു തെക്കൻ തിരുവിതാംകൂർ സന്യാസിവര്യനുമായുള്ള ഇടപഴകലും ജാതികൃതമായ ഉച്ചനീചത്വങ്ങളെ തിരസ്കരിക്കാൻ സ്വാമിക്ക് പ്രേരകമായി. ആത്മാനന്ദസ്വാമി പൂർവാശ്രമത്തിൽ കീഴ്ജാതിക്കാരനായ ഒരു ചാന്നാർ സമുദായക്കാരനായിരുന്നു എന്നതും പ്രസ്താവ്യമാണ്. തന്റെ ഗുരുക്കന്മാരിൽ ഒരാളായി ആത്മാനന്ദനെ ചട്ടമ്പിസ്വാമികൾ ആദരപൂർവം പിൽക്കാലത്ത് പലപ്പോഴും പരാമർശിക്കാറുണ്ട്.

അയിത്തജാതിക്കാർ എന്ന പേരിൽ അകറ്റിനിറുത്തപ്പെട്ടിരുന്ന വിഭാഗങ്ങളുടെ ദൈന്യസ്ഥിതി മാത്രമല്ല ചട്ടമ്പിസ്വാമിയുടെ ജാതിവിരോധത്തെ വളർത്തിയത്. സ്വന്തം അനുഭവവും അതിന് പിൻബലം നൽകി. അക്കാലത്ത് താഴ്ന്ന നായർ കുടുംബങ്ങളിൽ മാത്രമല്ല, ഉയർന്ന അഭിജാത കുടുംബങ്ങളിലും സ്ത്രീകളെ സംബന്ധം ചെയ്യുക കേരളീയരും തമിഴരും കന്നടക്കാരുമായ ബ്രാഹ്മണരായിരുന്നു. അത്തരം സംബന്ധങ്ങളിലെ കുട്ടികൾക്ക് പിതൃസ്വത്തിൽ അവകാശം ഇല്ലെന്നു മാത്രമല്ല ഭാര്യക്ക് ഭർത്താവിൽനിന്ന് യാതൊരു സംരക്ഷണത്തിനുള്ള അർഹതയും ഉണ്ടായിരുന്നില്ല. കൂട്ടുകുടുംബ സമ്പ്രദായവും മരുമക്കത്തായവും കാലഹരണപ്പെട്ട് വ്യക്തികളുടെയും സമുദായത്തിന്റെ ആകെയും അധഃപതനത്തിന് വഴിവച്ചുകൊണ്ടിരുന്നു. ചന്തുമേനോന്റെ *ഇന്ദുലേഖ*യിലെ മാനുഷിക പ്രശ്നങ്ങൾ പുതിയ തലമുറയ്ക്കും വായിച്ചറിയാൻ കഴിയുമല്ലോ. ഈ പശ്ചാത്തലത്തിൽ കൂട്ടുകുടുംബ വ്യവസ്ഥയ്ക്കെതിരേ ആളോഹരി സമ്പ്രദായത്തിനും സംബന്ധമുറയ്ക്കെതിരെ നിയമാധിഷ്ഠിതമായ വിവാഹ വ്യവസ്ഥയ്ക്കും മരുമക്കത്തായത്തിനെതിരെ മക്കത്തായത്തിനുംവേണ്ടി 19-ാം നൂറ്റാണ്ടിന്റെ അവസാന ദശകങ്ങൾ തൊട്ട് നടന്നുവന്ന പ്രക്ഷോഭങ്ങളുടെയും പരിശ്രമങ്ങളുടെയും മധ്യത്തിലാണ് അവയ്ക്ക് താത്വികവും നൈതികവും ആയ പിന്തുണ നൽകാൻ ചട്ടമ്പിസ്വാമികളുടെ അഗാധമായ പാണ്ഡിത്യവും സ്വാധീനശക്തിയും പ്രയോജനപ്പെട്ടത്. ഈ പരിഷ്കരണ പ്രവർത്തനങ്ങളിൽ ഏർപ്പെട്ടിരുന്ന സമുദായോത്തേജകൻ സി കൃഷ്ണപിള്ള, സാഹിത്യ പ്രതിഭ സി വി രാമൻപിള്ള, നായർ സർവീസ് സൊസൈറ്റി നേതാക്കളായിരുന്ന ചങ്ങനാശ്ശേരി പരമേശ്വരൻപിള്ള, മന്നത്ത് പത്മനാഭപിള്ള മുതലായവർക്കെല്ലാം സ്വാമി പ്രചോദനം നൽകി.

ഇവയ്ക്കു പുറമെ വികൃതമായ കെട്ടുകല്യാണം, തിരണ്ടുമുടി, വിവാഹവും മരണവും സംബന്ധിച്ച അമിതമായ ധൂർത്ത് മുതലായവയും സ്വാമിയുടെ വിമർശനത്തിനു വിധേയമായി. 1925-ലെ വൈക്കം സത്യഗ്രഹത്തിന് അനുകൂലമായി കെ കേളപ്പന്റെയും മന്നത്ത് പത്മനാഭന്റെയും മറ്റും നേതൃത്വത്തിൽ നടന്ന സവർണജാഥ സാധ്യമാക്കിയതിനു പുറകിലും ചട്ടമ്പിസ്വാമിയുടെ സ്വാധീനം ഉണ്ട്.

III

ഇപ്രകാരമുള്ള പരിഷ്കരണ നടപടികൾക്കൊപ്പം കൊളോണിയൽ ഭരണാധികാരികളുടെ സഹായത്തോടെ രാഷ്ട്രീയ ലക്ഷ്യം വച്ചുകൊണ്ടുള്ള മതപരിവർത്തന ശ്രമങ്ങളെ സ്വാമി എതിർത്തു. ഇതിനായി *ക്രിസ്തുമത നിരൂപണം* എന്ന പേരിൽ അദ്ദേഹം രചിച്ച പുസ്തകം ഇന്നു വായിക്കുമ്പോൾ അതിൽ മതവിദ്വേഷത്തിന്റെ ലാഞ്ഛനകൾ ഇല്ലേയെന്ന് സംശയം തോന്നാം. പക്ഷേ അക്കാലത്ത് ഏറ്റവും കടുത്ത ഭാഷയിൽ പലപ്പോഴും ദുർബലമായ വാദമുഖങ്ങൾ നിരത്തി ഹിന്ദുമതത്തെ അടച്ചാക്ഷേപിക്കുന്ന സമ്പ്രദായം പല പടിഞ്ഞാറൻ മിഷനറിമാർക്കും (മഹാനായ ഡോ. ഹെർമൻ ഗുണ്ടർട്ടിനുപോലും) ഉണ്ടായിരുന്നെന്ന് ഓർക്കുമ്പോൾ സ്വാമിയുടെ നിശിതമായ നിരൂപണം ക്ഷന്തവ്യമാണെന്നേ തോന്നൂ.

ദക്ഷിണ തിരുവിതാംകൂറിൽ നാടാൻമാരുടെയും ചാന്നാൻമാരുടെയും ഇടയിൽ എൽ എം എസ് തുടങ്ങിയ സ്ഥാപനങ്ങളിലെ മിഷനറിമാർ നടത്തിവന്ന മതപരിവർത്തനശ്രമങ്ങളെ ശ്രീനാരായണനും ചട്ടമ്പിസ്വാമിക്കും മുമ്പ് ജീവിച്ചിരുന്ന വൈകുണ്ഠസ്വാമിയെപ്പോലുള്ളവർ നിശിതമായി എതിർക്കുകയും സർക്കാരിൽനിന്ന് പീഡനങ്ങൾ ഏറ്റുവാങ്ങുകയും ചെയ്തത് ഇത്തരുണത്തിൽ ഓർക്കേണ്ടതാണ്.

ചട്ടമ്പിസ്വാമിയുടെ വിമർശനത്തിന് ക്രിസ്ത്യൻ മിഷനറിമാരെക്കാൾ കൂടുതൽ ഇരയായത് ബ്രാഹ്മണാധിപത്യം ആണ്. അക്കാലത്തെ തിരുവിതാംകൂർ മേഖലയിലെ ബ്രാഹ്മണാധിപത്യം പല തലങ്ങളിൽ അനുഭവപ്പെട്ടിരുന്നു. നേരത്തെ പരാമർശിച്ച ബ്രാഹ്മണ സംബന്ധ സമ്പ്രദായം അവയിൽ ഒന്നുമാത്രം. ഭരണത്തിലാകട്ടെ, തമിഴരും മഹാരാഷ്ട്രീയരുമായ അയ്യങ്കാർ, അയ്യർ, രായർ, റാവു തുടങ്ങിയ ബ്രാഹ്മണ പ്രമാണിമാർ അഭ്യസ്തവിദ്യരായ തദ്ദേശീയരെ പുറംതള്ളി മേൽക്കോയ്മ വഹിച്ചിരുന്നു. വേലുത്തമ്പിയുടെയും മറ്റും നേതൃത്വത്തിൽ നടന്ന കലാപങ്ങൾക്കുശേഷം നാട്ടുകാരെ ഉയർന്ന ഉദ്യോഗങ്ങളിൽ നിയമിക്കുന്നത് ആപത്തായിരിക്കുമെന്ന ബ്രിട്ടീഷ് മേൽക്കോയ്മയുടെ ഭയപ്പാടാണ് തിരുവിതാംകൂറിൽ ഭരണം നടത്തിവന്ന സാമന്തരെ ഈ വഴിക്ക് നയിച്ചത്. ചരിത്രപ്രസിദ്ധമായ മലയാളി മെമ്മോറിയൽ പ്രക്ഷോഭണം (1886–1891) ഈ അന്യായത്തിന് പരിഹാരം കാണാനുള്ള ആദ്യ ജനകീയ പരിശ്രമമായിരുന്നു.

ഈ കൊളോണിയൽ-നാട്ടുരാജ്യ മേധാവിത്വത്തെ എതിർക്കുന്നതിനുള്ള താത്വികമായ ചില ആയുധങ്ങളായിരുന്നു ചട്ടമ്പിസ്വാമികളുടെ *പ്രാചീന മലയാളം, വേദാധികാര നിരൂപണം* മുതലായ കൃതികൾ. ആറോ ഏഴോ സഞ്ചികകളിലായി കേരളത്തിന്റെ സമഗ്രമായ ഒരു ചരിത്രം നിർമിക്കാനുള്ള പരിശ്രമത്തിന്റെ തുടക്കമായിരുന്നു *പ്രാചീന മലയാളം*. തുടർന്ന് ചിലതൊക്കെ അദ്ദേഹം എഴുതി വച്ചിരുന്നെന്ന് ചില

ജീവചരിത്രകാരന്മാർ പറയുന്നുണ്ടെങ്കിലും അവയൊന്നും കണ്ടുകിട്ടിയതായി അറിവില്ല. ഇതുവരെ *പ്രാചീന മലയാളം* മാത്രമേ പ്രസിദ്ധീകരിക്കപ്പെട്ടിട്ടുള്ളൂ. ഇന്ന് ലഭ്യമായ തെളിവുകളും ഉപാദാനങ്ങളും വീക്ഷണങ്ങളും അനുസരിച്ചു നോക്കിയാൽ *പ്രാചീന മലയാളം* എന്ന കൃതി അപ്പാടെ അംഗീകരിക്കാൻ വിഷമം തോന്നിയേക്കാം.

പക്ഷേ സ്വാമിയുടെ പ്രധാന ലക്ഷ്യം *കേരളോൽപ്പത്തി, കേരള മാഹാത്മ്യം* തുടങ്ങി അന്ന് നിലവിലിരുന്ന പുരാണ കൃതികളുടെയും ഐതിഹ്യങ്ങളുടെയും അടിത്തറ തകർക്കുക എന്നതായിരുന്നു. ഈ കൃതികളിലും ഐതിഹ്യങ്ങളിലും നിക്ഷിപ്തമായിരുന്ന ബ്രാഹ്മണ പക്ഷപാദ പരശുരാമകഥയെയും ബ്രാഹ്മണരുടെ ഭൗതികവും ആത്മീയവുമായ ആധിപത്യത്തെ ന്യായീകരിക്കാനുള്ള ശ്രമങ്ങളെയും ഖണ്ഡിക്കുക എന്നതായിരുന്നു സ്വാമിയുടെ ലക്ഷ്യം. കടലിൽനിന്ന് മഴുവെറിഞ്ഞ് കേരളത്തെ കരയാക്കി വീണ്ടെടുത്തശേഷം പരശുരാമൻ ഭൂമി മുഴുവനും ബ്രാഹ്മണർക്കായി വീതംവച്ചുകൊടുക്കുകയാണുണ്ടായതെന്ന ജന്മിത്വ ന്യായീകരണവാദത്തെ പണ്ഡിതോചിതവും അതേ സമയം പരിഹാസദ്യോതകവുമായ വാദമുഖങ്ങൾ നിരത്തി ചട്ടമ്പിസ്വാമി ഖണ്ഡിക്കുന്നത് ഇപ്പോഴും വായിച്ച് ഗ്രഹിക്കാനെന്നപോലെ രസിക്കാനും സാധിക്കും. അത്രത്തോളം അതിന് സമകാലിക പ്രസക്തിയും നിലനിൽക്കും.

അക്കാലത്ത് നാട്ടുഭാഷകളിലെന്നല്ല ഇംഗ്ലീഷ് ഭാഷയിൽ എഴുതപ്പെട്ട ചരിത്ര കൃതികളിൽ ഉത്തരേന്ത്യൻ ഉൽക്കർഷബോധവും ആര്യവംശ പക്ഷാപാദവും പ്രകടമായിരുന്നു. ഇവയ്ക്കെതിരെ തമിഴ്നാട്ടിലും മറ്റും ദ്രാവിഡ പക്ഷത്തുനിന്നുള്ള വാദങ്ങൾ ഉയർന്നുതുടങ്ങിയിരുന്ന കാലമായിരുന്നു അത്. പഴയ രീതിയിലുള്ള ആര്യ ദ്രാവിഡ വംശീയ ചരിത്ര രചനകൾ ഇക്കാലത്ത് അശാസ്ത്രീയമായി തിരസ്കരിക്കപ്പെട്ടിരിക്കുന്നു എങ്കിലും സ്വാമികൾ അവതരിപ്പിക്കുന്ന ദ്രാവിഡ പക്ഷപാദം ബ്രാഹ്മണാധിപത്യവിരുദ്ധ സമരത്തിന്റെ ഭാഗമായിരുന്നു എന്നത് വിസ്മരിക്കാനാവില്ല. അക്കാലത്ത് പ്രചാരത്തിലിരുന്ന പാച്ചുമൂത്തത്, ശങ്കുണ്ണിമേനോൻ, നാഗമയ്യ, വില്യം ലോഗൻ തുടങ്ങിയവരുടെ കൃതികൾ പോലും ഈ ആര്യപക്ഷപാദത്തിൽ കുടുങ്ങിക്കിടന്നത് ഓർക്കുമ്പോൾ സ്വാമിയുടെ മൗലിക വീക്ഷണത്തെയും സ്വപ്രത്യയസ്ഥൈര്യത്തെയും പ്രശംസിക്കാതിരിക്കാനാവുകയില്ല.

ചട്ടമ്പിസ്വാമിയുടെ *വേദാധികാര നിരൂപണം* ഇതുപോലെ ബ്രാഹ്മണാധിപത്യത്തിനെതിരെയുള്ള ഒരു കൂരമ്പാണ്. വേദം ചൊല്ലാനും കേൾക്കാനും ത്രൈവർണികർക്ക് (ബ്രാഹ്മണ ക്ഷത്രിയ വൈശ്യാദി പൂണൂൽകാർക്ക്) മാത്രമേ അവകാശമുള്ളൂ എന്ന വികലസിദ്ധാന്തത്തെയാണ് സ്വാമി തന്റെ ഗഹനമായ പാണ്ഡിത്യവും നിശിതമായ യുക്തിസാമർഥ്യവുംകൊണ്ട് ഖണ്ഡിക്കുന്നത്. ബാദരായണന്റെ *ബ്രഹ്മസൂത്രം* വ്യാഖ്യാനിക്കുമ്പോൾ ഈ വിവേചനാധികാരത്തെ ന്യായീകരിക്കുന്ന

ശങ്കരാചാര്യനും സ്വാമിയുടെ വിമർശനത്തിന് വിധേയരാവും.

ഇവയ്ക്കു പുറമെ പരമ്പരാഗതവും മതാധിഷ്ഠിതവും ദാർശനികവും ആയ പ്രമേയങ്ങളെ മുൻനിർത്തിയുള്ള കൃതികളാണെങ്കിലും അക്കാലത്തെ സൈദ്ധാന്തിക വിവാദങ്ങളെപ്പറ്റി അറിവുള്ളവർക്ക് തികച്ചും സമകാലിക പ്രസക്തമായ അർഥതലങ്ങൾ കണ്ടെത്താവുന്നവയാണ് സ്വാമിയുടെ ഇതരകൃതികൾ. അവയെല്ലാം ഇനിയും പ്രസിദ്ധീകരിക്കപ്പെട്ടിട്ടില്ല. സ്വാമിയുടെ ജീവിതത്തെയും ദൗത്യത്തെയും കൃതികളെയും കുറിച്ച് പലരും എഴുതിയിട്ടുണ്ടെങ്കിലും അവയിൽ ഏറ്റവും മെച്ചപ്പെട്ടതും സമഗ്രവും പ്രൊഫ. കെ മഹേശ്വരൻനായർ ശേഖരിച്ച് പ്രസാധനം ചെയ്ത *ചട്ടമ്പിസ്വാമികൾ: ജീവിതവും കൃതികളും* (തിരുവനന്തപുരം, 1995) ആണ്. താഴെ ചേർക്കുന്ന കൃതികളാണ് അദ്ദേഹത്തിന്റേതായി മഹേശ്വരൻനായർ നൽകുന്ന പുസ്തകവിവര പട്ടികകൾ. ഇവയിൽ മഹേശ്വരൻനായരുടെ സമാഹാരത്തിൽ ഉള്ളവ:

അദ്വൈതചിന്താപദ്ധതി, കേരളത്തിലെ ദേശനാമങ്ങൾ, ക്രിസ്തുമതനിരൂപണം, ജീവകാരുണ്യനിരൂപണം, ദേവാർച്ചാപദ്ധതിയുടെ ഉപോദ്ഘാതം, ദേവീമാനസപൂജാസ്തോത്രവ്യാഖ്യാനം, നിജാനന്ദവിലാസം തർജമ, പ്രണവവും സംഖ്യാദർശനവും, പ്രപഞ്ചത്തിൽ സ്ത്രീപുരുഷന്മാർക്കുള്ള സ്ഥാനം, പ്രാചീനമലയാളം, ഭാഷാപദ്മപുരാണാഭിപ്രായം, മലയാളത്തിലെ ചില സ്ഥാനനാമങ്ങൾ, വേദാധികാരനിരൂപണം, ശ്രീചക്രപൂജാകൽപ്പം, ചില കവിതാശകലങ്ങൾ, ചില കത്തുകൾ, ചില സംഭാഷണങ്ങൾ.

ഇനിയും കണ്ടുകിട്ടിയിട്ടില്ലെങ്കിലും കേട്ടുകേൾവിയായിട്ടുള്ളവ:

അദ്വൈതപഞ്ജരം, ആദിഭാഷ, ഒഴുവിലൊടുക്കം തർജമ, ചിദാകാശലയം, തമിഴകം, തർക്കരഹസ്യരത്നം, പരമഭട്ടാരദർശനം, പുനർജന്മനിരൂപണം, ബ്രഹ്മതത്വനിർഭാസം, ഭൂഗോളശാസ്ത്രം, മോക്ഷപ്രദീപഖണ്ഡനം, വേദാന്തസാരം, ഷൺമതനിരൂപണം, സർവമതസാമരസ്യം, സ്തവരത്നഹാരാവലി.

ചട്ടമ്പിസ്വാമികൾ ജാതിമത ചിന്തകൾക്ക് അതീതനായിരുന്നെങ്കിലും പല കാരണങ്ങളാലും അദ്ദേഹത്തിന്റെ സ്വാധീനം ഏറ്റവും കൂടുതൽ ഫലപ്രദമായത് അദ്ദേഹത്തിന്റെ പൂർവാശ്രമത്തിലെ ജാതിയായിരുന്ന നായർ സമുദായത്തിൽത്തന്നെ. ഈ ഒരു പരിമിതി മറ്റ് ആചാര്യന്മാർക്കും ഏറിയും കുറഞ്ഞും അനുഭവപ്പെട്ടിട്ടുണ്ട്. എങ്കിലും കേരള നവോത്ഥാനത്തിന്റെ പൊതു പ്രവാഹത്തിലേക്ക് ചട്ടമ്പിസ്വാമി നൽകിയ സംഭാവന മഹത്തരമായിരുന്നു എന്നതിൽ തർക്കമില്ല.

20 ബ്രഹ്മാനന്ദ ശിവയോഗി അനന്യസാധാരണനായ സന്യാസിവര്യൻ

നവോത്ഥാന നായകരായ സന്യാസിവര്യന്മാർ പലരും ഉണ്ടായിരുന്നു എങ്കിലും അവരിൽനിന്നെല്ലാം വ്യത്യസ്തനായിരുന്നു പിൽക്കാലത്ത് ബ്രഹ്മാനന്ദ ശിവയോഗി എന്ന പേരിൽ അറിയപ്പെട്ടിരുന്ന കാരാട്ട് ഗോവിന്ദമേനോൻ (1852–1929). സന്യാസിമാരായ മറ്റ് നവോത്ഥാന നായകരെപ്പോലെ ആർഷപാരമ്പര്യത്തിൽ മുങ്ങിത്തപ്പി തിളക്കമെറ്റ പവിഴങ്ങൾ കണ്ടെടുത്ത് രാകിമിനുക്കിയാണ് ബ്രഹ്മാനന്ദ ശിവയോഗി തന്റെ നവോത്ഥാന സാമഗ്രികൾ ഒരുക്കിയത്. എന്നാൽ മറ്റാരുംതന്നെ ഈശ്വരന്റെ അസ്തിത്വത്തെയും വിഗ്രഹാരാധന മുതലായ പരമ്പരാഗത ചടങ്ങുകളെയും തിരസ്കരിക്കാൻ മുതിർന്നിട്ടില്ല. ബ്രഹ്മാനന്ദ ശിവയോഗി അപൂർവമായ ബൗദ്ധിക ധീരതയോടെ ഈശ്വരസങ്കൽപ്പത്തെ തിരസ്കരിച്ചുകൊണ്ടാണ് തന്റെ ആനന്ദമതം ആവിഷ്കരിച്ചതും ജാതിമത ഭേദങ്ങളെയും അനാചാരങ്ങളെയും നിശിതമായി കടന്നാക്രമിച്ചതും.

നാസ്തികവാദം ഭാരതീയ പാരമ്പര്യത്തിന് അന്യമല്ല. കണാദൻ, ജബാലി, ബൃഹസ്പദി തുടങ്ങിയ പ്രാചീനാചാര്യന്മാർ പലരും നാസ്തികരായിരുന്നു എങ്കിലും ആധുനിക കാലത്ത് യുക്തിവാദികളും സ്വതന്ത്രചിന്തകരും ഭൗതിക ശാസ്ത്രപക്ഷപാതികളും അല്ലാതെ സന്യാസിമാരോ യോഗിവര്യന്മാരോ ഈ നിലപാട് കൈക്കൊണ്ടതായി കണ്ടിട്ടില്ല.

എന്നാൽ ബ്രഹ്മാനന്ദ ശിവയോഗി ജീവിതത്തിലും സാമൂഹ്യ പരിഷ്കരണത്തിലും എന്നപോലെ ബൗദ്ധിക യത്നത്തിലും ഈ കലാപ പ്രവണത പ്രകടിപ്പിച്ചത് നമ്മുടെ നവോത്ഥാന ചരിത്രത്തിന് പുതിയ ചില മാനങ്ങൾ പ്രദാനംചെയ്തു. അദ്ദേഹത്തിന്റെ ചിന്തയിലേക്കും ദൗത്യത്തിലേക്കും പ്രവേശിക്കുന്നതിനുമുമ്പ് ജീവചരിത്രത്തിലേക്ക് അൽപ്പമൊന്ന് കണ്ണോടിക്കാം.

II

ഇപ്പോഴത്തെ പാലക്കാട് ജില്ലയിലെ ചരിത്രപ്രസിദ്ധവും സംസ്കാര സമ്പന്നവുമായ കൊല്ലങ്കോട്ട് പ്രദേശത്ത് കാരാട്ട് എന്ന തറവാട്ടിലാണ് രാവുണ്യാരത്ത് കുഞ്ഞികൃഷ്ണമേനോന്റെയും കാരാട്ട് നാണിയമ്മയുടെയും പതിനൊന്നു മക്കളിൽ ഒരാളായി ഗോവിന്ദൻകുട്ടി എന്ന പിൽക്കാലത്തെ കാരാട്ട് ഗോവിന്ദമേനോൻ 1852 ആഗസ്ത് 26 ന് ജനിച്ചു. അനേകം പ്രതിഭാശാലികളുടെ ജനനംകൊണ്ട് പ്രസിദ്ധിപെറ്റതാണ് കാരാട്ട് തറവാട്. മലയാളത്തിലെ ഒന്നാമത്തെ അപസർപ്പക ആഖ്യായികയായ *വിരുതൻ ശങ്കു*വിന്റെ കർത്താവ് കൂടിയായ പ്രശസ്ത സാഹിത്യകാരൻ കാരാട്ട് അച്യുതമേനോൻ (1866-1913), ഗോവിന്ദമേനോന്റെ സമകാലികനായിരുന്നു. അതുപോലെ ഇപ്പോൾ കമ്യൂണിസ്റ്റ് പാർട്ടി ഓഫ് ഇന്ത്യാ (മാർക്സിസ്റ്റ്) പൊളിറ്റ് ബ്യൂറോ അംഗമായ പ്രകാശ് കാരാട്ട് ഈ തറവാട്ടിലെ ഒരു ഇളമുറക്കാരനാണ്. അഭ്യസ്ഥവിദ്യരും ഭൂവുടമകളുമായ മറ്റു പ്രശസ്തരും ഈ കുടുംബത്തിൽ ഉണ്ടായിരുന്നു.

ഗോവിന്ദൻകുട്ടിയുടെ പ്രാഥമിക വിദ്യാഭ്യാസം സ്ഥലത്തെ ആശാൻ കളരിയിലും പ്രാഥമിക വിദ്യാലയങ്ങളിലുമാണ് തുടക്കം കുറിച്ചത്. അക്കാലംതൊട്ടുതന്നെ കൊല്ലങ്കോട്, ആലത്തൂർ, പാലക്കാട് മുതലായ പ്രദേശങ്ങളിൽ ഉണ്ടായിരുന്ന സംസ്കൃത പണ്ഡിതന്മാരിൽ ചിലരിൽ നിന്ന് സംസ്കൃതാഭ്യസനം നടത്താനും ഗോവിന്ദൻകുട്ടിക്ക് കഴിഞ്ഞു. പരമ്പരാഗത മാതൃകയിലുള്ള ഈ ഭാഷാപഠനങ്ങളിലും പ്രാചീന ശാസ്ത്ര വിദ്യകളിലും ബുദ്ധിമാനായ ഗോവിന്ദൻകുട്ടി കഴിവു തെളിയിച്ചുവെങ്കിലും കാലസ്ഥിതിക്കനുസരിച്ച് അറിവിനും മേൽഗതിക്കും ഇംഗ്ലീഷ് കൂടിയേ കഴിയൂ എന്നദ്ദേഹം മനസ്സിലാക്കി. അങ്ങനെ അച്ഛനമ്മമാരുടെ സഹായത്തോടുകൂടി എറണാകുളത്ത് ചില ബന്ധുഭവനങ്ങളിൽ താമസിച്ച് സ്വകാര്യ ട്യൂഷൻ മുഖേന ഇംഗ്ലീഷിൽ വൈദഗ്ധ്യം നേടി. സാധാരണ പരീക്ഷകൾക്ക് ഇരിക്കാനോ പാസ്സാകാനോ അദ്ദേഹം ഉത്സുകനായിരുന്നില്ല. വായനയിലും പഠിത്തത്തിലും ഉള്ള താൽപ്പര്യത്തിനു പുറമെ ചിന്താശീലവും ധ്യാനപ്രകൃതിയും വളരെ നേരത്തേ തൊട്ടുതന്നെ ഗോവിന്ദൻകുട്ടിയിൽ പ്രകടമായി. ഈ ഐഹികേതര വാസനകൾ അച്ഛനമ്മമാരെ അസ്വസ്ഥരാക്കി എന്നത് സ്വാഭാവികം.

വിവാഹവും തൊഴിലും എല്ലാം ആകുമ്പോഴേക്കും ഗോവിന്ദൻകുട്ടി

ഐഹികകാര്യങ്ങളിലേക്ക് തിരിച്ചുവരും എന്ന് അവർ പ്രതീക്ഷിക്കുകയും ആ വഴിക്കുള്ള ശ്രമങ്ങൾ ആരംഭിക്കുകയും ചെയ്തു. അക്കാലത്ത് പ്രശസ്ത കുടുംബങ്ങൾക്ക് പാരമ്പര്യമുറയിൽ ലഭിച്ചുകൊണ്ടിരുന്ന 'അംശം മേനോൻ', ഇപ്പോഴത്തെ വില്ലേജ് ആപ്പീസറോ അക്കൗണ്ടന്റോ ആകാം എന്ന സർക്കാർ ജോലിയാണ് ഗോവിന്ദമേനോന് ആദ്യം ലഭിച്ചത്. ഇന്നത്തെ മാനദണ്ഡങ്ങൾ വച്ചുകൊണ്ട് ചെറുതാണെന്ന് തോന്നാവുന്ന ഈ ജോലി അക്കാലത്ത് ഗ്രാമീണ പ്രമാണിത്വത്തിന്റെയും ജന്മി പ്രതാപത്തിന്റെയും അധികാര പദവി ഉൾക്കൊള്ളുന്നതായിരുന്നു. പക്ഷേ അത്തരം പ്രതാപങ്ങളിലൊന്നും ഭ്രമമില്ലായിരുന്ന മേനോൻ കോഴിക്കോട്ടെ ഒരു നാട്ടുവിദ്യാലയത്തിൽ സംസ്കൃതാധ്യാപകനായി ക്ഷണിക്കപ്പെട്ടപ്പോൾ സസന്തോഷം അത് സ്വീകരിക്കുകയാണ് ചെയ്തത്. പിൽക്കാലത്ത് ഗണപതി ഹൈസ്കൂൾ എന്ന പേരിൽ പ്രശസ്തി നേടിയ ഈ വിദ്യാലയത്തിലെ സേവനവും തുടർന്ന് ജന്മഗ്രാമത്തിനടുത്തുള്ള ആലത്തൂരിലെ ജില്ലാ ബോർഡ് വക മിഡിൽ സ്കൂളിലെ അധ്യാപനവും മറ്റും മേനോന്റെ മനസ്സിനിണങ്ങിയ തൊഴിലുകളായിരുന്നെങ്കിലും തന്റെ പ്രവർത്തനങ്ങൾ ഏതെങ്കിലും ഒരു വിദ്യാലയത്തിൽ ഒതുക്കിനിർത്താൻ അദ്ദേഹം ആഗ്രഹിച്ചില്ല. പ്രപഞ്ചസത്യത്തെക്കുറിച്ചുള്ള അന്വേഷണവും സാമൂഹ്യപരിഷ്കാരങ്ങളെ മുൻനിർത്തിയുള്ള പ്രയത്നങ്ങളും അനാചാര നിർമാർജന കർത്തവ്യത്തെക്കുറിച്ചുള്ള ഉൽക്കണ്ഠകളും ആ യുവാവിനെ അലട്ടിക്കൊണ്ടിരുന്നു. കോഴിക്കോട്ടെ ജീവിതം പല ചിന്താമണ്ഡലങ്ങളിലേക്കും പ്രവർത്തനപദ്ധതികളിലേക്കും ശ്രദ്ധതിരിക്കാൻ അദ്ദേഹത്തിന് സഹായകമാവുകയും ചെയ്തു. അങ്ങനെ 1899-ൽ ആലത്തൂർ സ്കൂളിൽ എത്തുമ്പോഴേക്കും തന്റെ ജീവിത ദൗത്യത്തെ സംബന്ധിച്ച സങ്കൽപ്പങ്ങൾ ഗോവിന്ദമേനോന്റെ മനസ്സിൽ രൂപപ്പെട്ടുവരികയായിരുന്നു.

ഇതിനിടയ്ക്ക് അച്ഛനമ്മമാരുടെ നിർബന്ധപൂർവമായ പ്രേരണയ്ക്ക് വശപ്പെട്ട് വടവന്നൂർ മുക്കിൽ മരുതൂർ താവുക്കുട്ടിയമ്മ എന്ന പതിനേഴുകാരിയെ വിവാഹം കഴിച്ചു. മകനെ പരലോക പ്രണയത്തിൽനിന്നും മോചിപ്പിക്കാൻ ഉതകും എന്നു കരുതിയാണ് കുഞ്ഞികൃഷ്ണമേനോനും നാണിയമ്മയും ഈ ലൗകിക പ്രണയബന്ധത്തിലേക്ക് ഗോവിന്ദൻകുട്ടിയെ പ്രേരിപ്പിച്ചത്. താവുക്കുട്ടിയും ഗോവിന്ദൻകുട്ടിയും തമ്മിലുള്ള ബന്ധം സംസ്കാര സമ്പന്നവും പരസ്പര സ്നേഹാധിഷ്ഠിതവും ആയിരുന്നു എങ്കിലും സാധാരണ വിവാഹബന്ധങ്ങളുടെ വൃത്തത്തിൽ അതിനെ പെടുത്താൻ കഴിയുമായിരുന്നില്ല. അധികം താമസിയാതെ തന്നെ അവർ പരസ്പരം മനസ്സിലാക്കുകയും ഭാര്യാഭർതൃബന്ധത്തെ ഗുരുശിഷ്യബന്ധമാക്കി മാറ്റുകയും ബ്രഹ്മചര്യനിഷ്ഠ അംഗീകരിക്കുകയും ചെയ്തു. പിൽക്കാലത്ത് അനുയായികളുടെയും ആരാധകരുടെയും ശിഷ്യവൃന്ദത്തിന്റെയും യോഗിനീമാതാവായി പ്രകീർത്തിക്കപ്പെട്ട താവുക്കുട്ടിയമ്മ പ്രസ്ഥാനത്തിന്റെ നേതാവായി ഉയർന്നു.

III

അംശം മേനോന്റെ സങ്കുചിത വൃത്തത്തിൽനിന്ന് തനിക്ക് കൂടുതൽ അഭിഗമ്യമായി തോന്നിയ അധ്യാപക ജോലിക്കായി കോഴിക്കോട്ടെത്തിയ ഗോവിന്ദമേനോൻ വിചാരവികാരങ്ങളിലും കർമ്മമണ്ഡലങ്ങളിലും പ്രകാശമാനമായ ഒരു വികസ്വര ചക്രവാളത്തെയാണ് അഭിമുഖീകരിച്ചത്. സഹസ്രകിരണനായ നവോത്ഥാന സൂര്യൻ ഉദിച്ചുയരുന്ന പ്രതീതിയാണ് കോഴിക്കോട്ടെ സുഹൃദ്വലയവും പൊതുജീവിതവും മേനോന് പകർന്നുനൽകിയത്. അക്കാലത്ത് ദക്ഷിണകേരളത്തിലും (തിരുവിതാംകൂർ) മധ്യകേരളത്തിലും (കൊച്ചി) നവോത്ഥാനത്തിന്റെ അലയടികൾ ഉയരുന്നുണ്ടായിരുന്നു. മലബാറിലും അതിന്റെ തലസ്ഥാനമായ കോഴിക്കോടും നവോത്ഥാന യത്നങ്ങൾക്ക് മുൻ ചൊന്നവയെക്കാൾ വ്യാപ്തിയും ഗഹനതയും ഉണ്ടായിരുന്നു. നാട്ടുരാജാക്കന്മാരുടെയും അവയെ ചുറ്റിപ്പറ്റി ഉദരംഭരണം നടത്തിവന്ന ഉപജാപക വൃന്ദത്തെയും ഭയപ്പെടാതെ കുറെക്കൂടി സ്വതന്ത്രമായ അന്തരീക്ഷത്തിൽ പ്രവർത്തിക്കാനും കിഴക്ക് സഹ്യനും പടിഞ്ഞാറ് അറബിക്കടലിനും അപ്പുറത്തേക്ക് ദൃഷ്ടിപായിക്കാനും മലബാറിലെ ഉൽപ്പതിഷ്ണുക്കൾക്ക് കഴിഞ്ഞിരുന്നു. ബ്രിട്ടീഷ് സർക്കാരിന്റെ നേരിട്ടുള്ള ഭരണത്തിൽ അന്നത്തെ മദിരാശി തലസ്ഥാനമായുള്ള വിശാലമായ പ്രവിശ്യയുടെ ഭാഗമായിരുന്നത് ഈ അവസ്ഥയ്ക്ക് വഴിവച്ചിരിക്കാം.

19-ാം നൂറ്റാണ്ടിൽ ഇന്ത്യയിലാകെ പല രൂപങ്ങളിലും സംഘടനകളിലും ആയി വളർന്നുവന്ന രാഷ്ട്രീയവും സാമൂഹ്യവും ദാർശനികവുമായ പരിവർത്തനങ്ങൾ തിരുവിതാംകൂറിനെയും കൊച്ചിയെയും സ്വാധീനിച്ചതിനെക്കാളേറെ മലബാറിനെ സ്വാധീനിച്ചിരുന്നു. 1828-ൽ സ്ഥാപിച്ച രാജാറാം മോഹൻറായിയുടെ ബ്രഹ്മസമാജവും 1875-ൽ സ്ഥാപിച്ച ദയാനന്ദ സരസ്വതിയുടെ ആര്യസമാജവും 1882-ൽ സ്ഥാപിച്ച ആനിബസന്റിന്റെ ബ്രഹ്മവിദ്യാ സംഘവും (തിയോസഫിക്കൽ സൊസൈറ്റി എന്ന പേരിൽ ഈ പ്രസ്ഥാനം ആദ്യം ആരംഭിച്ചത് മാദം ബ്ലാവട്സ്കിയും ഹെൻറി സ്റ്റീൽ ഓൾക്കോട്ടും ചേർന്ന് 1875-ൽ ന്യൂയോർക്കിലാണ്) 1885-ൽ ഒരു ഐ സി എസ് പെൻഷൻകാരനായിരുന്ന അലൻ ഒക്ടേവിയൻ ഹ്യൂം മുൻകൈയെടുത്ത് സ്ഥാപിച്ച ഇന്ത്യൻ നാഷണൽ കോൺഗ്രസും 19-ാം നൂറ്റാണ്ടിന്റെ അന്ത്യപാദത്തിൽത്തന്നെ മലബാറിൽ അലകൾ ഇളക്കിത്തുടങ്ങിയെങ്കിലും തിരുവിതാംകൂറിനെയോ കൊച്ചിയെയോ അവ കാര്യമായി സ്പർശിച്ചില്ല. പ്രൊഫ. എം പി പോളിനെപ്പോലുള്ളവർ വിജ്ഞാനപ്രദമെങ്കിലും അസ്ഥാനസ്ഥിതമെന്ന് വിധിച്ച *ഇന്ദുലേഖ*യിലെ പതിനെട്ടാം അധ്യായത്തിൽ ഈ വക കാര്യങ്ങളെക്കുറിച്ചുള്ള വിശദമായ ചർച്ച ചന്തുമേനോൻ ഉൾപ്പെടുത്താൻ കാരണം കോഴിക്കോട്ടും മറ്റും അക്കാലത്ത് വ്യാപിച്ചുവന്ന ഈ ബൗദ്ധിക താൽപ്പര്യങ്ങളായിരുന്നു. ബ്രഹ്മസമാജത്തിന്റെ കോഴിക്കോട്ടെ ശാഖ സ്ഥാപിച്ച അയ്യത്താൻ

ഗോപാലൻ പ്രായം കൊണ്ടും അംഗീകാരം കൊണ്ടും ഗോവിന്ദമേനോൻ അവിടെ എത്തുന്ന കാലത്ത് ഈ പരിഷ്കർത്താക്കളുടെ എല്ലാം നേതാവായിരുന്നു. (അയ്യത്താനെക്കുറിച്ചുള്ള വിശദവിവരം അന്യത്ര) പിൽക്കാലത്ത് ആനിബസന്റിന്റെ 'ഹോം റൂൾ' പ്രസ്ഥാനത്തിന്റെ നേതാവും തുടർന്ന് ഇന്ത്യൻ നാഷണൽ കോൺഗ്രസിന്റെ പ്രമുഖനും ആയിരുന്ന പ്രശസ്തനായ അഭിഭാഷകൻ മഞ്ചേരി രാമയ്യരായിരുന്നു ബ്രഹ്മവിദ്യാസംഘത്തിന്റെ മലബാറിലെ ശാഖാ സ്ഥാപകൻ. മലയാളത്തിലെ പ്രഥമ മൗലിക ആഖ്യായികയായ *കുന്ദലത*യുടെ കർത്താവും കേരളത്തിലെ ആധുനിക വ്യവസായ വ്യാപാര വളർച്ചയ്ക്ക് തുടക്കംകുറിച്ച സ്ഥാപനങ്ങളിൽ പ്രധാനപ്പെട്ട 'നെടുങ്ങാടി ബാങ്കി'ന്റെ സ്ഥാപകനും ആയ അപ്പു നെടുങ്ങാടി നവീനാശയങ്ങളുടെ പ്രചാരകൻ എന്ന നിലയിൽ അക്കാലത്ത് കോഴിക്കോട്ട് വലിയ സാന്നിധ്യമായിരുന്നു. പ്രമുഖനായ ഉൽപ്പതിഷ്ണുവും ശ്രീനാരായണഗുരുവിന്റെ എന്നപോലെ ചന്തുമേനോന്റെ സുഹൃത്തും ജീവചരിത്രകാരനുമായ മൂർക്കോത്ത് കുമാരനും *മിതവാദി* എന്ന സാമൂഹ്യ-രാഷ്ട്രീയ ജിഹ്വയുടെ പത്രാധിപരും ആയ സി കൃഷ്ണനും പൊതുജീവിതത്തിൽ അക്കാലത്ത് ഉയർന്നുനിന്നിരുന്നു. *കോഴിക്കോടൻ മനോരമ* എന്ന പേരിൽ പ്രശസ്തിയാർജിച്ച പത്രത്തിന്റെ പത്രാധിപരും പൊതുക്കാര്യ പ്രസക്തനും ആയിരുന്ന പുളിയമ്പറ്റ കുഞ്ഞികൃഷ്ണനനും അന്നത്തെ സുഹൃദ്സദസുകളിൽ എന്നപോലെ പൊതുവേദികളിലും നിറഞ്ഞുനിന്നിരുന്നു. ഒരുപക്ഷേ കേരളത്തിലെ മാധ്യമങ്ങളിൽ ആധുനിക സ്വഭാവങ്ങൾ ഉൾക്കൊണ്ടിരുന്ന ആദ്യത്തെ പത്രമായ *കേരള പത്രിക*യുടെ പത്രാധിപരും ഇന്ത്യൻ നാഷണൽ കോൺഗ്രസിന്റെ ആദ്യകാല സമ്മേളനങ്ങളിൽ പങ്കെടുത്തിരുന്ന കൈവിരലിൽ എണ്ണാവുന്ന മലയാളികളിൽ ഒരാളുമായിരുന്ന ചെങ്കളത്ത് കുഞ്ഞിരാമമേനോൻ അക്കാലത്ത് മലബാറിൽ മാത്രമല്ല തെക്കൻ കേരളത്തിലും വളരെയേറെ അറിയപ്പെട്ടിരുന്നു. ഈ വിവിധ പേരുകളും വൈവിധ്യമാർന്ന അവരുടെ പ്രവർത്തന മേഖലകളും വ്യത്യസ്തമായ അഭിപ്രായഗതികളും ആകെ സമന്വയിച്ചാൽ അവയിൽ ഏകതാനതയോടെ തെളിഞ്ഞുനിൽക്കുന്ന ധാര നവോത്ഥാനത്തിന്റേതാണ്. ഈ അന്തരീക്ഷവും സദസ്സുകളും സംവാദങ്ങളും ഇവരെല്ലാമായുള്ള നിരന്തരമായ ഇടപഴകലുകളും പുത്തൻ ആശയങ്ങളെ കാന്തം ഇരുമ്പുതരികളെ എന്നപോലെ ആകർഷിച്ച് സ്വാംശീകരിക്കുന്ന പ്രകൃതക്കാരനായ കാരാട്ട് ഗോവിന്ദമേനോനെ മുകുളാവസ്ഥയിൽനിന്നും ഉത്ഫുല്ല പുഷ്പമായി വികസിപ്പിച്ചു. മലയാളത്തിലും സംസ്കൃതത്തിലും ഇംഗ്ലീഷിലും തമിഴിലും ഉള്ള ചിന്താബന്ധുരമായ കൃതികൾ ആർത്തിയോടെ അദ്ദേഹം വായിച്ച് സ്വാംശീകരിച്ചു. സംഭാഷണ ചതുരനും പ്രഭാഷണ വിദഗ്ധനും ആയിരുന്ന ഗോവിന്ദമേനോൻ കോഴിക്കോട്ടെ ഈ ഉത്ബുദ്ധ സമൂഹത്തിന്റെ ആരാധനാപാത്രമായിത്തീർന്നു. മേൽപ്പറഞ്ഞ വിവിധ പ്രസ്ഥാനങ്ങളിൽ അക്കാലത്ത് ഏറ്റവും കൂടുതൽ ജനസ്വാധീനം നേടിയ

അയ്യത്താൻ ഗോപാലന്റെ ബ്രഹ്മസമാജക്കാരാണ് ഗോവിന്ദമേനോന്റെ പ്രഭാഷണങ്ങളിലും സംഭാഷണങ്ങളിലും വ്യാമുഗ്ധരായി അദ്ദേഹത്തെ ആദ്യമായി ബ്രഹ്മയോഗി എന്നും അഭിസംബോധന ചെയ്യാൻ തുടങ്ങിയത്.

കവിതാരചനയിലും ഇതര സാഹിത്യ മേഖലകളിലും സംഗീത-വാദ്യ കലകളിലും വാസനാനുഗൃഹീതനായിരുന്ന ശിവയോഗി ബ്രഹ്മസമാജം പ്രാർഥനാ യോഗങ്ങളിലും വിവാദങ്ങളിലും പങ്കെടുക്കുകയും ചെയ്തുവന്നതിനു പുറമെ പ്രാർഥനായോഗങ്ങൾക്ക് പുതിയ ഗാനങ്ങൾ എഴുതി പഠിപ്പിച്ചുകൊടുക്കുകയും ചെയ്തു. പക്ഷേ, ഇതിനർഥം അദ്ദേഹം ഒരു തികഞ്ഞ ബ്രഹ്മസമാജ വിശ്വാസിയായി എന്നല്ല. വാസ്തവത്തിൽ ഈ പറഞ്ഞ ഏതെങ്കിലും വ്യവസ്ഥാപിത ചിന്താഗതികളോടോ വായിച്ചറിഞ്ഞ മറ്റേതെങ്കിലും ചിന്താപദ്ധതികളോടോ ശിവയോഗിക്ക് പ്രതിബദ്ധത ഇല്ലായിരുന്നു. നിരന്തരമായ പഠനം, ഗവേഷണം, മനനം, ധ്യാനം മുതലായവയിലൂടെ സ്വന്തമായ സിദ്ധാന്തവും ജീവിതചര്യയും ആവിഷ്കരിക്കാനായിരുന്നു യോഗിക്ക് താൽപ്പര്യം. അത് അദ്ദേഹം നിർവഹിക്കുകയും ചെയ്തു. ആ സിദ്ധാന്തത്തിന് ആനന്ദമതം എന്ന പേര് അദ്ദേഹം നൽകുകയോ ആ പേര് അതിന് വാർന്നുവീഴുകയോ ചെയ്തു.

1899-ൽ ആലത്തൂരിലെ ജില്ലാ ബോർഡ് വിദ്യാലയത്തിൽ അധ്യാപകനായതിനെത്തുടർന്ന് ഈ സിദ്ധാന്തം പ്രചരിപ്പിക്കാനും ആചാര പരിഷ്കാരങ്ങളിലൂടെയും സാമൂഹ്യ പരിവർത്തനങ്ങളിലൂടെയും തന്റെ ജീവിതദൗത്യം നിർവഹിക്കാനുമുള്ള ശ്രമം അദ്ദേഹം ആരംഭിച്ചു. ആരാധകർക്കോ സുഹൃത്തുക്കൾക്കോ ഒരു കുറവും ഇല്ലാതിരുന്ന കോഴിക്കോട്ട് നിന്ന് തന്റെ ജന്മഗ്രാമത്തിന്റെ പരിസരപ്രദേശത്തെ ആലത്തൂരിലേക്ക് തൊഴിലും താമസവും മാറ്റാൻ ശിവയോഗിയെ പ്രേരിപ്പിച്ചത് ഈ ദൗത്യ നിർവഹണത്തിനുള്ള മെച്ചപ്പെട്ട സാഹചര്യങ്ങളാണ്.

ആലത്തൂരിൽ എത്തി അധ്യാപകജോലി ഏറ്റെടുത്തുവെങ്കിലും അദ്ദേഹത്തിന്റെ ശ്രദ്ധ മുഴുവൻ പതിഞ്ഞത് ആനന്ദമതം പ്രചരിപ്പിക്കുന്നതിലാണ്. അധികം താമസിയാതെ അധ്യാപകജോലി ഉപേക്ഷിച്ച് സമയം മുഴുവനും ദൗത്യനിർവഹണത്തിനായി അദ്ദേഹം ഒഴിഞ്ഞുവച്ചു. 1893-ൽ ആലത്തൂരിനടുത്ത് വിഴുമലയുടെ നിഴൽപരന്ന സസ്യശ്യാമളമായ ഗ്രാമാന്തരീക്ഷത്തിൽ വാനൂരിൽ വളരെ ലളിതമായ ഒരു എളിയ ഗൃഹത്തിൽ യോഗി തന്റെ ആസ്ഥാനം ഉറപ്പിച്ചു—സിദ്ധാശ്രമം എന്ന് പേര്. ഇപ്പോഴും ഊർജ്ജസ്വലമായി പ്രവർത്തിച്ചുവരുന്ന ആശ്രമത്തിന്റെ അധിപതി ശിവയോഗി പരമ്പരയിലെ ഇപ്പോഴത്തെ പ്രമുഖനും പ്രഭാഷകനും ഗ്രന്ഥകാരനും മറ്റുമായ നിർമലാനന്ദയോഗിയാണ്.

ആശ്രമസ്ഥാപനം ആനന്ദമത പ്രചാരണം വ്യാപകമായി, ദക്ഷിണ മലബാറിൽ മാത്രമല്ല ഉത്തര മലബാറിലും കൊച്ചിയിലും തിരുവിതാംകൂറിലും എല്ലാം പ്രസ്ഥാനത്തിന്റെ ശാഖകൾ ഉയർന്നുവന്നു. ഇന്നത്തെ ശ്രീലങ്കയായ അന്നത്തെ സിലോണിൽ ശാഖകൾ ഉണ്ടായിരുന്നു.

ശിഷ്യരുടെയും ആരാധക സഹസ്രങ്ങളുടെയും ആവശ്യപ്രകാരം ഈ പ്രവർത്തനങ്ങൾക്ക് നേതൃത്വം നൽകാനുള്ള ആലോചന ആരംഭിക്കുകയും വിശദമായ ആശയവിനിമയങ്ങൾക്കുശേഷം 1918-ൽ ആനന്ദ മഹാസഭ സ്ഥാപിക്കുകയും ചെയ്തു. ഈ ചരിത്രപ്രധാനമായ നവോത്ഥാന യത്നത്തെക്കുറിച്ച് സഭയുടെ പ്രഥമ കാര്യദർശിയായിരുന്ന പി സി ആനന്ദൻ ഇങ്ങനെ രേഖപ്പെടുത്തുന്നു:

> ജാതിയുടെ പേരിൽ സംഘടനകളുണ്ടാക്കി വിഗ്രഹ പ്രതിഷ്ഠയും ഈശ്വരാരാധനയും നടത്തി പരസ്പരം മത്സരിച്ച്, അന്ധവിശ്വാസങ്ങൾക്കും അനാചാരങ്ങൾക്കും വശംവദരായി, അനേകം കായക്ലേശകർമാദികൾ ചെയ്ത്, ദുഃഖിച്ചുകൊണ്ട് കഴിഞ്ഞിരുന്ന കാലഘട്ടത്തിൽ അനാചാരങ്ങളെയും അസമത്വങ്ങളെയും ശക്തിയുക്തം ഖണ്ഡിച്ച്, ഐക്യത്തിന്റെയും ആനന്ദത്തിന്റെയും ദിവ്യസന്ദേശം കന്യാകുമാരി മുതൽ ഗോകർണം വരെയുള്ള ദിക്കുകളിൽ പ്രചരിപ്പിക്കുന്നതിനുവേണ്ടി ആനന്ദ മഹാസഭ ആരംഭിച്ചത് കേരളചരിത്രത്തിലെ ഒരു അനർഘ സംഭവമായിരുന്നു. നമ്പൂതിരിയോ പുലയനോ എന്ന ജാതി വ്യത്യാസം കൂടാതെയും കുബേരനെന്നോ കുചേലനെന്നോ ഉള്ള സാമ്പത്തിക വ്യത്യാസം കൂടാതെയും സർവരും സംഘടിച്ച് സംഘടനയുടെ പ്രവർത്തനങ്ങൾ നടത്തി. (*ആനന്ദ മഹാസഭ സുവർണജൂബലി സൊവനിയർ*, 1968).

ചേർത്തലക്കാരനായ വക്കീൽ ടി രാമപ്പണിക്കരായിരുന്നു സംഘടനയുടെ ആദ്യ സെക്രട്ടറി. അദ്ദേഹത്തിനു സൗകര്യമില്ലാതെ വന്നപ്പോൾ വി കെ കോമ്പിയച്ചനായി സെക്രട്ടറി. ശിവരാമകൃഷ്ണയ്യർ ബി എ, ജി കൃഷ്ണയ്യർ, ടി കെ പി ആനന്ദയോഗി, സി കണ്ണൻനായർ എന്നിവരുൾപ്പെടുന്ന ഒരു ഭരണസമിതിയെയും അന്ന് തിരഞ്ഞെടുക്കുകയുണ്ടായി. എം ഗോവിന്ദാനന്ദൻ, പി എ ആനന്ദൻ, സൂര്യനാരായണശർമ, വാഗ്ഭടാനന്ദൻ, ആനന്ദഭ്രാന്തൻ, ശേഖരത്തു കുഞ്ഞുണ്ണി എഴുത്തച്ഛൻ, ശങ്കുത്തരകൻ, എൻ കെ ആനന്ദൻ, ആർ ഈച്ചരമേനോൻ, അഡ്വക്കേറ്റ് രാമവാരിയർ തുടങ്ങിയവരും പിന്നീട് ഭരണസമിതിയിലേക്ക് തിരഞ്ഞെടുക്കപ്പെട്ടവരാണ്. സഭയുടെ പ്രസിഡന്റ് ബ്രഹ്മാനന്ദസ്വാമി ശിവയോഗിയും വൈസ് പ്രസിഡന്റ് യോഗിനീമാതാവുമായിരുന്നു.

ആനന്ദ മഹാസഭയുടെ സ്ഥാപനവേളയിൽ സഭാംഗങ്ങൾ അനുസരിക്കേണ്ട ജീവിതചര്യയെയും ഉപേക്ഷിക്കേണ്ട അനാചാരങ്ങളെയും കുറിച്ച് ശിവയോഗി സമർപ്പിച്ച നിർദേശങ്ങൾ അംഗീകരിക്കപ്പെട്ടു. അവയുടെ ഒരു സംഗ്രഹം പവനൻ തന്റെ ശ്രദ്ധേയമായ കൃതിയിൽ ഇപ്രകാരം നൽകിയിരിക്കുന്നു:

> സഭാംഗങ്ങൾ അനുഷ്ഠിക്കേണ്ട ജീവിതരീതിയെക്കുറിച്ച് ബ്രഹ്മാനന്ദ സ്വാമികൾ നൽകിയ നിർദേശങ്ങൾ സഭ അംഗീകരിച്ചു.

ഹിംസാസമേതമായ മതകർമങ്ങൾ നടത്താതിരിക്കുക, ഗുരുവായൂരിലും മറ്റു ക്ഷേത്രങ്ങളിലും കൊണ്ടുപോയി താലികെട്ട് കല്യാണം നടത്തുന്നത് അവസാനിപ്പിക്കുക തുടങ്ങിയ കാര്യങ്ങളിൽ സഭാംഗങ്ങൾ ശ്രദ്ധിക്കണമെന്ന് അദ്ദേഹം ആവശ്യപ്പെട്ടു. കുടുംബാംഗങ്ങളുടെ ജ്ഞാനവർധനവിനായി പ്രവർത്തിക്കണം; ശവസംസ്കാരാദി ചടങ്ങുകൾ ചുരുങ്ങിയ ചെലവിൽ നടത്തണം; പുലകുളിയും മറ്റും ആവശ്യമില്ലാത്തവയാണ്; അതേ അവസരത്തിൽ ചുറ്റുമുള്ളവരെ വെറുപ്പിക്കാതിരിക്കുകയും വേണം.

യാഗം, വ്രതം, തീർഥാടനം, ഭിക്ഷാടനം, വിഗ്രഹാരാധന തുടങ്ങിയ കർമങ്ങൾ അനുഷ്ഠിക്കുന്നത് അജ്ഞതമൂലമാണ്; അവ ദുഃഖമുണ്ടാക്കും. മതസംബന്ധമായ അനാവശ്യ ചെലവുകൾ എല്ലാം ഒഴിവാക്കണം. കാശി, രാമേശ്വരം, ചിദംബരം മുതലായ ക്ഷേത്രങ്ങളും സ്വർഗം, വൈകുണ്ഠം, കൈലാസം തുടങ്ങിയ പുണ്യസ്ഥലങ്ങളും പുറമേയല്ല; നമ്മുടെ ഗാത്രമാകുന്ന ക്ഷേത്രത്തിൽ തന്നെയുള്ളവയാണ്; സ്വർഗപ്രാപ്തിയോ മുക്തിയോ മരണാനന്തരമല്ല; ജീവിതകാലത്തുതന്നെ നമുക്കുണ്ടാക്കാവുന്നതാണ്.

മനുഷ്യസമുദായത്തെ നമ്പൂതിരി, നായർ, ഈഴവർ, പുലയർ, പറയർ എന്നിങ്ങനെ ജാതി തിരിച്ച് അകറ്റുന്നതും മുഹമ്മദർ, ക്രൈസ്തവർ, ഹിന്ദുക്കൾ എന്നിങ്ങനെ മതത്തിന്റെ അടിസ്ഥാനത്തിൽ വേർതിരിച്ച് നിറുത്തുന്നതും ശരിയല്ല. ഭിന്നിച്ചും ഛിദ്രിച്ചും കിടക്കുന്ന എല്ലാ വിഭാഗം ജനങ്ങളെയും ഒരുമിച്ചു കൂട്ടി അവർക്ക് ആനന്ദത്തിലേക്കുള്ള വഴി കാട്ടിക്കൊടുക്കണം. മനുഷ്യരടക്കം സമസ്ത ജീവികൾക്കും സുഖവും സ്വാതന്ത്ര്യവും അനുഭവിക്കാനുള്ള അവകാശമുണ്ട്. പശു-പക്ഷി-മൃഗാദികളായ അനാഥപ്രാണികളെ കൊന്നുതിന്നാതെയും ബലി അർപ്പിക്കാതെയും കഴിഞ്ഞുകൂടുക.

ആലോചന, ജ്ഞാനം, പൗരുഷം, സത്യം, ക്ഷമ, ശാന്തി മുതലായ സൽഗുണങ്ങളെ വളർത്തിയെടുക്കുക. മനസ്സിന്റെ സുസ്ഥിതിയാണ് സ്വർഗം; ദുഃസ്ഥിതി നരകവും. (*ബ്രഹ്മാനന്ദ ശിവയോഗി*, 1997, തിരുവനന്തപുരം)

തന്റെ ആദർശങ്ങളെയും സിദ്ധാന്തങ്ങളെയും ആവിഷ്കരിക്കുന്ന നിരവധി കൃതികൾ രചിക്കുകയും പ്രഭാഷണങ്ങൾ നടത്തുകയും ചെയ്ത ശിവയോഗി സമകാലിക യാഥാസ്ഥിതികരുമായി മാത്രമല്ല, നവോത്ഥാന നായകരായി അറിയപ്പെടുന്ന ചട്ടമ്പിസ്വാമി, ശ്രീനാരായണ ഗുരു തുടങ്ങിയവരുമായി വിവാദങ്ങളിൽ ഏർപ്പെട്ടിട്ടുണ്ട്. ശിവയോഗിയുടെ ശിഷ്യനായി ജീവിത ദൗത്യം ആരംഭിച്ച വാഗ്ഭടാനന്ദനുമായി അദ്ദേഹം ചില കാര്യങ്ങളിൽ വിയോജിപ്പ് പ്രകടിപ്പിച്ചിട്ടുണ്ട്.

അദ്ദേഹത്തിന്റെ കൃതികളിൽ ഏറ്റവും പ്രസിദ്ധിയാർജിച്ചത് 1905-ൽ പ്രസിദ്ധീകരിച്ച *മോക്ഷപ്രദീപം* ആണ്. മറ്റു ചില കൃതികളുടെ പട്ടിക താഴെ ചേർക്കുന്നു:

ശിവയോഗരഹസ്യം, സ്ത്രീ വിദ്യാപോഷിണി, സിദ്ധാനുഭൂതി, മോക്ഷദീപം, ആനന്ദകൽപ്പദ്രുമം, ആനന്ദസൂത്രം, രാജയോഗ പരസ്യം, വിഗ്രഹാരാധന ഖണ്ഡനം, ആനന്ദവിമാനം, ആനന്ദമതപരസ്യം, ആനന്ദക്കുമ്മി, ആനന്ദഗാനം, ആനന്ദാദർശം, ആനന്ദഗുരുഗീത, ആനന്ദാദർശാംശം.

ഈ കൃതികളിലെ സിദ്ധാന്തങ്ങൾ സംഗ്രഹിക്കുകയും അപഗ്രഥിക്കുകയും ചെയ്യുക എന്നത് ഈ അധ്യായത്തിന്റെ പരിധിയിൽപ്പെടുന്നതല്ല. എ കെ നായർ, എം എസ് നായർ, പവനൻ, ശിവയോഗിയുടെ ദൗത്യം ഇപ്പോഴുംപ്രശംസാർഹമായി തുടരുന്ന നിർമലാനന്ദ യോഗി തുടങ്ങി പലരും ഈ കൃത്യം നിർവഹിച്ചിട്ടുണ്ട്. തൽക്കാലം മൗലികവും വിപ്ലവകരവുമായ ശിവയോഗിയുടെ ചിന്തകളിലേക്ക് ഒരു ഉൾക്കാഴ്ച കിട്ടുവാൻ ഏതാനും ഉദ്ധരണികൾ മാത്രം ഇവിടെ ചേർക്കാം:

മനുഷ്യപുരോഗതി

മനുഷ്യർ ആകാശവിമാനം, തീവണ്ടി, ആവിക്കപ്പൽ, ബോട്ട്, മോട്ടോർ കാർ മുതലായ വാഹനങ്ങളെ ഉണ്ടാക്കുന്നു. ഛായ ഗ്രാഹി, സ്വനഗ്രാഹി, ദൂരദർശിനി, സൂക്ഷ്മദർശിനി, കമ്പിയില്ലാക്കമ്പി, റേഡിയോ മുതലായ ആധുനിക യന്ത്രങ്ങൾ കണ്ടുപിടിച്ച് ഉപയോഗിക്കുന്നു. ബുദ്ധിയും പൗരുഷവും പരിശ്രമശീലവുമുള്ള ആളുകളാണ് അവ ഉണ്ടാക്കിയത്. അവ ലോകോപകാരപ്രദങ്ങളും അത്ഭുതകരങ്ങളുമായിരിക്കുന്നു. ഇത് ഈശ്വരഭജനം കൊണ്ടോ ബുദ്ധിവിശേഷംകൊണ്ടോ സാധ്യമായത്? തീർച്ചയായും ഈശ്വര ഭജനം കൊണ്ടല്ല. കാരണം ഈശ്വരപരായണന്മാരായ അവതാരങ്ങളും ദൈവപുത്രരും ഭക്തന്മാരും പണ്ടും ഉണ്ടായിരുന്നു. ലോകോപകാരപ്രദമായ ഒരൊറ്റ യന്ത്രമെങ്കിലും അവർ ഉണ്ടാക്കിയോ? ഇല്ല. ഈശ്വരന്റെ പ്രാർഥനാജപം, പൂജ മുതലായവയാൽ സർവതും സിദ്ധിക്കുമെന്ന അജ്ഞാനദുഃഖയന്ത്രങ്ങളെ, അതായത് മതങ്ങളെ മാത്രം ഉണ്ടാക്കിവച്ച് അവരെല്ലാം മരിച്ചുപോയി.

അവതാരകഥകളുടെ അർഥശൂന്യത

ഈശ്വരൻ സൃഷ്ടികൊണ്ടുതന്നെ ദുഃഖത്തെ ചെയ്യുന്നു. അതുപോരാഞ്ഞിട്ട് അവതരിച്ചിട്ടും അധർമം കൊണ്ടും ദുഃഖമുണ്ടാക്കുന്നു. സൃഷ്ടികൊണ്ടും സംഹാരംകൊണ്ടും അവതാരംകൊണ്ടും വ്യാഘ്രാദിജന്തുക്കളെക്കാൾ ദുഷ്ടനാണ് ഈശ്വരനെന്ന് മേൽപ്പറഞ്ഞ വിവിധ കാരണങ്ങളാൽ സമ്മതിക്കേണ്ടിവരും. എന്നാൽ മതാചാര്യന്മാരുടെയും മതഗ്രന്ഥങ്ങളുടെയും അവയിൽ

വിശ്വസിക്കുന്നവരുടെയും പ്രമാണവചനങ്ങളാണ് മേൽപ്രകാരം ഈശ്വരനെ നിന്ദിക്കുകയും ദുഷിക്കുകയും ചെയ്യുവാൻ ഇടവരുത്തുന്നത്.

ജാതിഭേദം, മതഭേദം, വർണഭേദം, വിഗ്രഹാരാധന മുതലായവ ഈശ്വരൻ വിധിച്ച ധർമങ്ങളല്ല. ഈശ്വരൻ വിധിച്ചതാണെങ്കിൽ ബുദ്ധമതത്തിലും മറ്റും എന്തുകൊണ്ട് അവയില്ല. അവതരിച്ചിട്ടും ആ മതങ്ങളിൽ ജാതിഭേദ വിഗ്രഹാരാധനാദികളെ ഏർപ്പെടുത്താത്തത് എന്തുകൊണ്ട്? ഇതിൽനിന്നുതന്നെ അവതാരകഥകളും ആചാരങ്ങളും എല്ലാം സംഘടിത മതാചാര്യകൽപ്പിതങ്ങളാകുന്നു എന്നു തെളിയും. അപ്പോൾ അവതരിച്ചിട്ടും വർണധർമങ്ങളെ ഈശ്വരൻ ഉദ്ധരിക്കും എന്നു പറയുന്നത് അബദ്ധം. അത് തികച്ചും ആലോചന പോരാത്തതുതന്നെ. ഇനി മറ്റൊരു വശം എടുക്കാം. ഈശ്വരൻ നിർഗുണനാണ്, ഒന്നും ചെയ്യാത്തവനാണ് എന്ന് വേറൊരു വിഭാഗക്കാർ പറയുന്നുണ്ടല്ലോ. അപ്പോൾ സംഘടിത മതക്കാർതന്നെ പറയുന്നമാതിരി സൃഷ്ടിയാദികർമങ്ങൾ ചെയ്യുന്നവനാണ് ഈശ്വരൻ എന്നു പറയുന്നതിന് എന്താണ് അർഥം? മാത്രമല്ല ഈശ്വരൻ സൃഷ്ടി, സ്ഥിതി, സംഹാരങ്ങൾ ചെയ്യുന്നു എന്നു പറയുന്നവർ അതു വല്ലതും കണ്ടവരാണോ? അതല്ല സൃഷ്ടിയും മറ്റും ചെയ്യുന്നതിന് ഒരു കർത്താവ് ഉണ്ടായിരിക്കണം എന്ന ഇവരുടെ ഊഹം മേൽപ്രകാരം ദൈവത്തെ മഹാദുഷ്ടനാക്കി തീർക്കുന്നില്ലേ? ആലോചനക്കുറവ് എന്നല്ലാതെ ഇതിന് എന്തു പറയും? അഗ്നിയെ ഇഷ്ടദൈവമായി ആരാധിക്കുന്ന അഗ്നിഹോത്രി മുതലായ ബ്രാഹ്മണർക്കുകൂടി അഗ്നി തൊട്ടാൽ പൊള്ളുന്നു. അഗ്നിയിൽ വീണാൽ ദഹിക്കുന്നു. എത്ര ആരാധിച്ചാലും അഗ്നിയുടെ സ്വഭാവത്തെ മറ്റൊരു പ്രകാരത്തിലാക്കാൻ ആർക്കും കഴിയുന്നില്ല. അപ്രകാരം ഈശ്വരൻ സംഹാരകർത്താവാണെങ്കിൽ ഈശ്വരന്റെ ആ സ്വഭാവത്തെയും പ്രാർഥന, വിഗ്രഹാരാധനാദി കർമങ്ങൾകൊണ്ട് മാറ്റുവാൻ ഈശ്വരഭക്തന്മാർക്ക് കഴിയുകയില്ല. കഴിയുമായിരുന്നെങ്കിൽ ഈശ്വരഭക്തന്മാർ രോഗികളാകുകയില്ല. മരിക്കുകയില്ല. ആയുസ്സിനെ തരണമേ എന്നു പ്രാർഥിച്ച് ഭജിക്കുന്നവരുടെ കൂട്ടത്തിൽ ആരുംതന്നെ മരണത്തെ അതിജീവിക്കുന്നില്ല. പ്രാർഥനക്കാരനും മഹാഗുണവാനുമായിരുന്നു യേശുക്രിസ്തു. പക്ഷേ, ക്രിസ്തുവിനും ഈശ്വരൻ അഭയം കൊടുത്തില്ല. ശത്രുക്കൾ ദണ്ഡിച്ച സങ്കടംനിമിത്തം ക്രിസ്തു നിലവിളിച്ച് മരിച്ചു. എല്ലാ മതത്തിലുമുള്ള എല്ലാ ഭക്തന്മാരും ഇതുപോലെ പലതരത്തിൽ സങ്കടപ്പെട്ടുകൊണ്ട് മരിക്കുന്നു. ഭക്തന്മാരുടെ മരണത്തെക്കൂടി ഇല്ലാതാക്കാൻ കടപ്പെട്ട ഈശ്വരൻ അതു ചെയ്യുന്നില്ലെന്നു മാത്രമല്ല, പല വിധത്തിലുള്ള മരണ ദുഃഖങ്ങളെക്കൂടി കൊടുക്കുന്നതെന്തുകൊണ്ട്?

ജാതി മതങ്ങളും അനാചാരങ്ങളും

ഹിന്ദുക്കൾക്കുള്ളതുപോലെ അനേകം ഈശ്വരന്മാരെയും ഈശ്വരികളെയും സങ്കൽപ്പിച്ച്, പലതരത്തിലും സമ്പ്രദായത്തിലും ഉള്ള ആരാധനാസമ്പ്രദായങ്ങൾ മറ്റുള്ള മതക്കാർക്ക് ഇല്ല. അതുപോലെതന്നെ ഹിന്ദുക്കളുടെ മാതിരി നാനാജാതിഭേദാദി കലഹവും നാശവും മറ്റുള്ള മതക്കാർക്ക് ഇല്ല. ബ്രാഹ്മണൻ, നമ്പൂതിരി, ക്ഷത്രിയൻ, വൈശ്യൻ, അമ്പലവാസി, ഇളയത്, ഏറാടി, നമ്പിടി, പൊതുവാൾ, മൂസ്, വാരിയർ, സാമന്തൻ, നായർ, ചെട്ടി, ആണ്ടി, കൈക്കോളൻ, ആശാരി, ഈഴവൻ (തീയ്യൻ), മണ്ണാൻ, കണിയാൻ, കണക്കൻ, പുലയൻ, പറയൻ എന്നിങ്ങനെ ശതക്കണക്കിൽ ജാതികൾ ഈ ദക്ഷിണേന്ത്യയിൽത്തന്നെ ഉണ്ട്. ഇവർക്കൊക്കെ ജാതിഭേദാചാരങ്ങളും ഞാൻ ശ്രേഷ്ഠൻ, നീ ശ്രേഷ്ഠൻ എന്നുള്ള അഹന്താബുദ്ധിയും മത്സരങ്ങളും ഉണ്ട്. അങ്ങനെയുള്ളവരിൽത്തന്നെ ശൈവൻ, വൈഷ്ണവൻ, ശാക്തേയൻ മുതലായ മതഭേദമത്സരങ്ങൾ വേറെയും ഉണ്ട്. ശിവനാണ് മീതെ, അല്ല വിഷ്ണുവാണ് മീതെ എന്ന് മറ്റൊരു വക. അനേകം ദേവീദേവന്മാരുടെ ഉപാസനാദിഭേദങ്ങൾ ഇനിയൊരു വക. ഈ സ്ഥിതിക്ക് ഈശ്വരനെപ്പറ്റി ഇവർ പറയുന്നതൊന്നും തന്നെ ഒരു വിധത്തിലും സാമാന്യബുദ്ധിക്ക് നിരക്കുന്ന യാഥാർഥ്യങ്ങളല്ല.

പായസാദി നിവേദ്യങ്ങൾകൊണ്ട് ജനങ്ങൾ ഈശ്വരനെ ഊട്ടുന്നു. എന്തിന്? ഈശ്വരൻ വിശപ്പും ദാഹവുംകൊണ്ട് വലയുന്നുണ്ടോ? അവർ ഈശ്വരന്റെ പ്രതിമകളെ കുളിപ്പിക്കുന്നു. ഈശ്വരന്റെ ദേഹത്ത് അഴുക്ക് പറ്റിയിട്ടുണ്ടോ? എങ്കിൽ ഈശ്വരൻ പരിശുദ്ധൻ എന്നു പറയുന്നതിന് എന്തർഥം? മദ്യമാംസാദികൾ അർപ്പിച്ച് ചില ജനങ്ങൾ ഈശ്വരനെ പൂജിക്കുന്നു. ഗുണനിധിയാണെന്ന് പറയപ്പെടുന്ന ദൈവം മദ്യപാനിയും ശവംതീനിയുമാണോ? ധനങ്ങൾ, വസ്ത്രാഭരണങ്ങൾ മുതലായവ മനുഷ്യർ ഈശ്വരനായിക്കൊണ്ട് അർപ്പിക്കുന്നു. ഈശ്വരൻ രാജാവിനെപ്പോലെ തിരുമുൽക്കാഴ്ച വാങ്ങുന്ന ദുരഭിമാനിയാണോ? അമ്പലങ്ങളിലും മറ്റു ആരാധനാസ്ഥലങ്ങളിലും ഇങ്ങനെ അന്ധവിശ്വാസങ്ങളും അജ്ഞാനകർമങ്ങളും പ്രകടിപ്പിക്കുന്നതുകൊണ്ട് കുട്ടികളുംകൂടി ഇങ്ങനെയാണ് ഈശ്വരനെ പൂജിക്കേണ്ടത് എന്നു മനസ്സിലാക്കി വഴിപിഴയ്ക്കുന്നു.

ഈശ്വരനും ശിവയോഗിയും

ഞാൻ നിരീശ്വരവാദിയാണെന്നു പറയുന്നവരോട് എനിക്ക് ഒന്നേ പറയാനുള്ളൂ. അവർക്ക് ഈശ്വരനെക്കുറിച്ച് അറിവില്ല എന്നു മാത്രമാണ്. എന്നാൽ എന്തിനിങ്ങനെ മതക്കാരുടെ ഈശ്വരനെ വിമർശിക്കുന്നു എന്നാണെങ്കിൽ സംഘടിത മതങ്ങളും എല്ലാ

അന്ധവിശ്വാസങ്ങളും മതക്കാർ തമ്മിലുള്ള ഭിന്നിപ്പും മതക്കാരുടെ പരസ്പരം കഴുത്തറുപ്പും എല്ലാം ഈശ്വരനെ മുൻനിർത്തിയാണ്. അതുകൊണ്ട് അവർ തെറ്റായും അടിസ്ഥാനരഹിതമായും സങ്കൽപ്പിക്കുന്ന ഈശ്വരൻ യഥാർഥ ഈശ്വരനല്ല എന്ന് അവരെ ബോധ്യപ്പെടുത്തണം. അത് ബോധ്യമായാലേ അവരുടെ കണ്ണ് തുറക്കുകയുള്ളൂ.

* * *

ബ്രഹ്മാനന്ദ ശിവയോഗി സമാധിയടഞ്ഞത് 1929 സപ്തംബർ 10-ാം തീയതി സന്ധ്യകഴിഞ്ഞ് 8.30-നാണ്. തലേന്നാൾവരെ ഊർജ്ജസ്വലനായി സംസാരിക്കുകയും കർത്തവ്യങ്ങളിൽ ഏർപ്പെടുകയും ചെയ്ത യോഗിക്ക് പ്രത്യേകിച്ച് രോഗബാധയൊന്നും ഉണ്ടായിരുന്നില്ല. സമാധിയെത്തുടർന്ന് പൂർവാശ്രമത്തിൽ അദ്ദേഹത്തിന്റെ പത്നിയായിരുന്ന യോഗിനീമാതാവ് ആശ്രമത്തിന്റെയും ആനന്ദ മഹാസഭയുടെയും നേതൃത്വം ഏറ്റെടുത്തു. 1956 ഫെബ്രുവരി 15-ന് അവർ സമാധിയാകുന്നതുവരെ, 27 വർഷക്കാലം, ആ ചുമതലയിൽ സ്തുത്യർഹമാംവണ്ണം തുടർന്നു. യോഗിനീമാതാവിനുശേഷം ഇപ്പോൾ മഠാധിപതിയും സഭാധ്യക്ഷനുമായി നിർമലാനന്ദയോഗി (ജനനം: 1925) തുടരുന്നു. പാണ്ഡിത്യത്തിലും യോഗസിദ്ധിയിലും സംഭാഷണ ചാതുരിയിലും ജനപ്രീതിയിലും കിടയറ്റ വ്യക്തിമാഹാത്മ്യത്തിന്റെ ഉടമയാണ് നിർമലാനന്ദ ശിവയോഗി.

വക്കം മൗലവി

21 മുസ്ലീം നവോത്ഥാനം

ചില മതമൗലികതാവാദികൾ അവകാശപ്പെടുമ്പോലെ ഇസ്ലാമിനും മുസ്ലീം ജീവിത ചര്യകൾക്കും 'ശരിഅത്ത്' തുടങ്ങിയ നിയമസംഹിതകൾക്കും പ്രവാചകന്റെ (670-732) കാലശേഷം ഒരു തരിമ്പുപോലും മാറ്റം വന്നിട്ടില്ല എന്ന വാദത്തിന് ചരിത്രസാധുതയില്ല. *ഖുറാന്റെ* ഭാഗവും അതിൽനിന്ന് ഉയിരെടുത്തതുമായ 'ശരിഅത്ത്' എന്ന ഇസ്ലാമിക നിയമത്തിനും ഭിന്നമായ വ്യാഖ്യാനങ്ങൾ ഉണ്ട്. ഇസ്ലാമിക ലോകം ആകെ അംഗീകരിച്ച വിവിധ വ്യാഖ്യാന വ്യവസ്ഥകളിൽ ഹനാഫി, മാലികി, ഷാഫി, ഹനബലി എന്നീ നാല് എണ്ണം പ്രത്യേകിച്ചും പ്രസിദ്ധമാണ്. മാറ്റത്തിനും വ്യാഖ്യാനങ്ങൾക്കും ഒന്നും സ്ഥാനം ഇല്ലാത്തവിധം നിശ്ചിതമാണ് ശരിഅത്ത് എങ്കിൽ ഈ അംഗീകൃത വ്യാഖ്യാനങ്ങൾക്ക് എന്ത് പ്രസക്തി? വിവാഹം, വിവാഹമോചനം, സ്ത്രീകളുടെ അവകാശം എന്നിവയെക്കുറിച്ച് വിവിധ മുസ്ലീം രാഷ്ട്രങ്ങളിൽ വ്യക്തി നിയമങ്ങൾ നിലവിലുള്ളതിന് എന്താണ് അർഥം? ഇതിനൊക്കെ പുറമെ മുസ്ലീം മതാനുയായികളിൽ ഷിയാ, സുന്നി, വഹാബി, അഹമ്മദീയ തുടങ്ങിയ വിഭാഗങ്ങൾ വേറെയും. ഹിന്ദു, ക്രിസ്ത്യൻ, ബൗദ്ധം തുടങ്ങിയ മതങ്ങളുമായി താരതമ്യപ്പെടുത്തുമ്പോൾ ഇത്തരം വേർതിരിവുകളും വ്യത്യസ്തതകളും ഇസ്ലാമിൽ കുറവാണെന്നത് നേരുതന്നെ. പക്ഷേ

അപ്രകാരം ഇല്ലെന്ന് പറയുന്നത് അസത്യമായിരിക്കും.

ഇതുപോലെ സ്ഥലകാലങ്ങൾ മാറുന്നതനുസരിച്ച് ഉചിതമായ മാറ്റങ്ങൾ ഇസ്ലാമിലും ഉണ്ടാവുക സ്വാഭാവികം. സ്ഥലകാല ഭേദമനുസരിച്ച് അപ്രകാരം ആവശ്യമായി വരുന്നതും നടപ്പിൽ വരുന്നതുമായ മത നവീകരണങ്ങൾക്ക് ഇസ്ലാം പാരമ്പര്യ പ്രകാരം 'തജ്ദിദ്' എന്നു പറയുന്നു. 'ഇസ്ലാഹ്' എന്നും ഈ പ്രക്രിയയ്ക്ക് വിശേഷണം ഉണ്ട്. ചെറിയ ഒരു അക്ഷരവ്യത്യാസത്തോടുകൂടി കേരളത്തിൽ ഈ പരിഷ്കരണ പ്രവർത്തനങ്ങൾക്ക് 'ഇസ്ലാഹി' എന്നാണ് പറഞ്ഞുവരുന്നത്.

മതനവീകരണങ്ങൾ പലപ്പോഴും ആ മതത്തിന്റെ മൂലതത്ത്വങ്ങൾ പുനഃസ്ഥാപിക്കുക എന്ന അവകാശവാദത്തോടെയാണ് ആരംഭിക്കുക. ഈ അവകാശവാദം തെറ്റായിക്കൊള്ളണമെന്നില്ല. കാരണം മിക്ക മതങ്ങളും അതിന്റെ ആരംഭകാലത്ത് നവോത്ഥാനത്തിന്റെയും വിശുദ്ധിയുടെയും മനുഷ്യപ്പറ്റിന്റെയും മൂല്യങ്ങളെ ഉയർത്തിപ്പിടിച്ചുകൊണ്ടുള്ളതായിരിക്കും. ആദ്യ പ്രവാചകന്മാരുടെ കാലശേഷം സ്ഥാപകലക്ഷ്യങ്ങൾ വിസ്മരിക്കപ്പെടുകയും—ബുദ്ധനും ക്രിസ്തുവും മുഹമ്മദും മറ്റും അന്ധവിശ്വാസ ജടിലവും സങ്കീർണവുമായ ആചാരാനുഷ്ഠാനങ്ങൾ തിരസ്കരിച്ച് ലളിതവും ധർമനിരതവുമായ ജീവിതശൈലിയെ പ്രചരിപ്പിച്ചവരാണ്—സ്ഥാപിതതാൽപ്പര്യക്കാരുടെയും യാഥാസ്ഥിതികരുടെയും കൈകളിൽപ്പെട്ട് ദുഷിക്കുകയും ചെയ്യുക എന്നത് മതങ്ങൾ ഉൾപ്പെടെ എല്ലാ മാനുഷിക പ്രസ്ഥാനങ്ങൾക്കും ബാധകമാണ്. എന്നാൽ ചിലപ്പോൾ സ്ഥാപനകാലത്തും സ്ഥാപനസ്ഥലങ്ങളിലും അനുയോജ്യമായിരുന്ന വിശ്വാസങ്ങളും ആചാരാനുഷ്ഠാനങ്ങളും പിൽക്കാലത്ത് കാലഹരണപ്പെട്ടുപോയി. ആ കാലഹരണപ്പെട്ടവ ഉപേക്ഷിച്ച് പുതിയവയ്ക്കുവേണ്ടി വാദിക്കുമ്പോഴും പല പരിഷ്കർത്താക്കളും തങ്ങളുടെ നവീകരണം സ്ഥാപന ലക്ഷ്യങ്ങൾക്ക് അനുസൃതമാണെന്ന് വരുത്തിത്തീർക്കാൻ ശ്രമിക്കാറുണ്ട്. ചുരുക്കം ചില ധീര പരിഷ്കർത്താക്കൾ മാത്രം തങ്ങൾ അവതരിപ്പിക്കുന്ന സിദ്ധാന്തങ്ങളുടെയും ആചാരങ്ങളുടെയും നവീനതയെ തുറന്നു പ്രഖ്യാപിക്കുന്നുള്ളൂ. ചില പരിഷ്കർത്താക്കൾ ധീരതയും സ്വപ്രത്യയസ്ഥൈര്യവും കുറവില്ലെങ്കിലും തങ്ങളുടെ പരിഷ്കാര-നവീകരണ ലക്ഷ്യങ്ങൾ പുണ്യഗ്രന്ഥങ്ങളിലും ആദിമ പാരമ്പര്യത്തിലും അടങ്ങിയതാണെന്ന് വാദിക്കുന്നത് സാമാന്യജനങ്ങൾക്ക് കൂടുതൽ അഭിമതമാകും എന്ന് കരുതിയാണ്. കേരളത്തിലെ ഇസ്ലാമിക നവോത്ഥാന യത്നങ്ങളിലും ഇസ്ലാഹി പ്രസ്ഥാനത്തിലും മേൽ വിവരിച്ച എല്ലാ പ്രവണതകളും കണ്ടെത്താം.

കേരളത്തെ, അതിലും വിശേഷിച്ച് മുസ്ലീങ്ങൾ കൂടുതലുള്ള മലബാർ പ്രദേശത്തെ ബ്രിട്ടീഷുകാർ വെട്ടിപ്പിടിച്ചത് ആദ്യം ഹൈദരാലിയും തുടർന്ന് ടിപ്പുവും നടത്തിവന്ന ആധിപത്യത്തെ പരാജയപ്പെടുത്തിക്കൊണ്ടാണ്. ഇന്ത്യയിലാകെത്തന്നെ മുസ്ലീം ഭരണാധികാരികളിൽ നിന്നാണ് പ്രധാനമായും ബ്രിട്ടീഷുകാർ ഇന്ത്യയെ ആക്രമിച്ച് കീഴ്പ്പെടു

ത്തിയത്. ഈ ചരിത്ര പശ്ചാത്തലംതന്നെ ബ്രിട്ടീഷുകാരും മുസ്ലീം ജനസാമാന്യവും തമ്മിൽ തുടക്കം തൊട്ടേ ഹിന്ദുക്കളും ബ്രിട്ടീഷുകാരും തമ്മിൽ ഉണ്ടായിരുന്നതിനെക്കാൾ കടുത്ത ശത്രുതയ്ക്ക് വഴിവച്ചു. അതുകൊണ്ട് ബ്രിട്ടീഷുകാർക്ക് എതിരെയുള്ള ശത്രുതയും സംഘട്ട നങ്ങളും മറ്റും 19-ാം നൂറ്റാണ്ടിലെ ഇന്ത്യൻ മുസ്ലീങ്ങളുടെ വിശ്വാസങ്ങ ളിലും പ്രവർത്തനങ്ങളിലും മുഖ്യ പങ്കു വഹിച്ചിരുന്നു.

1921 ലെ മലബാർ ലഹളയ്ക്ക് മുന്നോടിയായി 19-ാം നൂറ്റാണ്ടിൽ മലബാറിന്റെ വിവിധ ഭാഗങ്ങളിൽ ഇടയ്ക്കിടെ പൊട്ടിപ്പുറപ്പെട്ട ലഹളകൾ അന്വേഷണ റിപ്പോർട്ടുകളിലും ചരിത്ര കൃതികളിലും വില്യം ലോഗന്റെ *മലബാർ മാന്വൽ* പോലുള്ള പ്രസിദ്ധീകരണങ്ങളിലും വിശദമായി പരാമർശിക്കപ്പെട്ടിട്ടുണ്ട്. അവയും നവോത്ഥാന സ്വഭാവമുള്ള പ്രസ്ഥാന ങ്ങളാണെങ്കിലും 19-ാം നൂറ്റാണ്ടിന്റെ അന്ത്യപാദത്തിൽ ശ്രീനാരായണ ഗുരുവിന്റെയും മറ്റും ദൗത്യാരംഭകാലവുമായി ബന്ധപ്പെട്ടവയെ മാത്രമേ ഇന്നത്തെ അർഥത്തിൽ നവോത്ഥാനം എന്ന് വിശേഷിപ്പിക്കാൻ കഴിയൂ. ഈ നവോത്ഥാനത്തിന് നായകരായി പല പ്രഗത്ഭമതികൾ ഉണ്ടായിരു ന്നെങ്കിലും ചില പേരുകൾ മാത്രമേ ഇവിടെ സ്പർശിച്ചുപോവുന്നുള്ളൂ.

സെയ്ദ് സനാഉള്ള മക്തി തങ്ങൾ (1847-1921), ചാലിലകത്ത് കുഞ്ഞ ഹമ്മദ് ഹാജി (മരണം 1919), ഷെയ്ഖ് മുഹമ്മദ് മഹീൻ ഹമദാനി തങ്ങൾ (മരണം 1922) വക്കം മുഹമ്മദ് അബ്ദുൾ ഖാദർ മൗലവി (1873-1932) എന്നീ പേരുകൾ മുസ്ലീം നവോത്ഥാന നേതാക്കളിൽ പ്രത്യേക സ്മരണീയ രാണ്. പിൽക്കാലത്ത് ഖുറാന്റെ ആദ്യ മലയാള വിവർത്തനം യാഥാ സ്ഥിതികരുടെ എതിർപ്പ് നേരിട്ടുകൊണ്ട് നിർവഹിച്ച സി എൻ അഹമ്മദ് മൗലവിയും ഇപ്പോഴും ദുരൂഹമായി തുടരുന്ന കൊലപാതകത്തി നിരയായ ചേകന്നൂർ മൗലവിയും ഈ നിലയിലെ ഒടുവിലത്തെ പേരുകാ രാണ്. ഈ അടുത്തയിടെയായി ശക്തിയാർജിച്ചുവരുന്ന 'മുജാഹിദ്ദീൻ' പ്രസ്ഥാനത്തിലും സ്ത്രീസമത്വം, സ്ത്രീവിദ്യാഭ്യാസം, അന്ധവിശ്വാസ നിരാകരണം, പൊതുവിദ്യാഭ്യാസ വ്യാപനം മുതലായ നവോത്ഥാന ഘടകങ്ങൾ ഉയർന്നുവരുന്നുണ്ട് എന്നതും ശ്രദ്ധേയംതന്നെ.

സെയ്ദ് സനാഉള്ള മക്തി തങ്ങൾ

പ്രവാചകന്റെ പിതൃവ്യനായിരുന്ന അബ്ദുൾ മുത്തലീഫിന്റെ പരമ്പര യിൽപ്പെട്ട ആളാകയാൽ സയ്ദ് എന്ന പദവി കൂടിയുള്ള സനാഉള്ള മക്തി തങ്ങൾക്ക് അന്നത്തെ നിലവാരത്തിലുള്ള നല്ല ഔപചാരിക വിദ്യാഭ്യാസം ലഭിച്ചിരുന്നു. മലയാളം, അറബി, ഇംഗ്ലീഷ്, ഉറുദു, പേർഷ്യൻ തുടങ്ങിയ വിവിധ ഭാഷകൾ അദ്ദേഹത്തിന് വശമായിരുന്നു. ഔപചാരികമായ ഇംഗ്ലീഷ് വിദ്യാഭ്യാസവും അഭിജാതമായ കുടുംബബന്ധങ്ങളും ഉണ്ടായി രുന്നതിനാൽ ബ്രിട്ടീഷ് സർക്കാരിന് കീഴിൽ ഒരു ഉദ്യോഗം ലഭിച്ചെങ്കിലും, മത നവോത്ഥാന പ്രവർത്തനങ്ങൾക്കായി അദ്ദേഹം 1882-ൽ അത് രാജിവച്ചു.

ഇസ്ലാമിക വിദ്യാഭ്യാസങ്ങളിൽ കടന്നുകൂടിയിരുന്ന അനാചാരങ്ങൾക്കും അന്ധവിശ്വാസങ്ങൾക്കും എതിരെയും അനിസ്ലാമികം എന്ന് അദ്ദേഹം കരുതിയിരുന്ന ചന്ദനക്കുടം, ശവകുടീരപൂജ മുതലായവയെയും അദ്ദേഹം എതിർത്തു. ആധുനിക വിദ്യാഭ്യാസം നേടി പരിഷ്കൃതരാവാൻ അദ്ദേഹം മുസ്ലീങ്ങളെ ഉത്ബോധിപ്പിക്കുകയും വിദ്യാലയ സ്ഥാപനം മുതലായവ നടത്തുകയും ചെയ്തു. അറബിയിലും, മലയാളത്തിലും അറബി-മലയാളത്തിലും അദ്ദേഹം കാലികങ്ങൾ പ്രസിദ്ധീകരിക്കുകയും പുസ്തകങ്ങളും ലഘുലേഖകളും പ്രചരിപ്പിക്കുകയും ചെയ്തു.

മക്തി തങ്ങൾക്ക് വിപരീത ദിശകളിൽനിന്ന് രണ്ട് മുഖ്യ എതിർപ്പുകളാണ് നേരിടേണ്ടിവന്നത്. നേരത്തേ വിവരിച്ച ബ്രിട്ടീഷ് കടന്നാക്രമണകാലത്തെ സവിശേഷ സാഹചര്യത്തിൽ കൊളോണിയൽ അധികാരികളും അവരുടെ സംരക്ഷണയിൽ കഴിഞ്ഞ ക്രിസ്ത്യൻ മിഷനറിമാരും മുസ്ലീങ്ങളെ അപകീർത്തിപ്പെടുത്താനും ഇസ്ലാമിനെ കരിതേച്ചു കാണിക്കാനും പരിശ്രമിച്ചു. നേരിട്ട് ബ്രിട്ടീഷുകാരുമായി രാഷ്ട്രീയ സംഘട്ടനത്തിന് വഴിവയ്ക്കാത്തപ്രകാരം ആണെങ്കിലും ഇസ്ലാമിക വിരുദ്ധ പ്രചാരവേലകളെ യുക്തിയുക്തമായും ഫലപ്രദമായും മക്തി തങ്ങൾ ചെറുത്തു. ഇസ്ലാമിൽനിന്ന് ക്രിസ്തുമതത്തിലേക്കും രാഷ്ട്രീയമായി ബ്രിട്ടീഷ് പക്ഷപാതത്തിലേക്കും മുസ്ലീങ്ങളെ ആട്ടി തെളിയിക്കാനുള്ള ശ്രമങ്ങളെ വലിയൊരളവുവരെ പരാജയപ്പെടുത്താൻ മക്തി തങ്ങൾക്ക് സാധിച്ചു.

എന്നാൽ മക്തി തങ്ങൾക്കും അനുയായികൾക്കും സ്വന്തം സമുദായത്തിലെ മതപണ്ഡിതന്മാരിൽനിന്നും (ഉലെമ) എതിർപ്പുകളും പീഡനങ്ങളും സഹിക്കേണ്ടിവന്നു. ആധുനിക വിദ്യാഭ്യാസത്തെയും മുസ്ലീങ്ങളുടെ ഇടയ്ക്ക് പ്രചരിച്ചിരുന്ന അനാചാരവിരുദ്ധ പ്രവർത്തനങ്ങളെയും സംശയദൃഷ്ടിയോടെ വീക്ഷിച്ച യാഥാസ്ഥിതികർ മക്തി തങ്ങൾക്കെതിരെ അണിനിരന്നെങ്കിലും അദ്ദേഹം അവരുടെ മുമ്പിൽ മുട്ടുകുത്താതെ അവസാന നിമിഷംവരെ പൊരുതിനിന്നു.

ചാലിലകത്ത് കുഞ്ഞഹമ്മദ് ഹാജി

സയ്ദ് മക്തി തങ്ങൾ കഴിഞ്ഞാൽ രണ്ടാമത്തെ സ്ഥാനത്താണ് ചരിത്രകാരന്മാർ മൗലാന ചാലിലകത്ത് കുഞ്ഞഹമ്മദ് ഹാജിയെ പരിഗണിക്കുന്നത്. തിരൂർക്കാരനായ ഹാജിയുടെ ഔപചാരിക വിദ്യാഭ്യാസം പ്രാഥമിക ക്ലാസുകളിൽ അവസാനിച്ചെങ്കിലും പിന്നീട് പടിപടിയായി വെല്ലൂരിലെ അറബി കോളേജിൽ എത്തി ബിരുദം നേടാൻ അദ്ദേഹത്തിനു കഴിഞ്ഞു. വിവിധ ഭാഷകളും മതഗ്രന്ഥങ്ങളും പഠിച്ച് ലോകകാര്യ വിശാരദനും ഗ്രന്ഥകാരനും ആയ ഹാജി ഒരു അധ്യാപകനായിട്ടാണ് ജീവിതത്തിന്റെ മുഖ്യഭാഗം ചെലവഴിച്ചത്. ഇസ്ലാമിക മത പഠനത്തെയും പൊതുവിദ്യാഭ്യാസത്തെയും പരമ്പരാഗത ശൈലിയിൽനിന്നും വിമുക്തമാക്കി

ആധുനികതയിലേക്ക് നയിക്കാൻ ശ്രമിച്ച ചാലിലകത്ത് ഹാജിയെ പലരും അലിഗാർഹ് സർവകലാശാലാ സ്ഥാപകനായ വിദ്യാഭ്യാസപരിഷ്കർത്താവ് സർ സയ്യിദ് അഹമ്മദിനോട് താരതമ്യപ്പെടുത്താറുണ്ട്.

പെൺകുട്ടികളുടെ വിദ്യാഭ്യാസത്തിന് പ്രത്യേകം താൽപ്പര്യം പ്രദർശിപ്പിച്ച ഹാജി അതിനുവേണ്ടി വമ്പിച്ച പ്രചാരവേല നടത്തുക മാത്രമല്ല യാഥാസ്ഥിതികരുടെ എതിർപ്പിനെയും ആക്ഷേപത്തെയും അവഗണിച്ചുകൊണ്ട് സ്വന്തം പെൺമക്കളെ വിദ്യാലയങ്ങളിൽ അയയ്ക്കുകയും ചെയ്തു. വ്യാകരണത്തിലും ഭാഷാശാസ്ത്രത്തിലും നിഷ്ണാതനായിരുന്ന ഹാജി അക്കാലത്ത് മലബാറിൽ വളരെ പ്രചാരത്തിലിരുന്ന അറബി-മലയാളം ലിപിവിന്യാസവും ശബ്ദവ്യവസ്ഥയും പരിഷ്കരിച്ചു.

അഹമ്മദീയ പ്രസ്ഥാനത്തിന്റെ കടുത്ത വിമർശകനായിരുന്ന ചാലിലകത്ത് ഹാജി ഇസ്ലാമിന്റെ വിശ്വാസപരിശുദ്ധിക്കായി പരിശ്രമിച്ചുകൊണ്ടാണ് അന്ധവിശ്വാസങ്ങൾക്കെതിരെ പോരാടിയത്.

ഷെയ്ഖ് മുഹമ്മദ് ഹമദാനി തങ്ങൾ

എറണാകുളം നഗരത്തിന്റെ പ്രാന്തപ്രദേശത്ത് വടുതലയിലെ ഒരു സാധാരണ കുടുംബത്തിൽ പിറന്ന ഷെയ്ഖ് മുഹമ്മദ് മാഹീൻ ഹമദാനി തങ്ങൾ സാമുദായികവും വിദ്യാഭ്യാസപരവും രാഷ്ട്രീയവുമായ രംഗങ്ങളിൽ വ്യക്തിമുദ്ര ചാർത്തിയ പരിഷ്കർത്താവാണ്. അദ്ദേഹത്തിന്റെ നാനാമുഖമായ സേവനങ്ങളെ മുൻനിർത്തി തിരുവിതാംകൂർ നിയമസഭയിലേക്ക് അദ്ദേഹത്തെ സർക്കാർ നാമനിർദേശം ചെയ്ത് സ്വീകരിക്കുകയുണ്ടായി.

അദ്ദേഹത്തിന്റെ പ്രധാനപ്പെട്ട പ്രവർത്തന മണ്ഡലം വിദ്യാഭ്യാസത്തിന്റേതായിരുന്നു. ഇസ്ലാമിക വിദ്യാഭ്യാസ സമ്പ്രദായം പരിഷ്കരിക്കാനും കുട്ടികൾക്ക് മനസിലാകാത്ത ഭാഷയിൽ ദുർഗ്രഹമായ ആശയങ്ങൾ കാണാപ്പാഠം പഠിച്ച് ഉരുവിടുന്നതിനുപകരം ഖുറാനിലെയും മറ്റു പുണ്യഗ്രന്ഥങ്ങളിലെയും കാര്യങ്ങൾ ലളിതമായി വിവരിച്ച് മനസിലാക്കിക്കൊടുക്കാനുമുള്ളതായിരുന്നു ഹമദാനിയുടെ പരിഷ്കാര നിർദേശങ്ങൾ. സ്വാഭാവികമായും യാഥാസ്ഥിതിക വൃത്തങ്ങൾ ഈ പരിഷ്കാര നിർദേശങ്ങളിൽ അസംതൃപ്തി പ്രകടിപ്പിച്ചെങ്കിലും ഹമദാനിയുടെ ഗഹനമായ മതപാണ്ഡിത്യത്തിന്റെ മുമ്പിൽ അവർ നിഷ്പ്രഭരായി.

കേരളത്തിലെ മുസ്ലീം നവോത്ഥാന ചരിത്രത്തിൽ നിർണായകമായ പങ്കുവഹിച്ച് 12 വർഷത്തോളം കൊടുങ്ങല്ലൂർ കേന്ദ്രമായി പ്രവർത്തിച്ച "മുസ്ലീം ഐക്യ സംഘ"ത്തിന്റെ മുന്നോടിയായിരുന്ന മുസ്ലീം നിഷ്പക്ഷ സംഘത്തിന്റെ സ്ഥാപക നേതാവായിരുന്നു ഹമദാനി. നിസാരകാര്യങ്ങളെച്ചൊല്ലി ചേരിപിരിഞ്ഞും കുടുംബം തിരിഞ്ഞും കലഹിച്ച് ജീവിതം പാഴാക്കിയിരുന്ന അക്കാലത്തെ മുസ്ലീങ്ങളെ യോജിപ്പിച്ച് അണിനിരത്തുക എന്നതായിരുന്നു ഹമദാനിയുടെ നിഷ്പക്ഷ സംഘത്തിന്റെ ലക്ഷ്യം. ഈ സംഘത്തിന്റെ പ്രവർത്തനത്തിലൂടെ മുസ്ലീം ഐക്യസംഘം

രൂപംകൊണ്ടതും അതിന്റെ നേതാവായി ശ്രീനാരായണ ഗുരുവിന്റെ സുഹൃത്തും സ്വദേശാഭിമാനി രാമകൃഷ്ണപിള്ളയുടെ സഹപ്രവർത്തകനും ആയിരുന്ന വക്കം അബ്ദുൾഖാദർ മൗലവി ഉയർന്നുവന്നതും ഐതിഹാസിക മാനങ്ങളുള്ള മറ്റൊരു കഥയാണ്. ഐക്യസംഘത്തെയും വക്കം മൗലവിയെയും കുറിച്ച് പ്രത്യേകം ലേഖനങ്ങൾ ഉള്ളതുകൊണ്ട് ഇവിടെ വിവരിക്കുന്നില്ല.

പാലക്കുന്നത്ത് അബ്രഹം മൽപ്പാൻ

22 ക്രിസ്ത്യൻ നവോത്ഥാന പ്രവണതകൾ

ക്രിസ്തുവർഷം ഒന്നാം നൂറ്റാണ്ടിൽ യേശുക്രിസ്തുവിന്റെ ശിഷ്യനായിരുന്ന മാർത്തോമാശ്ലീഹ കേരളം സന്ദർശിച്ചുവെന്നും അദ്ദേഹമാണ് കേരളത്തിലെ, ഒരുപക്ഷേ ഇന്ത്യയിലെതന്നെ പ്രഥമ ക്രിസ്തീയ സഭയ്ക്ക് ജന്മം നൽകിയതെന്നും ഒരു പഴംപുരാണം നിലവിലുണ്ട്. അത് ശരിയായാലും തെറ്റായാലും ഏഴും എട്ടും നൂറ്റാണ്ടുകൾ തൊട്ട് ക്രിസ്തുമതം കേരളത്തിൽ പ്രചരിച്ചിരുന്നു എന്നത് നിസ്തർക്കമാണ്. ഇസ്ലാം അന്ന് കേരളത്തിൽ എത്തിക്കഴിഞ്ഞിട്ടില്ലാത്തതിനാലും അന്നത്തെ കേരളീയർ മുഖ്യമായും ബൗദ്ധ-ജൈന മതാനുയായികൾ ആയിരുന്നതിനാലും ഹിന്ദുമതം എട്ടാം നൂറ്റാണ്ടിൽ ആര്യന്മാരുടെ വരവോടുകൂടി മാത്രമേ കേരളത്തിൽ പ്രചരിച്ചിരുന്നുള്ളൂ എന്നതിനാലും കേരളത്തിൽ ഇന്ന് നിലവിലുള്ള സജീവ മതങ്ങളിൽ ഏറ്റവും പഴക്കമുള്ളത് ക്രിസ്തുമതത്തിനാണ് എന്ന് ആരെങ്കിലും വാദിച്ചാൽ അത് അത്രവേഗം തിരസ്കരിക്കാൻ കഴിയും എന്ന് തോന്നുന്നില്ല.

ഇങ്ങനെ കേരളത്തിലെ ഏറ്റവും പഴക്കം ചെന്ന മതമോ ഏറ്റവും പഴക്കം ചെന്ന മതങ്ങളിൽ ഒന്നോ ആയ ക്രിസ്തുമതത്തിന് ചരിത്രത്തിൽ ലഭിച്ച പ്രഥമ പ്രഹരം 1498 ൽ കോഴിക്കോടിന് വടക്ക് കപ്പാട് കടലോരത്ത് ഒരു കൈയിൽ കരവാളും മറുകൈയിൽ കുരിശുമായി വന്നെത്തിയ പറങ്കി

കപ്പിത്താൻ വാസ്കോദ്ഗാമയുടെയും കൂട്ടു വ്യാപാരികളുടെയും സൈനികരുടെയും കൈകളിൽനിന്നാണ്. കേരളത്തിൽ ക്രിസ്ത്യാനികൾ ഉണ്ടെന്നും അവർ വാസ്കോദ്ഗാമ ഉൾപ്പെടെയുള്ളവരുടെ റോമൻ കത്തോലിക്കാ സർവാധിപത്യസഭയിൽ പെട്ടവർ അല്ലെന്നും കേട്ട് ഗാമയും കൂട്ടരും ഞെട്ടിപ്പോയി. കേരളത്തിലെ ക്രിസ്ത്യാനികളെ യഥാർഥ ക്രിസ്ത്യാനികളായി അംഗീകരിക്കാൻ ഗാമയും കൂട്ടരും തയ്യാറായില്ല. പിന്നീടങ്ങോട്ട് രാജ്യം വെട്ടിപ്പിടിക്കാനും സുഗന്ധദ്രവ്യ വ്യാപാരം ഊർജിതപ്പെടുത്താനും മറ്റും നടന്ന ശ്രമങ്ങളോടൊപ്പം കേരളത്തിലെ ക്രിസ്ത്യാനികളെ ഒന്നടങ്കം യൂറോപ്യൻ റോമൻ കത്തോലിക്കാ സഭയിലേക്ക് പിടിച്ചടക്കാനും പരിശ്രമം ആരംഭിച്ചു. അനുനയങ്ങളും പ്രലോഭനങ്ങളും ഭീഷണികളും എല്ലാം അതിനായി അവർ പ്രയോഗിച്ചുനോക്കി. കേരളത്തിലെ ക്രിസ്തീയ സമുദായം ക്രിസ്തുവിന്റെ പുതിയ നിയമത്തിലെ സുവിശേഷം അംഗീകരിക്കുകയും ക്രിസ്തുവിന്റെ കുരിശുമരണത്തിന്റെ ദൈവശാസ്ത്ര വ്യാഖ്യാനങ്ങൾ സ്വീകരിക്കുകയും ചെയ്തുപോന്നു. എങ്കിലും കത്തോലിക്കാ സഭയുടെ ഉച്ചനീചത്വശ്രേണിബദ്ധമായ ഘടനയിൽനിന്ന് വ്യത്യസ്തമായ ആദിമ ജനകീയ ഭരണരീതിയാണ് അനുവർത്തിച്ചുപോന്നത്. ഇടവകകളിൽ തെരഞ്ഞെടുക്കപ്പെട്ട പുരോഹിതനും ഭരണസമിതിയും എന്നിങ്ങനെ മാർത്തോമയുടെ “വഴിയും വഴിപാടും” എന്ന പേരിൽ അറിയപ്പെട്ടിരുന്ന അവരുടെ സമ്പ്രദായങ്ങൾക്ക് കേരളീയത്വവും കേരളത്തിലെ മറ്റു ജനവിഭാഗങ്ങളുടെ ജീവിത സമ്പ്രദായങ്ങളുമായി മികവുറ്റ ബന്ധവും ഉണ്ടായിരുന്നു. പേരിലും പെരുമാറ്റത്തിലും വേഷഭൂഷാദികളിലും എല്ലാം അവർ കേരളീയരായിരുന്നു.

ഈ മണ്ണിന്റെ മണം കലർന്ന ഈ ദേശീയതയും ജനകീയ ഭരണശൈലിയും മാർപ്പാപ്പയുടെ അപ്രമാദിത്വത്തിലും അധികാര മഹത്വത്തിലും വിശ്വസിച്ചിരുന്ന പറങ്കികൾക്ക് സ്വീകാര്യമായില്ല. തുടർന്നങ്ങോട്ട് ഒരു നൂറ്റാണ്ടിലേറെക്കാലം നീണ്ടുനിന്ന സമരം കേരള ക്രിസ്ത്യാനികളെ കോളനിവൽക്കരിക്കാനും തങ്ങളുടെ വ്യാപാര-സൈനിക താൽപ്പര്യങ്ങൾക്ക് ഉതകുന്ന കരുവാക്കി മാറ്റാനും നടന്ന ശ്രമമാണ്. ഈ കോളനിവൽക്കരണ ശ്രമത്തിന് എതിരെ നാട്ടു ക്രിസ്ത്യാനികൾ നടത്തിയ പോരാട്ടത്തെ കേരളീയ ക്രൈസ്തവസമുദായത്തിലെ പ്രഥമ നവോത്ഥാന സംരംഭമായി കണക്കാക്കുന്നതിൽ തെറ്റില്ല.

പറങ്കികളുടെ ഈ കോളനിവൽക്കരണ യത്നത്തിന്റെ മൂർധന്യമായിരുന്നു 1599-ൽ തൃപ്പൂണിത്തുറയ്ക്ക് തെക്കുള്ള ഉദയംപേരൂരിൽ വച്ചു നടന്ന മതമഹാ സമ്മേളനം. ഗോവയിലെ ആർച്ച് ബിഷപ്പ് മെനേസിസിന്റെ കൈകാര്യ കർതൃത്വത്തിൽ നടന്ന ഉദയംപേരൂർ സുന്നഹദോസ് കേരള ക്രിസ്ത്യാനികളെ അവരുടെ സവിശേഷ പാരമ്പര്യങ്ങളിൽനിന്നെല്ലാം അടർത്തിയെടുത്ത് യൂറോപ്യൻ റോമൻസഭാ വഴക്കങ്ങൾക്ക് കീഴ്പ്പെടുത്തുന്നതായിരുന്നു. സുന്നഹദോസ് അംഗീകരിച്ച ‘കാനോനകളു’ടെ ലക്ഷ്യം ആചാരം, പ്രാർഥന, മാമോദിസ, വിവാഹം മുതലായവ

സംബന്ധിച്ച ചടങ്ങുകൾ, പേരുകൾ തുടങ്ങി സകലതിലും കേരള ക്രിസ്ത്യാനികളെ കൊളോണിയൽ പതിപ്പുകളായി മാറ്റാൻ ഉദ്ദേശിച്ചു കൊണ്ടുള്ളവയായിരുന്നു. ഡോ. സ്കറിയ സക്കറിയ എഴുതിയ *ഉദയം പേരൂർ സുന്നഹദോസ് കാനോനകൾ* (1994, കോട്ടയം) എന്ന പുസ്തകം നോക്കുക.

സുന്നഹദോസ് ഒരുവിധം വിജയകരമായി സമാപിച്ചു എന്ന ധാരണയോടെയാണ് പിരിഞ്ഞതെങ്കിലും ക്രിസ്തീയ ജനസാമാന്യവും കീഴ്പ്പട്ടക്കാരും കാനോനകൾ എല്ലാം അപ്പാടെ സ്വീകരിക്കാൻ തയ്യാറായില്ല. മുറുമുറുപ്പും തുറന്ന എതിർപ്പും ഒടുവിൽ കലാപമായി മാറി. അങ്ങനെയാണ് 1653-ൽ ഇപ്പോഴും മട്ടാഞ്ചേരിയിൽ സ്ഥിതിചെയ്യുന്ന 'കൂനൻ കുരിശ്' എന്ന അൽപ്പം ചരിഞ്ഞ കുരിശിന് ചുറ്റും മധ്യകേരളത്തിന്റെ നാനാഭാഗത്തുനിന്നും വന്നുചേർന്ന പതിനായിരക്കണക്കിന് ക്രിസ്ത്യാനികൾ ഉദയംപേരൂർ തീരുമാനങ്ങളെ വെല്ലുവിളിച്ചുകൊണ്ട് തങ്ങളുടെ പരമ്പരാഗത വിശ്വാസങ്ങളിലും ആചാരങ്ങളിലും ഉറച്ചു നിൽക്കുമെന്ന് ഉറക്കെ പ്രഖ്യാപിച്ചത്. 1653 ജനുവരി 3-ന്റെ ചരിത്ര പ്രസിദ്ധമായ ഈ 'കൂനൻ കുരിശ്' സത്യം കേരളത്തിലെ ക്രിസ്തീയ നവോത്ഥാന ചരിത്രത്തിലെ നിത്യസ്മാരകമാണ്.

ഈ പ്രക്ഷോഭവും സമരവും പിന്നെയും തുടർന്നുവന്നു. ഇതിനിടെ ഏഷ്യയിലെ മറ്റു പല വൻകരകളിലും എത്തിയ വിശുദ്ധ ഫ്രാൻസിസ് സേവ്യർ (1506–1552) എന്ന പ്രസിദ്ധ ഈശോസഭ പ്രവർത്തകൻ കേരളത്തിൽ വരികയും തീരപ്രദേശങ്ങളിൽ മുഖ്യമായും മത്സ്യബന്ധനം കൊണ്ട് ഉപജീവനം കഴിക്കുന്ന ജനവിഭാഗങ്ങളെ ക്രിസ്തുമതത്തിൽ ചേർക്കുകയും ചെയ്തു. കത്തോലിക്കാ മതം സ്വീകരിച്ച പരമ്പരാഗത കേരളീയ ക്രിസ്ത്യാനികളെ സുറിയാനി കത്തോലിക്കർ എന്നും സേവ്യറുടെ പരിശ്രമംകൊണ്ട് ക്രിസ്തുമതം സ്വീകരിച്ചവരെ ലത്തീൻ കത്തോലിക്കരെന്നും പറഞ്ഞുവരുന്നു. കൂനൻ കുരിശ് സത്യത്തിലേക്ക് നയിച്ച വിശ്വാസതർക്കങ്ങൾ ഇപ്പോഴും കത്തോലിക്കാസഭയിൽനിന്നും പോയി മറഞ്ഞിട്ടില്ല. കേരളത്തിലെ ചില വിഭാഗം കത്തോലിക്കർക്ക് അവരുടേതായ ആചാരങ്ങളും ആരാധനാക്രമങ്ങളും അനുവദിച്ചുകൊടുക്കേണ്ടതിനെക്കുറിച്ച് തർക്കങ്ങളും നിവേദനങ്ങളും ആലോചനകളും ഇപ്പോഴും നിലവിലുണ്ട്.

ക്രിസ്ത്യൻ നവോത്ഥാന പ്രവണതകൾ രണ്ടാം ഘട്ടം

ഉദയംപേരൂർ സുന്നഹദോസിന്റെയും കൂനൻ കുരിശ് സത്യത്തിന്റെയും കാലം പറങ്കികളുടെ കേരളത്തിലെ പരാജയത്തോടെ അസ്തമിച്ചുവെങ്കിലും കേരളത്തിലെ ക്രിസ്ത്യാനികളിൽ ഭൂരിപക്ഷംപേരും കത്തോലിക്കാ മതാനുയായികളായി തുടർന്നു. സീറോ മലബാർ സഭ, റീത്ത് സഭ, ലത്തീൻ കത്തോലിക്കാ സഭ എന്നിങ്ങനെയുള്ള വേർതിരിവുകൾ അവർക്കിടയിൽ ഉണ്ടെങ്കിലും അവയെല്ലാം റോമിലെ മാർപ്പാ

പ്പയുടെ കീഴിലുള്ള അംഗീകൃത വിഭാഗങ്ങൾ തന്നെയാണ്. പറങ്കികളും അവർക്കു പുറകെ ഫ്രഞ്ചുകാരും ഡച്ചുകാരും എല്ലാം ബ്രിട്ടന്റെ മുമ്പിൽ തോറ്റ് പിൻവാങ്ങിയതോടെ കേരളത്തിലെ ക്രിസ്തീയ സമൂഹത്തിൽ മറ്റൊരു പുതിയ ഘടകം ഉദയംചെയ്തു. ബ്രിട്ടീഷുകാരുടെ പ്രോട്ടസ്റ്റന്റ് (നവീകരണം) സ്വാധീനവും ബ്രിട്ടന്റെ ഔദ്യോഗിക സഭയായ ചർച്ച് ഓഫ് ഇംഗ്ലണ്ടിന്റെ സ്വാധീനവും ആയിരുന്നു അത്. ഈ ഇംഗ്ലീഷ് പ്രവണതകളിൽപ്പെട്ടവരെ ആംഗ്ലിക്കൻ സഭകൾ എന്നും വിശേഷിപ്പി ച്ചുവരുന്നു. മധ്യയൂറോപ്പ് കേന്ദ്രമായി പ്രവർത്തിച്ചിരുന്ന 'ബാസൽ മിഷൻ'കാരാണ് മംഗലാപുരം മുതൽ തെക്കോട്ട് തലശ്ശേരി വരെ ആധി പത്യം ചെലുത്തിയിരുന്നതെങ്കിൽ അന്നത്തെ തെക്കൻ തിരുവിതാം കൂറിൽ (കന്യാകുമാരി ജില്ല) ലണ്ടൻ മിഷൻ സൊസൈറ്റിയും മധ്യ തിരുവിതാംകൂറിൽ ചർച്ച് മിഷൻ സൊസൈറ്റിയും (സി എം എസ്) മറ്റും മതപരിവർത്തനത്തിനുവേണ്ടി പരിശ്രമിച്ചുവന്നു. ഈ പ്രവർത്തനങ്ങൾ ശക്തിയാർജിച്ച 19-ാം നൂറ്റാണ്ടിൽ കേരളത്തിലെ ക്രിസ്ത്യാനികൾ രണ്ട് ധാരകളിൽപ്പെട്ടവരായിരുന്നു. ഒന്നാമത്തേത് കത്തോലിക്കർ തന്നെ. മറ്റുള്ള ക്രിസ്ത്യാനികൾ നസ്രാണികൾ, സുറിയാനികൾ, മലങ്കര യാക്കോബായ സഭ എന്നിങ്ങനെയൊക്കെ അറിയപ്പെട്ടിരുന്നു. ഇവരിൽ നസ്രാണികളിലും സുറിയാനികളിലും കത്തോലിക്കരും ഉൾപ്പെട്ടി രുന്നു.

പുതിയ യൂറോപ്യൻ പ്രോട്ടസ്റ്റന്റുകാർ മതം മാറ്റിയെടുത്തവ രെയും കത്തോലിക്കരെയും ഒഴിച്ചാൽ അവശേഷിച്ച ക്രിസ്ത്യാനികൾ മാർത്തോമാസ്ലീഹയുടെ പാരമ്പര്യം അവകാശപ്പെടുന്ന മലങ്കര യാക്കോ ബായ സുറിയാനി ക്രിസ്ത്യാനികൾ ആയിരുന്നു. അവരുടെ ആഗോള തലത്തിലുള്ള പുരോഹിത ശ്രേഷ്ഠൻ അന്ത്യോക്യയിലെ പാത്രിയാർ ക്കീസ് ആണ്. റോമൻ കത്തോലിക്കാസഭയും ഗ്രീക്ക് ഓർത്തഡോക്സ് സഭയും ഇപ്പോൾ താരതമ്യേന ചെറുതായ അന്ത്യോക്യസഭയും തുല്യ അധികാരം ഉള്ളതായി പരിഗണിക്കപ്പെട്ടുവരുന്നു. അന്ത്യോക്യസഭാ തലവൻ ഇപ്പോൾ സിറിയൻ തലസ്ഥാനമായ ഡെമാസ്കസിലാണ് താമസിച്ചുവരുന്നത്.

മലങ്കര യാക്കോബായ സഭക്ക് മണ്ണിന്റെ മണവും പാരമ്പര്യത്തിന്റെ മഹത്വവും ദേശീയതയുടെ കരുത്തും അവകാശപ്പെടാമെങ്കിലും ഒരു പുരാതന സഭ എന്ന നിലയിൽ പലവിധ അനാചാരങ്ങളും അതിൽ കടന്നുകൂടിയിരുന്നു. കേരളത്തിലെ മറ്റു മതങ്ങളിലെ അനാചാരങ്ങളും അന്ധവിശ്വാസങ്ങളും യാക്കോബായ സഭയിലും ആധിപത്യം സ്ഥാപി ച്ചിരുന്നു. ഈ സാഹചര്യത്തിൽ ആംഗ്ലിക്കൻ തുടങ്ങിയ വിവിധ പ്രോട്ട സ്റ്റന്റ് ധാരകളുടെ സ്വാധീനം യാക്കോബായക്കാർക്കിടയിൽ ചലന ങ്ങൾക്ക് വഴിവച്ചു. കത്തോലിക്കാസഭയുടെ കരിങ്കൽ കോട്ടയിൽ വിള്ള ലുണ്ടാക്കുക എന്നത് മിക്കവാറും അസാധ്യം തന്നെയെന്ന് മനസിലാ ക്കിയ പ്രോട്ടസ്റ്റന്റുകാർ അവരുടെ ശ്രദ്ധ ഹിന്ദു സമൂഹത്തിലെ അയിത്ത

ക്കാരായ അധഃസ്ഥിതർക്കിടയിലും യാക്കോബായ സഭയിലും കേന്ദ്രീകരിക്കാൻ തുടങ്ങി. യാക്കോബായ സഭയിലെ പഴയമട്ടുകാരും പുരോഹിത പ്രമാണിമാരും പ്രോട്ടസ്റ്റന്റ് പരിഷ്കരണ ശ്രമങ്ങളെ ചെറുത്തെങ്കിലും ചെറുപ്പക്കാരും അഭ്യസ്തവിദ്യരും ആയ ഒരു വിഭാഗത്തെ അവർക്ക് സ്വാധീനിക്കാൻ കഴിഞ്ഞു. ഇതിന്റെ ഫലമായി വിവിധ ഇടവകകളിൽ ഉയർന്നുവന്ന അനാചാരവിരുദ്ധ ചർച്ചകളും യോഗങ്ങളും പ്രചാരവേലയുമാണ് ക്രിസ്തീയ സമൂഹത്തിലെ നവോത്ഥാനത്തിന്റെ രണ്ടാം ഘട്ടത്തിലെ പ്രഥമ സംഭവമായ മാർത്തോമാ സഭയുടെ ഉദയത്തിനു വഴിവച്ചത്.

യാക്കോബായ സഭയുടെ യാഥാസ്ഥിതിക സമ്പ്രദായങ്ങൾക്ക് എതിരെ കലാപക്കൊടി ഉയർത്തിയ പാലക്കുന്നത്ത് അബ്രഹാം മൽപ്പാനും അദ്ദേഹത്തിന്റെ സഹോദര പുത്രനായ പാലക്കുന്നത്ത് മാത്യൂസ് മാർ അത്തിനാസിയോസും മറ്റും തുടക്കത്തിൽ ആവേശം ഉൾക്കൊണ്ടത് പ്രോട്ടസ്റ്റന്റുകാരിൽ നിന്നായിരുന്നെങ്കിലും പിന്നീട് ആ വഴിക്ക് പോയാൽ സാധാരണക്കാരായ യാക്കോബായക്കാർ തങ്ങളെ തിരസ്കരിക്കും എന്നു മനസിലാക്കി പുതിയൊരു കേരളീയ സഭ സ്ഥാപിക്കുകയാണ് ചെയ്തത്. ബ്രിട്ടീഷ് ഗവൺമെന്റിന്റെ റസിഡന്റുമാരും ഫലത്തിൽ തിരുവിതാംകൂറിന്റെ മേലധികാരികളും ആയി വന്ന കേണൽ മെക്കാളെയും മൺട്രോയും രാഷ്ട്രീയ ലക്ഷ്യത്തോടെ ഈ നീക്കങ്ങൾക്ക് ഒത്താശ ചെയ്തുവന്നു. പാലക്കുന്നത്ത് മാത്യൂസ് അത്തനാസിയോസ് അന്ത്യോക്യയിലെ പാത്രിയാർക്കീസിൽനിന്നും മെത്രാൻ പട്ടം നേടി കേരളത്തിലെ മെത്രാപോലിത്തയായി 1843-ൽ എത്തിയതോടെയാണ് മാർത്തോമാസഭ ഒരു നവീകരണ സഭയായി രൂപംകൊണ്ടത്. സുമാർ 120 വർഷത്തിനുശേഷം 1961-ൽ മാർത്തോമാ സഭ വീണ്ടും പിളർന്ന് ഇവാഞ്ചലിക്കൽ സഭക്ക് ജന്മം നൽകിയത് ചരിത്രത്തിന്റെ ആവർത്തനമായിരുന്നു. പഴയ യാക്കോബായ സഭയിലെ അനാചാരങ്ങൾക്കും വേദവിരുദ്ധമായ ആരാധനാക്രമങ്ങൾക്കും എതിരെ കലാപം നടത്തി പാലക്കുന്നത്ത് മെത്രാന്റെ നേതൃത്വത്തിൽ രൂപീകരിക്കപ്പെട്ട മാർത്തോമാസഭ ഈ സ്ഥാപന ലക്ഷ്യങ്ങൾ എല്ലാം ഉപേക്ഷിച്ച് പഴയ അനാചാരങ്ങളിലേക്ക് തിരിച്ചുപോയിരിക്കുന്നു എന്നതായിരുന്നു പുതിയ ഇവാഞ്ചലിക്കൽ സഭയുടെ ബുദ്ധികേന്ദ്രമായ കെ എൻ ദാനിയലിന്റെ ആക്ഷേപം.

പാലക്കുന്നത്ത് മൽപ്പാനും മറ്റും മത നവീകരണവും ആചാര പരിഷ്കാരങ്ങളും നടത്താൻ പുതിയ സഭ സ്ഥാപിക്കുകയാണ് ചെയ്തതെങ്കിൽ മറ്റു ചില പരിഷ്കർത്താക്കൾ വിദേശത്തുനിന്നും ഇറക്കുമതി ചെയ്യപ്പെട്ട 'ബ്രദറൻ', 'പെന്തികോസ്ത്', 'ശാബത്ത്', 'സെവൻത് ഡേ അഡ്വെന്റിസ്റ്റ്' തുടങ്ങിയ വിവിധ ഗ്രൂപ്പുകളിൽ ചേർന്ന് നിലവിലുള്ള സമ്പ്രദായങ്ങളോട് എതിർപ്പ് രേഖപ്പെടുത്തുകയാണ് ഉണ്ടായത്.

ഇവയിൽ നിന്നെല്ലാം വ്യത്യസ്തമെങ്കിലും ആചാര പരിഷ്കാര

ത്തിന്റെയും നവോത്ഥാനത്തിന്റെയും കരുത്തുറ്റ പ്രഖ്യാപനം ആയിരുന്നു ഇപ്പോൾ പൊയ്കയിൽ കുമാരഗുരുദേവൻ എന്ന് അറിയപ്പെടുന്ന പൊയ്കയിൽ യോഹന്നാൻ (1878–1938) എന്ന ഇരവിപേരൂർക്കാരൻ സ്ഥാപിച്ച പ്രത്യക്ഷ രക്ഷാ ദൈവ സഭ (പി ആർ ഡി എസ്). പറയ അഥവാ സാംബവ സമുദായത്തിൽനിന്ന് മതംമാറി ക്രിസ്ത്യാനിയായിട്ടും ഹിന്ദു മതത്തിലെ സവർണ മേധാവികളെപ്പോലെ സവർണ ക്രിസ്ത്യാനികൾ തങ്ങളോട് വിവേചനം കാട്ടുന്നു എന്ന പരാതിയാണ് പി ആർ ഡി എസിന്റെ സ്ഥാപനത്തിലേക്ക് കുമാരഗുരുദേവനെ നയിച്ചത്. (പ്രത്യേക കുറിപ്പ് അന്യത്ര) പൊയ്കയിൽ യോഹന്നാനെപ്പോലെതന്നെ ചേരമാർ വിഭാഗത്തിൽനിന്നും ക്രിസ്ത്യാനികളായവരുടെ അവകാശങ്ങൾക്കു വേണ്ടി പടപൊരുതിയ പാമ്പാടി ജോൺ ജോസഫ് (1887–1940) തുടങ്ങിയവരും നവോത്ഥാന നായകരുടെ നിരയിൽപ്പെടുന്നു.

മാർത്തോമാസഭ പോലെയോ പി ആർ ഡി എസ് പോലെയോ കരുത്തും വ്യാപ്തിയും ആർജിച്ചില്ലെങ്കിലും മതപരിഷ്കരണത്തെ മുൻനിർത്തി പലരും രംഗത്തു വരികയും ചില ചെറിയ സഭകൾക്ക് ജന്മം നൽകുകയും ചെയ്തു.

ഭാരതീയതയും ക്രിസ്തുമതവും

ഉദയംപേരൂർ സുന്നഹദോസിന്റെ കൈകാര്യകർത്താവ് ആർച്ച് ബിഷപ്പ് മെനേസിസ് ഹിന്ദുമതത്തെ പ്രാകൃതവും ക്രിസ്തീയവിരുദ്ധവും ആയി ചിത്രീകരിച്ച് ക്രിസ്ത്യാനികളെ അതിന്റെ പ്രഭാവലയത്തിൽ നിന്നും പൂർണമായി വിമുക്തരാക്കാനാണ് ശ്രമിച്ചത്. മെനേസിസിന്റെ അന്ധമായ മതഭ്രാന്തിനോളം എത്തിയില്ലെങ്കിലും പൊതുവെ ക്രിസ്തുമത പ്രചാരകർ ഹൈന്ദവ പാരമ്പര്യങ്ങളെയും വിശ്വാസങ്ങളെയും അപലപിച്ച് അതിന്റെ സകലവിധ സ്വാധീനത്തിൽനിന്നും ക്രിസ്ത്യാനികളെ രക്ഷിച്ചെടുക്കാനാണ് ശ്രമിച്ചുപോന്നത്. എന്നാൽ കേരളത്തിലെ പഴയ മാർത്തോമാ മാർഗക്കാർ ദേശീയ പാരമ്പര്യത്തിൽനിന്നും വിമുക്തരായിരുന്നില്ല. അതിന്റെ ഗുണങ്ങൾ എന്നപോലെ ദോഷങ്ങളും അവരെ പിന്തുടർന്നു. ജാതിവ്യത്യാസം, ജ്യോതിഷം, മന്ത്രവാദം തുടങ്ങിയ പല ഹൈന്ദവ സമ്പ്രദായങ്ങളും ക്രിസ്ത്യാനികളിലും കാണാൻ കഴിയുമായിരുന്നു.

അതുകൊണ്ട് ഈ ഹൈന്ദവ പാരമ്പര്യങ്ങളിൽനിന്നുള്ള വിമോചനത്തിന് യുക്തിയുടെയും ആധുനികതയുടെയും ഘടകങ്ങൾ ഉണ്ടായിരുന്നു. പ്രോട്ടസ്റ്റന്റുകാരും വിശുദ്ധ സേവ്യറുടെ ഇശോസഭക്കാർ അഥവാ ജെസ്യൂട്ടുകളും ഈ ആധുനികതയുടെ അംശങ്ങൾ ശക്തിപ്പെടുത്താൻ ഹൈന്ദവ ആചാരങ്ങളെ എതിർത്തതിന് ഒരു നവോത്ഥാന മാനം ലഭിച്ചിരുന്നു എന്നതിൽ തർക്കമില്ല. എന്നാൽ ഈ നവീനതയുടെയും ശാസ്ത്രീയതയുടെയും പേരിൽ പാശ്ചാത്യ സമ്പ്രദായങ്ങളും ആചാരക്രമങ്ങളും അടിച്ചേൽപ്പിക്കാനുള്ള ശ്രമത്തെ കേരളത്തിലെ

പരമ്പരാഗത ക്രിസ്ത്യാനികൾ സ്വീകരിക്കാൻ വിസമ്മതിച്ചു. മാത്രമല്ല, ഈ വൈദേശിക സമ്പ്രദായങ്ങൾ ഇന്ത്യക്കാരെ ക്രിസ്തുമതത്തോട് അടുപ്പിക്കുന്നതിനെക്കാൾ അകറ്റുകയാണ് ചെയ്യുന്നതെന്ന് ഉൾക്കാഴ്ച യുള്ള പല മിഷനറിമാരും മനസിലാക്കി. തമിഴകത്തിലെ മധുര കേന്ദ്ര മായി പ്രവർത്തിച്ചുവന്ന ഈശോസഭാ മിഷനറിമാരുടെ തലവനായിരുന്ന ഡോ. റോബെർട്ടോ നോബിലി ഈ പോരായ്മ കണ്ടറിഞ്ഞ ഒരാളാണ്. ഇത് പരിഹരിക്കാനായി ഹൈന്ദവ പുണ്യഗ്രന്ഥങ്ങൾ പഠിക്കുകയും സംസ്കൃതം വശമാക്കുകയും ചെയ്തുകൊണ്ട് ബ്രാഹ്മണരുമായി വിവാദം നടത്തുകയും ഭാരതീയ പാരമ്പര്യം അനുസരിച്ചുള്ള വേദാർഥ ശാസ്ത്ര സദസുകളിൽ പങ്കെടുക്കുകയും മറ്റും നോബിലിയുടെ പതിവാ യിരുന്നു.

ഇങ്ങനെ ഹൈന്ദവ പാരമ്പര്യത്തിൽനിന്ന് ഊർജം ഉൾക്കൊള്ളാനും ഹൈന്ദവ സങ്കൽപ്പങ്ങളുടെ വെളിച്ചത്തിൽ ക്രിസ്തുമതം വ്യാഖ്യാനിച്ച് പ്രചരിപ്പിക്കാനും മറ്റുമുള്ള നോബിലിയുടെ ശ്രമങ്ങൾക്ക് 1606-ൽ റോമിൽനിന്ന് അനുവാദവും ലഭിച്ചിരുന്നു. പക്ഷേ മറ്റു പല മിഷനറി സംഘക്കാരും നോബിലിയുടെ ശ്രമത്തെ മതനിന്ദയായി കരുതുകയും ഒടുവിൽ നോബിലിയെ റോമിലേക്ക് തിരിച്ചുവിളിക്കുകയും ചെയ്തു. അങ്ങനെ ക്രിസ്തുമതത്തിന് ദേശീയ സംസ്കാരത്തിന്റെ ഗന്ധവും ആവരണവും നൽകാനുള്ള ശ്രമം നോബിലിയുടെ തിരിച്ചുപോക്കോടെ അവസാനിച്ചെങ്കിലും അത് താൽക്കാലികമായ ഒരു വിരാമം മാത്രമാ യിരുന്നു.

നോബിലിക്കു ശേഷവും ഏറിയും കുറഞ്ഞും ഇത്തരത്തിലുള്ള ദേശീയവൽക്കരണ ശ്രമങ്ങൾ ക്രിസ്ത്യൻ മിഷനറി പ്രവർത്തനങ്ങളിലും ക്രിസ്ത്യൻ സമൂഹങ്ങളിലും തുടർന്നുവന്നു. സാർവദേശീയപ്രശസ്ത മതചിന്തകനും സാമൂഹ്യപരിഷ്കർത്താവും ആയിരുന്ന ഡോ. എം എം തോമസിന്റെ പല കൃതികളിലും ഈ പ്രവണത സൈദ്ധാന്തികമായി ത്തന്നെ അവതരിപ്പിക്കപ്പെട്ടിട്ടുണ്ട്. (തോമസിന്റെ *അക്നോളഡ്ജ്, ക്രൈസ്റ്റ് ഓഫ് ഇന്ത്യൻ റിനൈസൻസ്* തുടങ്ങിയ കൃതികൾ കാണുക.)

ദേശീയ സാംസ്കാരിക പൈതൃകവുമായി ക്രിസ്തുമതത്തെ ഇണക്കിച്ചേർക്കാനുള്ള പരിശ്രമം സാർവത്രികമായി ഇന്ത്യയിൽ വിജ യിച്ചു എന്നു പറയുന്നത് സാഹസമായിരിക്കും. ആഫ്രിക്കയിലും ലാറ്റി നമേരിക്കയിലും മറ്റും ഉണ്ടായ തോതിൽ ക്രിസ്തുമതത്തിന് ഇന്ത്യ യുൾപ്പെടെ പല ഏഷ്യൻ രാഷ്ട്രങ്ങളിലും വളരാൻ കഴിയാത്തതിന്റെ പുറകിൽ ഈ പോരായ്മയാണ് ഉള്ളതെന്നു കരുതിയ പല ക്രിസ്തീയ ചിന്തകരും മിഷനറിമാരും ഉണ്ട്. (റോബിൻ ബോയ്ഡിന്റെ *ആൻ ഇൻട്രൊഡക്ഷൻ ടു ഇന്ത്യൻ ക്രിസ്ത്യൻ തിയോളജി*—1994 നോക്കുക.)

ക്രിസ്തീയ നവോത്ഥാന പരിശ്രമങ്ങളിൽ ഈ ദേശീയ പാരമ്പര്യ സ്വാംശീകരണത്തിനുവേണ്ടി ശ്രമിച്ചവർ ഒന്നുകിൽ ഡോക്ടർ നോബി ലിയെപ്പോലെ അരങ്ങൊഴിയാൻ നിർബന്ധിതരാവുകയോ അല്ലെങ്കിൽ

പുതിയൊരു വേർപാട് സഭ രൂപീകരിക്കുകയോ ചെയ്യുന്നതിലാണ് ചെന്നു കലാശിച്ചത്. അങ്ങനെയുള്ള ഉദാഹരണങ്ങൾ പലതും പറയാനുണ്ടെങ്കിലും ഒരെണ്ണം മാത്രം മാതൃകയായി വിവരിക്കാം.

അഞ്ചരവേദക്കാർ

മധ്യതിരുവിതാംകൂറിൽ കായംകുളത്തിനടുത്ത് കന്നേറ്റ് എന്ന സ്ഥലത്താണ് അഞ്ചരവേദം, കന്നേറ്റ് ഉണർവ് സഭ, യൂയോമയം, ആറു വർഷ കക്ഷി എന്നെല്ലാം പേരിൽ അറിയപ്പെടുന്ന ഈ സഭ രൂപം കൊണ്ടത്. 'വിദ്വാൻ കുട്ടി' എന്ന പേരിൽ അറിയപ്പെടുന്ന ഒരു മിഷനറിയായ യൂസ്തസ് യോസേഫ് ആണ് ഇതിന് തുടക്കം കുറിച്ചത്. 19-ാം നൂറ്റാണ്ടിന്റെ അന്ത്യപാദത്തിൽ കുറെക്കാലം ഊർജസ്വലമായി മധ്യതിരുവിതാംകൂറിൽ അനേകം അനുയായികളോടുകൂടി വളർന്ന് പന്തലിച്ചിരുന്ന സഭ പഴയ പ്രതാപമൊന്നും ഇല്ലെങ്കിലും ഇപ്പോഴും ചുരുക്കം അനുയായികളുമായി തുടരുന്നുണ്ട്. സ്ഥാപകനായ വിദ്വാൻ കുട്ടിയുടെ ഇംഗ്ലീഷ് പേരിന്റെ ആദ്യാക്ഷരം കൂടി ഉപയോഗിച്ചാണ് യൂയോമയം എന്നുകൂടി ഇതിന് പേരുവന്നത്. നാട്ടുകാർ പൊതുവെ കന്നേറ്റ്കൂട്ടം എന്നും കന്നേറ്റ് സഭയെന്നും അതിനെ വിളിക്കാറുണ്ട്.

തിരുനെൽവേലി സ്വദേശിയും ഒരു ഹൈന്ദവ മതപണ്ഡിതനുമായ വെങ്കിടേശ്വരൻ എന്ന ഒരു ബ്രാഹ്മണൻ 19-ാം നൂറ്റാണ്ടിന്റെ അന്ത്യപാദത്തിൽ കായംകുളത്തിനും കൊല്ലത്തിനും മധ്യേ ശാസ്താംകോട്ടയിൽ വന്ന് താമസമാക്കി. വെങ്കിടേശ്വരന്റെ ആറു മക്കളിൽ ഒരാളാണ് രാമൻ. ചെറുപ്പത്തിലേ ബുദ്ധിസാമർഥ്യത്തിലും വിവിധ ഭാഷാ പാണ്ഡിത്യത്തിലും മികവു കാട്ടിയ രാമൻ 'വിദ്വാൻ കുട്ടി' എന്ന പേരിലാണ് അറിയപ്പെട്ടിരുന്നത്. ആംഗ്ലിക്കൻ സഭയിൽ ചേർന്ന് മതപ്രചാരണം ദൗത്യമായി സ്വീകരിച്ച വിദ്വാൻ കുട്ടിയുടെ ക്രിസ്തീയ നാമം യൂസ്തസ് യോസേഫ് എന്നായിരുന്നു. മാവേലിക്കര കേന്ദ്രമായി പ്രവർത്തിച്ചിരുന്ന ആംഗ്ലിക്കൻ മിഷനറി റവറന്റ് പീറ്റിന്റെ ഉപദേശപ്രകാരം വിദ്വാൻ കുട്ടിയുടെ അച്ഛനമ്മമാരും സഹോദരരും എല്ലാം ക്രിസ്തുമതം സ്വീകരിച്ചു.

വസ്ത്രധാരണം, സസ്യാഹാരം, പൂചൂടൽ, നിലവിളക്ക് തുടങ്ങി ഹൈന്ദവ സമ്പ്രദായങ്ങൾ എല്ലാം യൂയോമയക്കാർ സ്വീകരിച്ചതിന് ആംഗ്ലിക്കർ തുറന്ന് എതിർത്തില്ല. വാഗ്‌വിലാസവും വിവിധ മത പുണ്യഗ്രന്ഥങ്ങളും ആയുള്ള പരിചയവും മായികം എന്നുപോലും വിശേഷിപ്പിക്കാവുന്ന ആകർഷകത്വവും വിദ്വാൻ കുട്ടിയെ ഒരു നേട്ടമായി കണക്കാക്കാൻ ആംഗ്ലിക്കർക്ക് പ്രേരകമായി. പക്ഷേ, അതോടൊപ്പം ചില ഇന്ദ്രജാല വിദ്യകളും 1881-ൽ ക്രിസ്തു വീണ്ടും അവതരിച്ച് ലോകത്തെ രക്ഷിക്കുമെന്ന പ്രവചനങ്ങളും മറ്റും ആംഗ്ലിക്കരെ സംശയാലുക്കളാക്കി. എന്നാൽ കൂടാരത്തിൽ തൊമ്മൻ തുടങ്ങിയ ജനപ്രീതി നേടിയ ജനനേതാക്കൾ യൂയോമയത്തിന് കരുത്തുപകർന്നു. പക്ഷേ പ്രവചനങ്ങൾ നടക്കാതെ വന്നപ്പോൾ അനുയായികളിൽ ഒരു വിഭാഗം

നിരാശരായി. അവർ സഭ വിട്ടുപോയി. എന്നാൽ ഈ പ്രവചിത സംഭവങ്ങളെല്ലാം ആന്തരാർഥത്തിലും ഗൂഢശൈലിയിലും മറ്റുമാണ് നടക്കുന്നതെന്ന വ്യാഖ്യാനങ്ങൾ കുറേപ്പേരെ തൃപ്തിപ്പെടുത്തി. 1903-ൽ വിദ്വാൻ കുട്ടി നിര്യാതനായശേഷം അദ്ദേഹത്തിന്റെ മകൻ യാക്കോബ് കുട്ടിയുടെ നേതൃത്വത്തിൽ സഭ തുടർന്നു. ഇപ്പോഴും ഒരു ചെറിയ ഗ്രൂപ്പായി തുടരുന്നു.

ഇനിയും ഇതുപോലെ പല ശ്രമങ്ങളും ക്രിസ്തീയ സഭകളിൽ നടന്നതായി കാണാമെങ്കിലും തൽക്കാലം സ്ഥലപരിമിതിയാൽ ഈ കഥ ഇവിടെ സമാപിക്കുന്നു.

23 പൊയ്കയിൽ ശ്രീകുമാരഗുരുദേവൻ: പമ്പയാറിന് തീകൊളുത്തിയ വിപ്ലവകാരി

പത്തൊമ്പതാം നൂറ്റാണ്ടിന്റെ അന്ത്യപാദത്തിൽ ആരംഭിച്ച് ഇരുപതാം നൂറ്റാണ്ടിന്റെ മധ്യത്തോടെ പ്രഥമ ഘട്ടം തരണം ചെയ്ത കേരള നവോത്ഥാന ചരിത്രത്തിൽ അവിസ്മരണീയമായ സ്ഥാനം വഹിക്കുന്ന വ്യക്തിയാണ് പൊയ്കയിൽ ശ്രീകുമാരഗുരുദേവൻ (1878-1938). ലക്ഷക്കണക്കിന് ദളിതർക്കും നവോത്ഥാനപ്രേമികളായ മറ്റനേകർക്കും സുപരിചിതമാണ് കുമാരഗുരുദേവന്റെ ജീവിതവും സന്ദേശവും സമരങ്ങളും എങ്കിലും അംഗീകൃത ചരിത്ര ഗ്രന്ഥങ്ങളിൽ ഈ നവോത്ഥാന നായകന്റെ നാമധേയം പ്രത്യക്ഷപ്പെടാറില്ല. സ്വന്തം വംശത്തെക്കുറിച്ച് അദ്ദേഹം രചിച്ച ഈരടികൾ തനിക്കു തന്നെ ബാധകമായി എന്നുവേണം വിചാരിക്കാൻ. ഗുരുദേവൻ ഇപ്രകാരം പാടി:

കേരളത്തിലുള്ള ചരിത്ര-
ങ്ങളോരോന്നും പരി-
ശോധന ചെയ്യാനൊരുങ്ങി
എന്റെ വംശത്തെ
കാണുന്നില്ലൊരക്ഷരവും

എന്റെ വംശത്തെപ്പറ്റി
കാണുന്നുണ്ടനേക വംശത്തിൻ
ചരിത്രങ്ങൾ
എന്റെ വംശത്തിൻ കഥ-
യെഴുതിവച്ചീടാൻ പണ്ടീ
ഉർവ്വിയിലൊരുവരുമില്ലാതെ
പോയല്ലോ

തിരുവല്ലയ്ക്ക് കിഴക്ക് ചരിത്രപ്രസിദ്ധമായ ഇരവിപേരൂർ ഗ്രാമത്തിലെ ഇപ്പോഴും നിലവിലുള്ള ശങ്കരമംഗലം എന്ന ക്രിസ്തീയ തറവാട്ടിലെ പറയസമുദായത്തിൽപ്പെട്ട അടിയാൻമാരുടെ കുടുംബത്തിലാണ് മാതാപിതാക്കളുടെ മൂന്നാമത്തെ പുത്രനായി 1878 ഫെബ്രുവരി 17-ാം തീയതി (കൊല്ലവർഷം 1054 കുംഭം 5) കുമാരൻ ജനിച്ചത്. ചെറുപ്പം തൊട്ടേ മേലാൾ തറവാടിന് വേണ്ടി കന്നുകാലി നോട്ടവും മറ്റുമായി ഉപജീവനം തേടേണ്ടി വന്ന കുമാരന് തേവർക്കാട്ട് പള്ളിക്കൂടത്തിൽ നിന്ന് കഷ്ടിച്ച് എഴുതാനും വായിക്കാനും മാത്രമേ പ്രാഥമിക വിദ്യാഭ്യാസം ലഭിച്ചുള്ളു.

കൗമാരം കഴിയുംമുമ്പുതന്നെ അക്കാലത്തെ ക്രിസ്തീയ മതപരിവർത്തന ശ്രമങ്ങളുടെ ഫലമായി മാർത്തോമാ സഭയിൽ ചേർന്ന കുമാരന്റെ പേര് യോഹന്നാൻ എന്നായിത്തീർന്നു. ഔപചാരിക വിദ്യാഭ്യാസം ഒന്നും കാര്യമായി ലഭിച്ചിരുന്നില്ലെങ്കിലും ഊർജസ്വലനും ബുദ്ധിമാനുമായ ബാലൻ കളികളിൽ എന്നപോലെ പള്ളി കാര്യങ്ങളിലും പ്രാഗത്ഭ്യം പ്രകടിപ്പിച്ചു. പള്ളിയിലെ കുർബാന മുതലായ ചടങ്ങുകളിലും ഉപദേശിമാരുടെ പ്രസംഗങ്ങളിലും ആകൃഷ്ടനായ യോഹന്നാൻ അധികം താമസിയാതെ ഒരു പ്രഭാഷകനും മതപ്രചാരകനും വേദവിത്തും ആയി മാറി. അക്കാലത്തെ മതപ്രചാരകരിൽ മുത്തൂറ്റു കൊച്ച് കുഞ്ഞ് ഉപദേശി തുടങ്ങിയവർ യോഹന്നാന്റെ ആരാധനാ പാത്രങ്ങളായിരുന്നു. ഉറച്ചതും മധുരവും ആയ സ്വരവും സുവിശേഷ പാഠങ്ങളിലുള്ള അവഗാഹവും വാദപ്രതിവാദ സാമർത്ഥ്യവും പാട്ടെഴുതാനും ശ്രുതിമധുരമായി പാടാനും ഉള്ള കഴിവും യോഹന്നാനെ ജനപ്രീതി നേടിയ ഒരു പ്രചാരകനാക്കി. അക്കാലത്ത് മധ്യതിരുവിതാംകൂറിൽ സുവിശേഷ പ്രവർത്തനം നടത്തിവന്ന നോയൽ സായിപ്പിന്റെ പ്രത്യേക വാത്സല്യത്തിനും പ്രോത്സാഹനത്തിനും യോഹന്നാൻ അർഹനായി.

ഇതിനിടെ അദ്ദേഹം വിവാഹിതനാവുകയും ശ്രദ്ധേയനായ മതപ്രഭാഷകൻ എന്ന നിലയിൽ അന്നത്തെ തിരുവിതാംകൂർ സംസ്ഥാനത്തിലാകെ സ്വാധീനം നേടുകയും എല്ലാം ചെയ്തെങ്കിലും തുടക്കം തൊട്ടേ അദ്ദേഹത്തെ വേദനിപ്പിച്ചുകൊണ്ടിരുന്ന വിവേചനത്തിന്റെയും അയിത്തത്തിന്റെയും പ്രശ്നങ്ങൾ അലട്ടിക്കൊണ്ടിരുന്നു. സ്വന്തം മേലാളൻമാരായ

ശങ്കരമംഗലത്തുകാർ അന്നത്തെ നിലവാരം വച്ച് നോക്കുമ്പോൾ അടിയാൻമാരോട് വാത്സല്യപൂർവമാണ് പെരുമാറിയിരുന്നതെങ്കിലും സമൂഹത്തിലെ ആകെ അവസ്ഥ സവർണാധിപത്യത്തിന്റെ തിന്മകളെല്ലാം നിറഞ്ഞതായിരുന്നു. ഹിന്ദുമതത്തിലെ തീണ്ടലും തൊടീലും ഇല്ലാതെ ദൈവം തമ്പുരാന്റെ പിതൃത്വത്തിലും മാനവരാശിയുടെ സാഹോദര്യത്തിലും വിശ്വസിക്കുന്നതായി അവകാശപ്പെട്ടിരുന്ന ക്രിസ്തുമതത്തിലും സവർണാവർണ വിവേചനം നിലനിൽക്കുന്നതായി അനുഭവപ്പെട്ട യോഹന്നാൻ ഖിന്നചിത്തനായിത്തീർന്നു. ദൈനംദിന വ്യവഹാരങ്ങളിലും സംഭാഷണങ്ങളിലും മാത്രമല്ല *തന്നെപ്പോലെ തന്റെ അയൽക്കാരനെയും സ്നേഹിക്കാൻ* ഉപദേശിച്ച ക്രിസ്തുവിന്റെ ആലയങ്ങളായ പള്ളികളിൽപ്പോലും വിവേചനം അനുഭവപ്പെട്ടു. പുലയൻ മത്തായി എന്നും പറയൻ യോഹന്നാൻ എന്നും വിളിക്കുന്നതിന് പുറമെ ദളിത ക്രിസ്ത്യാനികൾക്ക് സവർണ പള്ളികളിൽ പ്രവേശനം നിഷേധിക്കുകയും ദളിതർക്ക് പള്ളികൾ പ്രത്യേകം സ്ഥാപിക്കപ്പെടുകയും ചെയ്തിരുന്നു.

ഒരിക്കൽ പുല്ലാടടുത്ത് പുലരിക്കാട്ടെ ക്രിസ്തീയ സെമിത്തേരിയിൽ കീഴ്ജാതിക്കാരനായ ക്രിസ്ത്യാനിയുടെ ശവം സംസ്കരിച്ചതിൽ സവർണർ പ്രതിഷേധിക്കുകയും ശവം മാന്തിയെടുത്ത് മറ്റെവിടെയോ കൊണ്ടുപോയി തള്ളുകയും ചെയ്ത സംഭവം യോഹന്നാനെ വേദനിപ്പിച്ച പല അനുഭവങ്ങളിൽ ഒന്നുമാത്രമായിരുന്നു. ഒരു ദളിത ക്രിസ്തീയ യുവതിയും ഒരു സവർണ ക്രിസ്ത്യൻ യുവാവും തമ്മിലുള്ള വിവാഹം നടത്തിക്കൊടുക്കാൻ യോഹന്നാൻ മുൻകൈയെടുത്തത് കലഹത്തിലും അടിപിടിയിലും കലാശിച്ചു.

ഈ വക ദുരനുഭവങ്ങളെ ചൊല്ലി സവർണനേതാക്കളും പുരോഹിതരുമായി വാദപ്രതിവാദം നടത്തി ജയിക്കാൻ അദ്ദേഹത്തിന് കഴിഞ്ഞിരുന്നെങ്കിലും തോറ്റവർ ഒരിക്കലും തെറ്റ് തിരുത്താൻ മുതിർന്നിരുന്നില്ല. ഒടുവിൽ മനം മടുത്ത് മാർത്തോമാ സഭ വിട്ട് ബ്രദറൻസഭയിൽ ചേർന്നെങ്കിലും അവിടെയും അദ്ദേഹം തേടിയ ക്രിസ്തീയ സമത്വത്തെയോ സാഹോദര്യത്തെയോ കണ്ടെത്താൻ കഴിഞ്ഞില്ല. പിന്നെയും വിഫലമായ പല പരീക്ഷണങ്ങൾക്കും ശേഷമാണ് ഔദ്യോഗിക സഭകളിൽ നിന്ന് പിരിഞ്ഞ് ഒരു വേർപാട് സഭയ്ക്ക് യോഹന്നാൻ നേതൃത്വം നൽകിയത്. പിന്നീട് അതിന് പ്രത്യക്ഷ രക്ഷാ ദൈവ സഭ (പി ആർ ഡി എസ്) എന്ന് അദ്ദേഹം നാമകരണം ചെയ്തു. ഇരവിപേരൂർ ആസ്ഥാനമായി ഗംഭീരമായ സ്മാരക മന്ദിരത്തോടും ആരാധനാലയത്തോടും കൂടി പി ആർ ഡി എസ് ഇപ്പോഴും ഉത്തരോത്തരം ശക്തിയാർജിച്ച് നിലനിൽക്കുന്നു.

സുഗമമായ ഈ ജീവിതാഖ്യാനം ഈ പ്രസ്ഥാനത്തിന്റെ പുരോഗതി

സുഗമവും ശാന്തവുമായിരുന്നു എന്ന തെറ്റിദ്ധാരണക്ക് വഴിവച്ചേക്കും. വാസ്തവത്തിൽ പൊയ്കയിൽ ദേവന്റേയും പി ആർ ഡി എസിന്റെയും ചരിത്രം സംഘർഷനിർഭരവും ത്യാഗോജ്ജ്വലവും കലാപകലുഷിതവും ആയിരുന്നു. എതിരാളികളുമായി പലയിടത്തും ശാരീരികമായ സംഘട്ടനങ്ങളും കോടതികളിൽ കേസുകളും അറസ്റ്റും ഒളിച്ചോട്ടവും എല്ലാം നടന്നിട്ടുണ്ട്. അവയുടെ വിശദവിവരങ്ങൾ പറയാൻ പുറപ്പെട്ടാൽ പമ്പയാറിന് തീപിടിച്ചതുപോലെയുള്ള ഒരു പ്രതീതിയായിരിക്കും ഉളവാക്കുക.

ആദ്യ പതിറ്റാണ്ടുകളിലെ ഈ സംഘർഷങ്ങൾക്കും സംഘട്ടനങ്ങൾക്കും കേസുകൾക്കും കൂട്ടങ്ങൾക്കും ശേഷം ജനകീയ അംഗീകാരത്തോടൊപ്പം രാജകീയ അംഗീകാരവും പൊയ്കയിൽ യോഹന്നാനെന്ന നവോത്ഥാന നായകനെ തേടിയെത്തി. രണ്ടുതവണ ശ്രീമൂലം പ്രജാസഭയിലേക്ക് അധഃസ്ഥിതരുടെ പ്രതിനിധിയായി അദ്ദേഹത്തെ നാമനിർദേശം ചെയ്യുകയുണ്ടായി. ആദ്യഘട്ടത്തിലെ കലാപങ്ങൾക്കും കലഹങ്ങൾക്കും ശേഷം പ്രജാസഭയിലെ പ്രഭാഷണങ്ങളും നിവേദനങ്ങളും, പൊതുസദസുകളും, ജനാധിപത്യ രീതിയിലുള്ള പ്രക്ഷോഭമാർഗങ്ങളും അദ്ദേഹത്തിന്റെ പ്രവർത്തന ശൈലിയായി. അധഃസ്ഥിത ജനതയുടെ വിദ്യാഭ്യാസ അവകാശം, ജനപ്രതിനിധി സഭകളിലും ഉദ്യോഗങ്ങളിലും മറ്റും അർഹമായ പ്രാതിനിധ്യം, സർവോപരി അയിത്തനിരോധനം തൊട്ടുള്ള പൗരാവകാശങ്ങൾ എന്നിവയെല്ലാം ശ്രീനാരായണ ഗുരു സ്ഥാപിച്ച എസ് എൻ ഡി പി, അയ്യങ്കാളി സ്ഥാപിച്ച സാധുജന പരിപാലന സംഘം തുടങ്ങിയവയോടൊപ്പം പി ആർ ഡി എസ് സ്ഥാപകന്റെയും ലക്ഷ്യങ്ങളായിരുന്നു. സ്ത്രീകളുടെ സമത്വവാദം അക്കാലത്ത് അത്ര പ്രചാരത്തിൽ ഇല്ലായിരുന്നെങ്കിലും പി ആർ ഡി എസിന്റെ പരിപാടികളിലും കുമാരഗുരുദേവന്റെ പ്രഭാഷണങ്ങളിലും വളരെ മുഴങ്ങിക്കേട്ടിരുന്നു.

പിൽക്കാലത്ത് സംയുക്ത രാഷ്ട്രീയ സഭയും നിവർത്തന പ്രക്ഷോഭവും അയിത്ത വിരുദ്ധ ക്ഷേത്രപ്രവേശന സംരംഭങ്ങളും തൊഴിലാളി യൂണിയൻ പ്രക്ഷോഭങ്ങളും ഒടുവിൽ ഉത്തരവാദിത്വ ഭരണത്തിന് വേണ്ടിയുള്ള സ്റ്റേറ്റ് കോൺഗ്രസ് സമരവും കൊണ്ട് മുഖരിതമായ തിരുവിതാംകൂറിലെ പുത്തനുണർവിന് തന്റേതായ മാർഗങ്ങളിലൂടെ അരങ്ങൊരുക്കിയ ജനനായകനും അധഃസ്ഥിതോദ്ധാരകനും ആയിരുന്നു പൊയ്കയിൽ യോഹന്നാൻ.

സ്ഥാപകന്റെ കാലത്തു തന്നെ പി ആർ ഡി എസ് ഒരു ക്രിസ്തീയ വേർപാട് സഭ എന്ന നിലവിട്ട് ഒരു സ്വതന്ത്ര മതസ്ഥാപനമായി മാറുകയും അതിന്റെ സ്ഥാപകന്റെ ശൈശവ നാമധേയം തന്നെ പിൽക്കാലത്ത് അംഗീകരിക്കപ്പെടുകയും ചെയ്തു. മതപരിവർത്തനം നടത്തിയവരും

അല്ലാത്തവരുമായ ദളിതരുടെ സ്വത്വബോധസമർഥനത്തിനും അവകാശ സമരങ്ങൾക്കും നേതൃത്വം നൽകിയ പൊയ്കയിൽ കുമാരഗുരുദേവനെ വൈകുണ്ഠസ്വാമി, ശ്രീനാരായണഗുരു, അയ്യങ്കാളി, ചട്ടമ്പിസ്വാമി, ബ്രഹ്മാനന്ദ ശിവയോഗി തുടങ്ങിയ മഹാരഥന്മാരോടൊപ്പം കേരളം സ്മരിക്കുകയും പൂജിക്കുകയും ചെയ്യേണ്ടതാണ്. കേരളത്തിന്റെ സാമൂഹ്യ പരിവർത്തന ചരിത്രത്തിൽ ഒരു സവിശേഷ അധ്യായം രചിച്ച പൊയ്കയിൽ കുമാരഗുരുദേവന് കൂപ്പുകൈ.